வேட்டை

வேட்டை

லஷ்மி சரவணகுமார்

Title: Vettai
Author's Name: Lakshmi Saravanakumar

Published by Piragu Prachuram

Piragu
(An imprint of Zero Degree Publishing)
No. 55(7), R Block, 6th Avenue,
Anna Nagar,
Chennai - 600 040

Website: www.zerodegreepublishing.com
E Mail id: zerodegreepublishing@gmail.com
Phone: 89250 61999

Piragu Prachuram First Edition: January 2023
ISBN: 978-93-93882-11-0
TITLE NO PP: 7

Cover Design: Humshini
Layout: Vijayan, Creative Studio

அன்பு நண்பர் முகமது இம்தாதிற்கு

நன்றி

பால நந்தகுமார்
ப்ரனேஷ்
சரவண ராஜு
ஷாலினி
மருத்துவர் சுஜாதா
பா.ராகவன்
பிரியதர்ஷினி (bynge)
வட கேரொலைனா தமிழ் சங்க நண்பர்கள்

"வேட்டைக்கு இரையாகும் மிருகம் தன் கதையை விளம்பும் திறன்பெறும் வரை வேட்டைக்காரனே வீரன் என்றறியப்படுகிறான்."

- முதுகுடி மொழி

உலகின் மிகப் பழமையான கதை வேட்டையினை மையப்படுத்தியது என்கின்றனர் வரலாற்று ஆய்வாளர்கள். இவ்வுலகம் இரண்டு வகையான உயிர்களால் ஆனது. ஒன்று வேட்டையாடுவன, இன்னொன்று அவற்றுக்கு இரையாகி மடிவன.

ஒவ்வொரு வேட்டைக்கும் தனித்த முகமுண்டு. வீழ்த்தியவன் சூளுரைக்கும் கதையை விட, கொல்லப்பட்டு பலியாகி அடங்கிய உயிரின் நிலைகுத்திய கண்கள் பகிரும் கதை வீரியமானது. அப்பார்வையின் திசையிலிருந்து துவங்குகிறது ஒரு புதிய கதை. வேட்டைக்கென்ற விதிகளை இயற்கை வகுத்துள்ளது. விதிகளை மீறும் வேட்டைகளைக் கொலை என்கிறது அவ்விதி. துரோகமும் கயமையும் வேட்டையின் விதியில் அடங்காது. பசி மட்டுமே அதன் அடிப்படை. பசி வன்மம் கொள்ளாது. குரூரம் அதன் பாதையல்ல.

நிஜமறியும் வேட்டை தொடரும் இடத்திலெல்லாம் புதியதொரு வேட்டைக்கான தடயம் கிடைக்கிறது. தடயங்களின் சங்கிலித் தொடர் நீளும் அளவிற்கு நிஜத்தின் வெளிச்சமும் நீள்கிறது. பலியாகப்போகும் இரை அச்சமென்னும் ஒரேயொரு

மொழியினை மட்டுமே அறியும். வலியோடு கூடிய மரணத்தைக் குறித்த அச்சம். அவ்வச்சமே எதிர்வினைக்கும் வழிவகுக்கிறது. வேட்டைக்காரனுக்கு இரையின் எண்ணங்கள் குறித்து கவனமிருப்பதில்லை. ஆனால் பலியாகும் ஒவ்வொரு இரையும் வேடைக்காரனுக்கு, பொறிவைத்துப் பதுங்கிக்கொள்கிறது. வேட்டையாடும் எதுவும் வேட்டையாடப்படும் என்பது சுழற்சி விதி.

சில வருடங்களுக்குமுன் நண்பர் பால நந்தகுமாருடன் உரையாடுகையில் நீண்ட காலத்திற்கு முந்தைய சம்பவமொன்றைப் பகிர்ந்துகொண்டார். ஒரு மனிதன் புலியாக உருமாறி இன்னொரு மனிதனைக் கொன்ற கதை. மனிதன் புலியாக உருமாற முடியுமாவென்கிற சந்தேகமெல்லாம் எழவில்லை, மாறாக புலியானவனுக்குப் பின்னாலிருந்து காரணங்களையும் கதைகளையும் தேட மனம் ஆவல்கொண்டது. அந்தத் தேடலிலிருந்து துவங்கியதுதான் இந்த வேட்டை.

ஜூனியர் விகடனில் ரெண்டாம் ஆட்டம் தொடர் எழுதத் துவங்கி அது பெறும் வெற்றி பெற்ற அதே நேரத்தில் *bynge* செயலிக்காக ஒரு தொடர் எழுதும்படி ப்ரியதர்ஷினி கேட்டுக்கொண்டார். கதை சொல்ல விரும்புகிறவனுக்கு எல்லா வகையான கதைகளையும் சொல்ல வேண்டுமென்கிற அக்கறை முக்கியம். சுவாரஸ்யமானதொரு கதையை எழுதலாம் என்கிற முடிவில் வேட்டையின் கதைச் சுருக்கத்தை அவரிடம் பகிர்ந்துகொள்ள, அவரும் உடனே சம்மதித்தார். என்னிடமிருந்தது புலியாக உருமாறிக் கொன்ற ஒருவன் என்கிற ஒற்றை வரி மட்டுமே.. அவன் யார்? கொல்லப்பட்டவன் யார்? என்கிற தேடல் என்னை நீலகிரி மாவட்டத்தின் கூடலூருக்கு அழைத்துச் சென்றது. அன்புத் தம்பிகள் ப்ரணேஷும், சரவண ராஜுவும் ஒரு பயணம் அழைத்துச் சென்றார்கள். கதையைத் தேடி அலையத் துவங்கியது முதலே அது வெவ்வேறு திசைகளுக்கு என்னை இழுத்துச் சென்றது.

காடும் வேட்டையும் எனக்கு விருப்பமானவை என்றபோதும் கானகன் என்ற எனது முந்தைய நாவலில் இருந்தும் வேட்டை

குறித்தான மற்றைய சிறுகதைகளில் இருந்தும் முற்றாகத் துண்டித்துக்கொண்டு வேறொரு சித்திரத்தை உருவாக்க விரும்பினேன். தொடர் வெளியாகத் துவங்கியபோது பெருமளவில் வாசிக்கப்பட்டு நல்ல மதிப்பைக் கொடுத்தது. ஒரே நேரத்தில் இரண்டு தொடர்கள், இரண்டுமே வாரம் இரண்டு அத்தியாயங்களென முழுநேரமும் எழுதிக்கொண்டிருக்க வேண்டிய சூழல்.

கொரோனாவின் முதல் அலை முடிந்து இரண்டாம் அலை காலகட்டத்தில் கடுமையான நெருக்கடிகளை எதிர்கொண்டபோதும் இந்தத் தொடர்களைக் கைவிடவில்லை. ஒரு இக்கட்டான நேரத்தில் எனது தாயும், மனைவியும் ஒரே நேரத்தில் சிகிச்சைக்காக வெவ்வேறு மருத்துவமனைகளில் அனுமதிக்கப்பட்டிருக்க, பொருளாதார ரீதியாக முடங்கிப்போயிருந்த என்னை வடகேரொலைனா தமிழ்ச் சங்க நண்பர்கள் ஆறுதலாகக் கரம் பற்றிக்கொண்டார்கள். அவர்களின் சிறு உதவி கடும் மன உளைச்சல்களிலிருந்து என்னை மீட்டதோடு, தொடர்ந்து எழுதுவதற்கான மனநிலையையும் தக்கவைத்தது.

வேட்டை தொடராக வந்தபோது தொடர்ந்து இதனை வாசித்து கருத்துகளைப் பகிர்ந்துகொண்ட அத்தனை நண்பர்களுக்கும் இவ்விடத்தில் நன்றி சொல்லக் கடமைப்பட்டிருக்கிறேன். உடன் இந்தத் தொடரை எழுத வாய்ப்பளித்த *bynge* குழுவினரும் நன்றிக்குரியவர்கள். எப்போதும்போல் என் எழுத்துப் பணிகளுக்கு உதவியாய் இருக்கும் நண்பர்களுக்கு, குறிப்பாக தனது கடும் பணிச்சுமைகளுக்கு நடுவில் இந்தப் புத்தகத்தை மெய்ப்புநோக்கித் தந்த எழுத்தாளர் சுபத்திராவிற்கு அன்பு. எனது நூல்களைத் தொடர்ந்து நல்லமுறையில் வெளியிட்டு வரும் எழுத்து பிரசுரம் ராம்ஜீ மற்றும் காயத்ரி இருவருக்கும் என் நன்றிகள். எனக்குள்ளிருக்கும் கலைஞனை என்னை விடவும் அதிகமாக நேசிக்கும் எனதன்பு கார்கிக்கு முத்தங்கள்.

லஷ்மி சரவணகுமார்
சென்னை.

1

என் மூதாதையர்களின் குரல் இப்படிக் கூறியது "ஓடைகளிலும் நதிகளிலும் ஓடும் தெள்ளிய நீரை வெறும் தண்ணீரென்று நினைத்துக்கொள்ளாதே அது நமது தாத்தாவுக்குத் தாத்தாவின் ரத்தம் ஏரியின் தெள்ளிய நீரில் தெரியும் ஒவ்வொரு பிரதிபலிப்பும் நம் மக்களுடைய வாழ்க்கையின் நினைவுகளைப் பிரதிபலிக்கின்றன; நீரின் முணுமுணுப்பு உனது பாட்டிக்குப் பாட்டியின் குரலே ஆறுகள் நமது சகோதரர்கள், அவை உனது தாகத்தைத் தணிக்கின்றன படகுகளைச் சுமந்து செல்லவும், குழந்தைகளுக்கு உணவு தரவும் அவை உதவுகின்றன. நமது சகோதரரிடம் காட்டும் அன்பையும் மரியாதையையும் நாம் அதனிடமும் காட்ட வேண்டும்."

- செவ்விந்தியத் தலைவர் சியாட்டிலின் உரையிலிருந்து.

பொழுது மெல்ல விடிந்து கொண்டிருந்தது, அடர்ந்த பனி வெண்ணிறப் போர்வையென திசையெங்கும் பரவியிருந்ததால் ஆகாயத்தையும் நிலத்தையும் பிரித்தறிய முடியாதபடி இருளப்பிக் கிடந்தது. காட்டுப்பூச்சிகளின் ரீங்காரம் அந்தப் பகுதியெங்கும் எதிரொலித்துக் கொண்டிருக்க, அருகிலிருந்த காப்பித் தோட்டத்தின் வழி இறங்கிய சருகு மானொன்று ஆற்றை நோக்கி நடந்து சென்றது. நாசியில் திடீரெனப் புகுந்த குருதிவாடையால்

சுதாரித்து சுற்றிலும் திரும்பிப் பார்த்த அதன் கண்களில் சற்று தூரத்தில் ஒரு மனித உருவம் தெரிய அச்சத்தோடு குருதிக்கறை வந்த திசை நோக்கி நடந்து சென்றது. கண்களில் மரணத்தை அன்மித்துவிட்ட அச்சமிருந்தபோதும் சில அடி தூரத்தில் கிடந்த மனிதனை சாதாரணமாகக் கடந்துசெல்ல முடியவில்லை. கூடலூரிலிருந்து புத்தூர்வயல் கிராமத்திற்குச் செல்லும் சின்னஞ்சிறிய மண்சாலை. அதன் ஒருபுறம் காப்பி மற்றும் வாழைத் தோட்டங்களும் இன்னொரு பக்கமாக சவ்சவ் காய்த் தோட்டங்களுமிருந்தன. சவ்சவ் தோட்டத்தைக் கடந்து கீழிறங்கினால் நான்கு பேர் நடந்து செல்லும் அளவில் சிறிய ஆறு. வாழை, தென்னை என பல்வேறுவிதமான பயிர்களும் செழித்து வளரும் காட்டுப் பகுதி அது. அதன் பசுமைக்குச் சற்றும் பொருத்தமில்லாமலிருந்தது இந்தக் குருதிவாடை. சவ்சவ் தோட்டத்திற்குள்ளிருந்து வெளிப்பட்ட மிருகத்தின் உறுமலில் சருகு மான் சடாரென சுதாரித்து நின்றது. ஆற்றுக்குச் செல்லும் திசையையும் தான் இறங்கி வந்த திசையையும் ஒரு முறை பார்த்துவிட்டு வந்தவழியிலேயே தாவிச் சென்றது. தப்பிச் சென்ற மானின் பாதையில் மெல்லப் பனி விலகிக் கொண்டிருக்க, அதிகாலைக்கான முதல் வெளிச்சம் நிலத்தில் படர்ந்தது.

விலகப் பிரியமில்லாத குழந்தையைப்போல் பிடிவாதமாய் சாலையை ஆக்கிரமித்திருந்த பனியினூடாக தோட்ட வேலைகளுக்கு ஆட்களை ஏற்றிச் செல்லும் குட்டி யானை வேன் ஒன்று வந்தது. முன் விளக்கு வெளிச்சத்தினூடாக சாலையில் கிடந்த மனித உருவத்தைக் கண்ட ஓட்டுநர் அதிர்ச்சியோடு வாகனத்தைச் சற்றுத்தள்ளியே நிறுத்திக் கொண்டான். ‘என்னப்பா வண்டிய நிறுத்திட்ட?” பின்னால் அமர்ந்திருந்த ஒரு பெரியவர் சத்தமாய்க் கேட்க, “ஏதோ வெவகாரமாட்ட இருக்கு. நாலு பேர் இறங்கி வாங்க, போயி என்னன்னு பாப்போம்...” சத்தம் கொடுத்தபடியே ஓட்டுநர் வண்டியை விட்டு இறங்கினான். உறக்கச் சடவோடு அவனருகில் அமர்ந்திருந்த இன்னொருவன் உறக்கம் களைந்த சலிப்பில் கண்ணைக் கசக்கிக்கொண்டு பார்த்தான். வண்டியிலிருந்து

இறங்கி சில அடிகள் நடந்ததுமே ஓட்டுநருக்கு விபரீதம் புரிந்துவிட்டதால் திரும்பி, பின்னால் வந்த ஆட்களைப் பார்த்தான். “நான் நெனச்ச மாதிரிதான் ஆகிடுச்சுங்ணா... ஆறு மாசமா நிம்மதியா வேலைக்கிப் போயிட்டு வந்தோம். மறுபடியும் அது ராவடி பண்ண ஆரம்பிச்சிதாட்ட இருக்கு...” பதற்றத்தோடு சொல்லியவனை நெருங்கி வந்தவர்கள் அவனுக்குப் பின்பாக ரத்த வெள்ளத்தில் உடல் குதறப்பட்டுக் கிடந்த மனிதனைக் கண்டார்கள். எல்லோரிலும் வயதில் மூத்தவர் நிலைமையின் தீவிரத்தைப் புரிந்துகொண்டதால் மற்றவர்களைக் கையமர்த்தி நிறுத்திவிட்டு முன்னால் சென்று பார்த்தார். கொல்லப்பட்டுக் கிடந்தவனின் உடலெங்கும் சூடான குருதியின் ஈரம் இன்னும் உலர்ந்திருக்கவில்லை. அவன் முகத்தை நோக்கிக் கையை அலையவிட்டுப் பார்த்ததில் மூச்சில்லை என்பதைத் தெரிந்துகொண்டார். முகத்தைக் கவனித்துப் பார்த்தார், பழகிய முகமாய்த் தெரியவில்லை. லுங்கியைச் சரிசெய்தபடியே எழுந்தவர் “யாரும் பக்கத்துல வரவேணாம், மொதல்ல ஃபாரஸ்ட் கார்டுக்கு போனப் போட்டுச் சொல்லுவோம். அப்டியே ஒருத்தர் கூடலூர் தாலுகா ஸ்டேஷனுக்குக் கூப்ட்டுச் சொல்லுங்க. அசலூர் ஆளாட்டம் இருக்கு. சர்க்காரு ஆளுங்க வர்ற வரைக்கும் இருப்போம். அப்டியே விட்டுட்டுப்போக முடியாது. நான் முதலாளிகிட்ட தகவல் சொல்லிக்கறேன்.” என்றபடியே வண்டியை நோக்கி நடந்தார். அவரோடு வந்தவர்களில் ஒருவன் “ஆளுக்கு உசுரு இருக்குங்களா?” எனக் கேட்க, பெரியவர் கவலையோடு இல்லையெனத் தலையாட்டினார். அவ்வளவு நேரமும் தயங்கித் தயங்கி எழுந்துகொண்டிருந்த விடியலின் மஞ்சள்நிற வெளிச்சம் சடாரென எழுந்தது.

அடுத்து வரும் வாகனங்களுக்கு வழிவிடுவதற்காக ஓட்டுநர் தனது வண்டியை எடுத்துச் சற்றுத் தூரத்திலிருந்த பனியர் குடியை ஓட்டி நிறுத்தினான். பனியர் குடியிலிருந்தவர்களில் சிலர் அங்கு அசாதாரணச் சூழல் ஒன்று உருவாகிக்கொண்டிருப்பதை அறிந்து எட்டிப் பார்த்தனர். வேனிலிருந்த வேலையாட்கள் அங்கேயே இருப்பதா, கிளம்பிச் செல்வதா என தங்களுக்குள்

குசுகுசுப்போடு பேசிக்கொண்டிருக்க, ஒரு நடுத்தரவயதுப் பெண் மட்டும் "நம்மளுக்குள்ளயே பேசிட்டு இருந்தா சரியாப் போயிருமா? யாராச்சும் ஒருத்தர் சொல்லித்தான ஆகணும்? அந்தாள அடிச்சது போயிருச்சா பக்கத்துலதான் இருக்குதான்னு தெரியல. ஏதாச்சும் ஒண்ணுகெடக்க ஒண்ணு ஆகிட்டா என்ன செய்றது? இப்ப எதுக்கு செத்தவனுக்கு நாமளும் காவலுக்கு நிக்கணும்?" எனக் கேட்டாள். முதலாளியிடம் ஆட்கள் வரத் தாமதமாகுமென அலைபேசியில் தகவல் சொல்லிவிட்டுவந்த பெரியவர் அவளை முறைத்தார். "ஏம்மா எதாச்சும் வெவரம் தெரிஞ்சா பேசணும், இல்லன்னா சும்மா இருக்கனும். செத்துப்போனவனுக்குக் கேக்க ஆளில்லன்னா அனாதப் பொணமாத் தூக்கிப் போட்றுவாங்க. நாளப்பின்ன நாம பாதுகாப்பா போயிட்டு வரணும்னாலும் காட்டுக்கார ஆபிசருங்க கிட்ட இப்ப சண்ட போட்டாதான் முடியும். இல்லன்னா இதெல்லாம் பிரச்சன இல்லன்னு சொல்லிட்டுப் போயிருவாங்க." அவர் காட்டமாகச் சொன்னதும் அந்தப் பெண் பேச்சை நிறுத்திக்கொண்டாள்.

பனியை விலக்கி எழுந்த சூரிய வெளிச்சம் அந்தப் பகுதி முழுக்க ஆக்ரமித்திருக்க, செய்தியைக் கேள்விப்பட்டு அருகாமைத் தோட்டத்தில் வேலை செய்கிறவர்களும் அங்கு வந்து கூடத் துவங்கினர். ஒவ்வொருவரின் முகத்திலும் அச்சம் குடிகொண்டிருந்தது. பனியர் குடியிலிருந்து வந்த பெரியவர் அங்கு நின்றவர்களுக்குப் பொதுவாக வணக்கம் சொல்லிவிட்டு இறந்துகிடந்தவனை நோக்கிச் சென்றார். சற்று தூரத்திலேயே அவருக்கு ஆளை அடையாளம் தெரிந்துவிட சங்கடத்தில் நின்றுவிட்டார். வேனில் வந்த பெரியவர் இவரை நெருங்கிவந்து 'ஆள் யாருன்னு உங்களுக்குத் தெரியுங்களா?" எனக் கேட்க, ஆமென்று தலையாட்டினார். "இந்தத் தம்பி எந்த ஊருக்காரர்னு தெரியாதுங்க. ஆனா நம்ம மூக்குப்பொடி சாமியார் கிட்ட வேலைக்கு இருந்தாப்ள." பனியர் குடிப் பெரியவர் சொன்னபிறகு வேன் ட்ரைவர் திரும்பவும் நெருங்கி வந்து பார்த்தான். அவனுக்கு இப்போது அடையாளம் தெரிந்திருக்க வேண்டும். "அட ஆமா, எனக்கும் இப்பத்தான் தெரியுது."

என்று பொதுவாகச் சொல்ல வேனில் வந்த முதியவர் ”அப்ப சாமியாருக்கும் போனப் போட்டு சேதியச் சொல்லுங்கப்பா.” என்று அவசரப்படுத்தினார். ட்ரைவர் சலிப்போடு அவரைப் பார்த்து “நல்லா சொன்னப்பா நீ? அவரு எந்தக் காலம் போன் வெச்சிட்டு இருந்திருக்காரு. நம்ம யாராச்சும் ஆளுதான் அனுப்பணும்.” என்று சொல்ல பெரியவர் நிதானமாய்த் திரும்பி தன்னோடு வந்த ஆட்களில் தெளிவான ஒருவரைத் தேடினார். முற்றாகத் தூக்கம் விலகி ஆட்களோடு நின்றிருந்த க்ளீனரை அழைத்து “மூக்குப்பொடி சாமியார் கிட்டப் போயி சேதியச் சொல்லி கையோட அவரக் கூட்டி வந்துரு.” என்றார். ஏற்கனவே தூக்கம் கலைந்துபோன கடுப்பிலிருந்தவன், “அதென்ன பக்கத்துலயா இருக்கு? நிலக்கோட்ட வரைக்கும் போகணும். நான் எப்படிப் போறது?” என சலித்தான். “ஏய் யார்கிட்டயாச்சும் வண்டிய வாங்கிட்டு மளார்னு போயிட்டு வாடா...”

“எனக்குத்தான் வண்டி ஓட்டத் தெரியாதுல்ல...”

பெரியவருக்குப் பதட்டத்தில் அவனுக்கு வண்டி ஓட்டத் தெரியாதென்கிற விவரம் மறந்துபோயிருந்தது அப்போதுதான் நினைவுக்கு வந்தது. “உங்கிட்ட சொன்னேன் பாரு,” எனத் தலையிலடித்துக் கொண்டு பக்கத்திலிருந்த ஒருவனை அழைத்து “எப்பா டவுன் ல மாணிக்கம் இருப்பான், அவனுக்கு ஒரு வார்த்த போன் பண்ணி மூக்குப்பொடி சாமியார் கிட்ட சேதியச் சொல்லச் சொல்லி கையோட கூட்டியாரச் சொல்லு” என்றதும், அவன் தன் அலைபேசியை எடுத்துக்கொண்டு அவசரமாய் நடந்தான்.

கூடலூர் தாலுகா காவல் நிலையத்திலிருந்து உதவி ஆய்வாளரும் இரண்டு கான்ஸ்டபிளும் சம்பவ இடத்திற்கு வந்து சேரும்போதே, வன இலாகா அதிகாரிகளும் வந்துவிட்டிருந்தனர். ‘யாருங்க முதல்ல பாத்தது?’ என உதவி ஆய்வாளர் கேட்டபோது பெரியவர் அவசரமாக முன்வந்து “நாந்தாங்கய்யா. என் பேரு தங்கம். நாங்கள்லாம் வாத்தியார் தோட்டத்துல வேலைக்கு இருக்கோம்...” என்றபடி வணக்கம் வைத்தார். “இந்தாளு யாரு, பேர் என்னன்னு தெரியுமா?”

“பேர் தெரியலங்கய்யா. நம்ம மூக்குப்பொடி சாமியார் கிட்டதான் வேலைக்கு இருந்தாப்ளையாம். அவர வரச் சொல்லி இருக்கோம். இப்ப வந்துடுவாருங்க.”

உதவி ஆய்வாளரோடு இருந்த கான்ஸ்டபிள், தங்கம் சொன்ன தகவல்களை அவசரமாக எழுதிக்கொண்டார். ஃபாரஸ்ட் கார்டுகள் இரண்டு பேர் அந்த இடத்தைச் சுற்றி வந்து ஆய்வு செய்தனர். இரண்டுபேரில் வயதில் மூத்தவராக இருந்தவர் இறந்து கிடந்தவனின் அருகில் அமர்ந்து அவன் உடலில் இருந்த காயங்களையும், கொல்லப்பட்ட விதத்தையும் கவனித்துக் குறிப்பெடுத்துக் கொண்டார். உதவி ஆய்வாளர் நெருங்கிவந்து “ஸார், கன்ஃபார்மா புலிதான் அடிச்சிருக்கா?” எனக் கேட்க, ஃபாரஸ்ட் கார்ட் தயக்கத்தோடு ஆம் என்றார். “ஆறு மாசத்துக்கு முன்ன எப்படி அடிச்சதோ அதே பேட்டர்ன். இது கொஞ்சம் எல்டரான டைகர். திரும்ப வராதுன்னு நெனச்சோம், ஆனா எப்படி இறங்குச்சுன்னு தெரியல...”

“ஸார், ஊர் ஆளுங்க கூடுறதுக்குள்ள ஆஸ்பத்திரிக்கு எடுத்துட்டுப் போயிரலாம்” என உதவி ஆய்வாளர் அவசரப்படுத்த கார்டும் சம்மதித்தார். அவசரமாக கூடலூர் அரசு மருத்துவமனையிலிருந்து ஆம்புலன்ஸ் வர உத்தரவிடப்பட்டதும் கூடியிருந்த மக்கள் நிலைமையைப் புரிந்துகொண்டனர். முதலில் சம்பவத்தைப் பார்த்த தங்கம், “ஐயா எதுவா இருந்தாலும் மூக்குப்பொடி வரட்டும். இந்தப் பய குடும்பத்துக்கு அரசாங்கம் செய்ய வேண்டியத செஞ்சாத்தான் நாங்க பாடிய எடுக்க விடுவோம்.” எனப் பிடிவாதமாக நின்றார். உதவி ஆய்வாளார் திரும்பி கார்டைப் பார்க்க அவர் இவருக்கு மட்டும் கேட்கும் குரலில் “இந்த மாதிரி ஆக்ஸிடெண்ட் நடக்கறப்போ ஸ்பாட்லயே பாதிக்கப்பட்டவங்களுக்கு காம்பன்சேஷன் குடுக்கணுங்கறது கவர்ன்மெண்ட் ரூல் ஸார்.” என்றார். ”நல்ல ரூல் போட்டீங்க..” என அலுத்துக்கொண்ட எஸ்.ஐ “இருந்து முழுசா எல்லாத்தையும் விசாரிச்சுட்டு வாங்கய்யா...” என கான்ஸ்டபிள்களிடம் சொல்லிவிட்டுக் கிளம்ப, அவருக்கு எதிரில் வந்து நின்ற ஆட்டோவிலிருந்து மூக்குப்பொடி சாமியார் இறங்கி வந்தார்.

2

“நித்து கூரலே கரண்டு போச்சுன்னு
கத்துகே கேளயாடா
கவருமெண்டு கேக்கூ
கத்துகேன்
இச்சா கரண்டே இல்லன்னு
சேல கெட்டு விருகசாகூ
அலுங்கூ செத்து
புசுகி அழகூடங்கா
எத்து ஊருலதான் கெடாக்கு
நினாக்கூ லைட்டுந் தண்ணியூந்தர
எல்லாத்தையும் பொதாச்சு கட்டுன
பில்லூர் டேமு.”

– இருளர் மொழிக் கவிதை.
(ஓடியன் லட்சுமணன்)

கண்ணுக்கெட்டிய தூரம்வரை விரிந்திருக்கும் மலைக் கூட்டங்களை வெறித்தபடி அமர்ந்திருந்த பண்ட்டாவுக்கு பால்யத்தின் நினைவுகள் மனதில் நிழலாடின. சமீபமாய் வாழ்வின் மற்றைய நாட்கள் எல்லாம் மங்கத் துவங்கி பால்யத்தை நோக்கி தாம் நகர்ந்துகொண்டிருப்பதான

ஏக்கத்துடன் வாழ்ந்துகொண்டிருக்கிறார். தமிழ்நாடு கர்நாடக எல்லைகளைப் பிரித்து ஓடும் மோயாற்றின் இரு கரைகளிலும் ஓடி விளையாடி வளர்ந்த அந்த நாட்களில் வாழ்க்கை இத்தனை சுமையாய் இருந்திருக்கவில்லை. “இந்தக் காடும் மலையும் இதச் சுத்தி இருக்க பூமி அவ்வளவும் சாமி நம்மளுக்குக் குடுத்தது. நீ மட்டுமே அனுபவிக்கிறதுக்காக இல்ல, இங்க இருக்க எல்லா ஜீவராசியும் அழிஞ்சிராம பாதுகாப்பா வெச்சுக்கறதுக்குத்தான்.” விவரம் தெரிந்த நாட்களிலிருந்து ஐயா இதைச் சொல்லிக்கொடுத்து வளர்த்திருந்தார். பண்ட்டாவின் இத்தனை வருட வாழ்க்கை அவர் சொற்களைப் பின்பற்றியதிலேயே கழிந்துவிட்டது. ‘கூளி’(பணியர் கடவுள்) எல்லாவற்றையும் பார்த்துக்கொண்டிருக்கிறாள். தன் நிலத்தையும், பிள்ளைகளையும் ஒருபோதும் பிறத்தியார் ஆள்வதற்கு அவள் அனுமதிப்பதில்லையெனக் கேட்டு வளர்ந்த எல்லாமே பொய்யாகிப் போயிருந்தும்கூட பண்ட்டாவுக்கு முன்னோர்களின் மீதிருந்த நம்பிக்கை முற்றிலுமாய் ஒழிந்துபோகவில்லை. பண்ட்டாவுக்கு மட்டுமல்ல, மேற்குமலையின் பிற குடிகளிலும் வசிக்கும் ஒவ்வொரு பணியனுக்குமே மூத்தோர் சொல்தான் வழிகாட்டி.

கடும் வெயிலில் மரங்கள் பட்டுப்போயிருந்ததால் பணியர் பாடியைச் (கிராமம்) சுற்றித் தாங்கமுடியாத வெக்கை சூழ்ந்திருந்தது. அடிவாரத்தை நோக்கி நடந்தால் அரை மணி நேரத்தில் ஆற்றை அடைந்துவிடலாம், ஊருக்கு அருகிலேயே மோயார் பவர் ஸ்டேஷனுக்கான நீரேற்றம் இருக்கிறது. ஆனாலும் இந்த ஊரைச் சூழ்ந்த வெக்கைக்கு மட்டும் விடிவே இல்லை. உடலெங்கும் கசகசத்த வியர்வையைத் துடைத்தபடி எழுந்து நடந்த பண்ட்டா பூண்டு வயல்களில் வேலை செய்து கொண்டிருந்த ஆட்களைக் கண்களை இடுக்கி ஒருமுறை பார்த்தார். வேலையாட்கள் ஒருவரும் இவரைக் கவனித்திருக்கவில்லை. சட்டையைக் கழற்றித் தோளில் போட்டுக்கொண்டு மோயாரை நோக்கி நடந்தவர் வழியிலிருந்த செடியிலிருந்து சிவப்புநிறப் பழத்தைப் பறித்து வாயில் அதக்கிக்கொண்டார். துவர்ப்புச் சுவை கொண்ட

பழத்தின் சாறோடு எச்சிலை உறிஞ்சியபடி நடக்கும்போது சடாரென அவருக்கு வயது குறைந்துவிட்டிருந்தது. ஊரை நோக்கிச் செல்லும் சாலையில் புதிதாகக் கட்டப்பட்ட சிவன் கோயில் பூட்டப்பட்டுக் கிடந்தது. பல காலமாக மரங்கள் சூழ எல்லோரும் உட்கார்ந்து கதைபேசிய அந்த சின்னஞ்சிறிய கோயில் இப்போது சுற்றுச்சுவரும் வாசல் கதவும் வைக்கப்பட்டு அனுமதிக்கப்பட்ட நேரத்திற்கு மட்டுமே திறக்கப்படுகிறது. ஒவ்வொரு மரத்தடியையும் தாய்மடியாய் நினைத்து வளர்ந்த பண்ட்டா வயது ஆட்களுக்கு சுற்றுச்சுவரும் வாசல் கதவும் எதற்கென இப்போதுவரையிலும் பிடிபடவில்லை. கோயில் சுவரை ஒட்டியிருந்த மரத்தடியில் அமர்ந்து இரண்டு இளைஞர்கள் செல்போனில் படம் பார்த்துக் கொண்டிருந்தனர். பண்ட்டா அவர்களிடம், “நீங்க ரெண்டுபேரும் வேலைக்குப் போகலையா?” எனக் கேட்டார். “எதுக்குப் போகணும்?” அவர்கள் இருவரும் பண்ட்டாவை முறைத்தனர்.

“ஏண்டா வயசானதுகள்லாம் தோட்டத்துல வேல பாத்துட்டு இருக்குதுங்க. உங்க ரெண்டு பேத்துக்கும் வேல செய்ய என்ன வலிக்கிது?”

“எங்களுக்கு எதுவோ வலிக்கிது? உனக்கென்ன?”

அவர்கள் எடக்காகப் பேசியதைக் கேட்டதும் வந்த ஆத்திரத்தை அடக்கிக் கொண்டவர் மேற்கொண்டு பேசப் பிடிக்காமல் ஊருக்குச் செல்லும் பாதையில் நடையைத் தொடர்ந்தார். இந்த வட்டாரத்தில் பண்ட்டாதான் முதிய பணியன். ஊருக்கான சடங்குகளையெல்லாம் சரியானபடி செய்ய ஒவ்வொருவரும் அவரையே நம்பியிருந்தார்கள். பண்ட்டாவுக்கு முன்பு அவரது ஐயாவும் அவருக்கு முன்பு அவரது ஐயாவுமாக ஊருக்கு சடங்குகளைப் பார்த்து வருகிறார்கள். இந்தப் பளிய பாடியின் கூட்டன்(தலைவர்) அவர். ‘கூளி’(பணியர் கடவுள்) யோடு பேசக்கூடிய சக்தி அவர்களுக்கு மட்டுமேயுண்டு. ஊருக்கு வரும் நன்மை தீமைகளை முன்னுணர்ந்து சொல்லக்கூடியவர்கள் என்பதால் ஊரை வழிநடத்தும் பொறுப்பும் அவர்களைச் சார்ந்ததுதான். மீசை அரும்பிய இளவட்டங்கள் தன்னை

மதித்துப் பொருட்படுத்துவதில்லை என்கிற வருத்தம் அவருக்கிருந்தாலும் ஊரில் யாரையும் எதற்காகவும் வெறுப்பதில்லை.

தார்ச்சாலையின் சூட்டைப் பொருட்படுத்தாத அளவிற்கு அவரது பாதங்கள் மரத்துப்போயிருந்தன. எல்லையிலிருந்த ஆலமரத்தைத் தொடர்ந்து ஊரின் வீதிகள் தெரியத் துவங்கின. ஆலமர நிழலில் ஃபாரஸ்ட் கார்டுகள் இரண்டுபேர் நிழலுக்கு அமர்ந்திருந்ததைப் பார்த்ததும் அவருக்கு சுருக்கென கோவம் ஏறியது. வேகமாய் மரத்தை நோக்கி நடந்தார். 'எத்தன தரம் சொன்னாலும் இந்தாளுக திருந்தவே மாட்டாங்களா?' என முனகியபடியே நெருங்கிச் சென்றார். ஒரே சிகரெட்டை பகிர்ந்து புகைத்துக்கொண்டிருந்த ஃபாரஸ்ட் கார்டுகள் இருவரும் பண்ட்டாவை என்னவென்பதுபோல் பார்த்தனர். "ஸார் பூட்ஸ் காலோட இங்க உக்காரக்கூடாது ஸார். எங்க சாமி இருக்குல்ல." முகத்தில் ஆத்திரம் வெளிப்பட்டுவிடாதவாறு தன்மையாகச் சொன்னவரை முறைத்த ஃபாரஸ்ட் கார்ட் "எது உங்க சாமி? இந்த மரமா?" எனக் கேட்டான்.

"இந்த மரம், மரத்தடி எல்லாமேதான். உங்களுக்கு வேணும்னா இது மரமா இருக்கலாம் எங்களுக்கு சாமி. காலங்காலமா கூளி இங்கதான் இருக்கா."

"இந்தா பாருய்யா பெருசு, இந்தக் காடே அரசாங்கத்துக்குச் சொந்தம், நாங்க அரசாங்கத்துக்காக வேல பாக்கறோம். எங்க ஒக்காரனும் ஒக்காரக்கூடாதுன்னு எங்கிட்ட வந்து நொன்னநாட்டியம் பண்ணாத..."

"இந்தக் காடு யாருக்கும் சொந்தமில்ல ஸார், கூளிக்கு மட்டுந்தான் சொந்தம். மலையும், ஆறும், காடும் அவ உருவாக்கினது."

"யோவ் உன் கதைய நிப்பாட்டு. நாங்க இங்கதான் உக்காருவோம். பூட்ஸக் கழட்ட முடியாது. இப்ப என்னாங்கற? ஒழுங்கா போறியா இல்லக் காட்டுக்குள்ள போயி மரம் வெட்டிட்டு வந்தன்னு கேஸ எழுதவா?"

பண்ட்டா அவர்களை முறைத்துப் பார்த்தபடி அப்படியே

நின்றார்.

"என்னய்யா முறைக்கிற?" ஒருவன் எழுந்து நெருங்கிவர, "நின்னம்மன் அடிவுத் துள்ளு..." என பண்ட்டா அவனைத் திட்டிவிட்டுத் திரும்பி நடந்தார்.

பஞ்சவர்ணம் டீக்கடையில் வெயிலையும் பொருட்படுத்தாமல் ஒரு கூட்டம் அமர்ந்து ஊர்க்கதை பேசிக்கொண்டிருந்தது. கசங்கிப்போன தினத்தந்தி பேப்பரை இழுத்துப் போட்டு வாகாக அதில் அமர்ந்திருந்த ஒரு பெரியவர் வாசலில் பண்ட்டாவைப் பார்த்ததும் "என்ன டீ குடிக்க வந்தியா?" எனச் சத்தமாகக் கேட்க, "எனக்கு காது நல்லா கேட்கும், நீ சத்தம் போட்டெல்லாம் கூப்ட வேணாம்," என இறுக்கமாகச் சொன்னார். கடைக்காரன் இவர் கேட்காமலேயே ஒரு எவர் சில்வர் க்ளாஸில் தேநீரை ஊற்றிக் கொடுக்க வாசலில் நின்றபடியே மெல்ல உறிஞ்சிக் குடித்தார். தேநீர் தொண்டைக்குழிக்குள் இறங்கும்போதே அதன் சூட்டில் உடலின் வெக்கை அதிகரித்து முன்னை விடவும் அதிகமாய் வியர்த்தது. ஆனாலும் இந்த நேரத்திற்கு அவருக்குத் தேநீர் வேண்டும். தோட்டங்களில் வேலை செய்த நாட்களில் இந்த நேரத்திற்கு தேநீர் குடித்துப் பழகியவர் இன்றுவரையிலும் அந்தப் பழக்கத்தை விட்டிருக்கவில்லை. புளியங்கொட்டைத் தண்ணியை விடவும் கேவலமான இந்தத் தேநீரில் அப்படி என்னதான் இருக்கிறதெனச் சில சமயங்களில் அவருக்கே தோன்றும். ஆனால் ஒவ்வொரு நாளும் இந்த நேரத்திற்கு உடல் தானாக பஞ்சவர்ணத்தின் கடையைத் தேடி நகர்ந்துவிடும். தேநீருக்கான காசைக் கொடுத்துவிட்டு வெளியே வரும்போதே பனியர் குடியிலிருந்து ஒரு இளைஞன் சைக்கிளில் வந்து மறித்து நின்றான்.

"உன்னய எங்கல்லாம் தேட்றது பண்ட்டா?"

"எதுக்காம் என்னயத் தேடின?"

"நஞ்சி செத்து இன்னியோட ஏழாவது நாளு. தீபொலேவுக்கு (இறந்தவருக்குச் செய்யும் ஏழாம் நாள் சடங்கு) என்னன்ன செய்யணும்னு நீதான சொல்லணும்."

"ஆமாப்பா. மறந்தே போனேன். சரி வா போவோம்."

பண்ட்டா அவனது சைக்கிளில் ஏறிக்கொள்ள அந்த இளைஞன் பாடியை நோக்கி சைக்கிளை மிதித்தான். நஞ்சி பண்ட்டாவை விடவும் வயதில் சிறியவளென்றாலும் அந்தப் பாடியில் நன்றாக வாழ்ந்து மறைந்தவள், இதனாலேயே அவளது தீபொலேவை சிறப்பாக நடத்திவிட அவளது குடும்பத்தினர் மும்முரமாக வேலை செய்தனர்.

"பண்ட்டா நா ஒண்ணு கேக்கணும்?"

"ம்ம் கேளுப்பா..."

"நஞ்சிய ஏன் நம்ம குடி ஆளுங்கள அடக்கம் பன்ற இடத்துல பண்ணல. தனி இடத்துல பண்ணச் சொன்ன?"

"ஏன் உனக்கு வெவரம் தெரியாதா?"

"தெரியாது..."

"நஞ்சி என்னதான் பனிச்சியா இருந்தாலும், நம்ம ஊரா இருந்தாலும் இந்த ஊர்ல பொறக்காதவ. வேற குடில இருந்து இங்க கல்யாணம் ஆகி வந்தவ. நம்ம குடில பொறந்தவங்களுக்கு மட்டுந்தான் அந்த இடத்துல அடக்கம் பண்ண உரிம."

அந்த இளைஞனுக்கு பண்ட்டாவின் பதிலில் திருப்தியில்லை. ஏமாற்றத்தோடு சைக்கிளை அழுத்தமாக மிதித்தபடியே "என்ன உரிமையோ? சட்டமோ?" எனப் புலம்பிக்கொண்டான்.

நஞ்சியின் சாலையில் (வீடு) நோன்பிக்காக வாசலில் சாணி தெளித்து மொழுகியிருந்தனர். பண்ட்டா ராக்கால பூஜைக்குத் தேவையான பொருட்களை எல்லாம் சொல்ல, அவரை அழைத்துவந்த இளைஞன் கவனமாகக் கேட்டு ஒரு தாளில் எழுதினான். எல்லா விவரங்களையும் சொல்லி முடித்தவர் நஞ்சியின் மூத்த மகனை அருகில் அழைத்தார்.

"இன்னிக்கி ஒருநாளாச்சும் குடிக்காம இருக்கணும். எவனாச்சும் சாராயம் குடிச்சீங்கன்னு தெரிஞ்சது நான் இந்தப் பக்கமே வரமாட்டேன்."

“நீ ஒண்ணு. நஞ்சி செத்ததுல இருந்து ஒரு சொட்டுகூட குடிக்கல பண்ட்டா. சாமி சத்தியமா...”

“ம்ம்ம். சாராயத்தக் குடிச்சுக் குடிச்சுதான் பனியனுங்க வாழ்க்கையே வெளங்காமப் போச்சு. சர்க்காரு நம்மளுக்குப் பொழைக்க வழி காட்டுதோ இல்லியோ, அழியிறதுக்கு எல்லா வசதியும் செய்யுது...”

வாசலில் அமர்ந்திருந்தவர் கையை ஊண்டி எழுந்துகொண்டார். “சேரி அப்ப நான் போயிட்டு சாய்ந்தரமா வர்றேன்...” என்றபடியே வீதியை இரண்டாகப் பிரித்து ஓடிய சாக்கடையில் கால் படாமல் தாண்டியவர் தனது சாலையை (வீடு) நோக்கி நடந்தார். குப்பையைக் கிளறிக்கொண்டிருந்த நாய்கள் அவருக்குப் பின்னால் வாலாட்டியபடி ஓடிவந்தன. ஒரு வீட்டின் வாசலில் அடுப்புக்கரியை அள்ளித் தின்றுகொண்டிருந்த குழந்தையைக் கண்டதும் அவசரமாகச் சென்று குழந்தையின் வாய்க்குள் விரல்களை விட்டு கரித்துண்டுகளை எடுத்தார். ‘ந்தா... பிள்ள, உங்கம்மா எங்க போனா?’ குழந்தையின் வாயைத் துடைத்தபடியே சுற்றிலும் பார்க்க, தண்ணீர் எடுக்கச் சென்ற குழந்தையின் தாய் தூரத்தில் வருவது தெரிந்தது. அவள் அருகில் வரும்வரை காத்திருந்து பிள்ளையை அவளிடம் கொடுத்தவர் ‘தண்ணிக்குப் போறவ புள்ளைய வூட்டுக்குள்ளார வுடாமயாப் போறது, அது கரி அள்ளித் தின்னுட்டு இருக்கு..’ என்றதும் குழந்தையின் தாய் ‘அடக் கழுத...’ என அவசரமாகக் குழந்தையின் வாயைப் பார்த்தாள். ‘எல்லாம் நான் எடுத்துப் போட்டுட்டேன்.’ என்றபடியே வீட்டை நோக்கி நடந்தவருக்கு பசிப்பது போலிருந்தது. ‘இந்தப் பிள்ள திங்கிறதுக்கு எதாச்சும் செஞ்சாளான்னு தெரியலையே?’ என்கிற யோசனையோடு அந்த வீதியிலிருந்து அம்மன் கோயிலுக்குச் செல்லும் ஏற்றத்தில் திரும்பினார். கோயிலுக்குப் பின்னால் யாரோ இரண்டு பேர் நிற்பதுபோல் தெரிய நடையின் வேகத்தைக் குறைத்து அங்கு நின்றவர்களைக் கவனமாகப் பார்த்தார். இருவரில் ஒருத்தி தனது பேத்திதான் என்பது உறுதியாகத் தெரிந்ததும், ஊர்க்காரர்கள் யாரும் இதைப் பார்த்துவிடக்

கூடாதேவென்கிற பதட்டம் அவரைச் சூழ்ந்துகொண்டது. அவளருகிலிருந்த பையனை எங்கோ பார்த்ததுபோல்தான் இருக்கிறது. நிச்சயம் மோயார்க்காரனாகத்தான் இருக்க வேண்டும். இல்லாத சிக்கல்களை எல்லாம் இவள் இழுத்து வைக்கப் போகிறாள் என்கிற அச்சமும் பணியக் குடியின் கட்டுப்பாட்டை தன் பேத்தியே மீறியிருக்கிறாளென்கிற கோபமும் மண்டைக்குள் சுழன்றடித்தாலும் அப்போதைக்கு வேறு யாரும் அவர்களைப் பார்த்துவிடக் கூடாதென்று மட்டும் 'கூளியிடம்' வேண்டிக்கொண்டார்.

3

கூடலூர் நகரத்திற்கு அருகிலேயே ஒரு மனிதனைப் புலி அடித்துவிட்ட செய்தி நண்பகலுக்குள்ளாகவே சுற்று வட்டாரம் முழுக்கக் காட்டுத்தீ போல் பரவியிருந்தது. ஒவ்வொருவரும் அவரவர் தரப்பு நியாயத்தை நிரூபிக்கும்விதமாக கருத்துகளைப் பேசிக் கொண்டனர். தேநீர்க் கடைகளிலும், சாலையோரங்களிலும் மூன்று நான்கு பேராய் நின்று பேசிக் கொண்டிருந்தவர்களின் முகத்தில் தங்களது மரணத்தையே பார்த்துவிட்ட அச்சம் வெளிப்பட்டது. முதுமலையிலிருந்து வரும் வாகனங்களை எல்லையில் வனத்துறையினர் கடுமையாகச் சோதித்து அனுப்புவதாகச் சொல்லிக்கொண்டனர்.

“செத்துப்போன பய எந்த ஊராம்?”

“இங்கதான் மசினக்குடிக்கு மேல மோயாரு... ராஜன்னு பேரு... பாவம் சின்னப்பய. இன்னும் கல்யாணம் கூட ஆகலையாம்.”

“அட கெரகமே... இவனுக்கு ஏன் இப்பிடி ஒரு சாவு? பாவம் யாரு வுட்ட சாபமோ?”

“அட சாபமாவது, மண்ணாவது. அந்தப்பய கொஞ்சநாளாத்தான் இப்ப காட்டுக்காவலுக்குப் போறாம் போல... நல்லா

வாழணும்னு நெனச்ச பயல இந்தப் புலி கொன்றுச்சு... எல்லாம் காட்டுக்கார அதிகாரங்க செய்ற தப்பு..."

"நெசந்தாங்ணா... ஒரு வேல வெட்டிக்கிப் போக முடியுதுங்ளா... ஆறு மாசத்துக்கு முந்தி இதெ மாதிரிதான் ஒரு ஆள புலி அடிச்சுது, அப்பியே அத கொன்னுருக்கணும். அத விட்டுப்போட்டுப் புலி முக்கியம் காடு முக்கியம்னு அத மூணு நாளு வலவீசித் தேடிக் கண்டுபிடிச்சு மெனக்கெட்டு காட்டுக்குள்ள போயி வுட்டுட்டு வந்தாங்க. அதக் காட்டுக்குள்ள வுட்டுட்டா போச்சா, எங்க போனாலும் அது பழைய எடத்துக்குத்தான வரும். அதான் வந்துருச்சு. நல்லா மனுச ருசி கண்டுருச்சாட்ட இருக்கு..."

"நீங்க வேற, நாம ஏதாச்சும் சொன்னம்னா நம்மளத்தான் குத்தம் செஞ்சவிங்க மாதிரி பாப்பாங்க. காட்ட விருத்தியாக்கறம் விருத்தியாக்கறம்னு காட்டுக்குள்ள இருந்த ஆதிவாசிகள எல்லாம் வெளியேத்தினது பத்தாதுன்னு பழைய கோயில்களையும் மூடி வுட்டுட்டாங்க. நம்ம கோயிலுக்கு நாம போகணும்னாலும் பெர்மிசன் வாங்கணுமாம். என்ன சட்டமோ?"

"புலியக் காப்போம்னு சர்க்காரு செலவு பண்ற காசையெல்லாம் சேத்தா இந்த மேற்கு மலைல இருக்க எல்லா ஊரையும் சீராக்கிடலாம் போல. அம்புட்டும் யாரு காசு... நம்ம வரில போற காசு..."

கூடலூர் தாலுகா காவல் நிலையத்தில் மூக்குப்பொடி சாமியாரும் அவருக்குத் துணையாக ஒரு நடுத்தரவயது ஆளும் மட்டும் காத்திருந்தனர். காவல்துறையினர் மேலோட்டமாக அவரிடம் விசாரித்து விட்டிருந்தாலும் ராஜன் வீட்டிலிருந்து ஆட்கள் வரும்வரையிலும் அவரைக் காத்திருக்கச் சொல்லியிருந்தனர். சாமியாருக்கு முகம் வாடிப்போயிருந்தது. காலையில் பூசை முடிப்பதற்காக விரதமிருந்தவர் ராஜனின் மரணச் செய்தியைக் கேட்டதும் உடைந்துபோய்விட்டார். சம்பவ இடத்திற்கு வந்தபோது அங்கு சூழ்ந்திருந்த எல்லோரும் அவரைக் கவலையோடு பார்த்தார்கள். ராஜனின் உடலைச் சுற்றி குருதி மெல்ல உலர்ந்துபோயிருக்க, வானத்தில் பறவைகள்

சுற்றி வந்துகொண்டிருந்தன. 'எங்கூட இருந்தா நாலு காசு அவனால சேக்க முடியாதுன்னுதான் காட்டுக் காவலுக்குச் சேத்துவிட்டேன். கடசீல இப்பிடி ஆகிப்போச்சே... ஆத்தா உனக்கு நான் வெச்ச பூசைக்கெல்லாம் இதான் நீ குடுக்கற பரிசா? அந்தப்பய என்ன பாவம் செஞ்சான்? ஏன் இப்பிடி பழி எடுத்திருக்க?' கண்ணீரும் அழுகையுமாய் அவன் உடலுக்கு அருகிலேயே நின்றிருந்தார். மருத்துவமனை ஆம்புலன்ஸில் அவனுடலை ஏற்றியபோது அவ்வளவு நேரமும் நெஞ்சில் சுமந்திருந்த பாரம் அதிகமாகி "அய்யோ அவங்க ஆத்தா அப்பன் வந்து கேட்டா நான் என்ன பதில் சொல்லப் போறேன்னு தெரியலையே... ஆத்தா மகமாயி... எனக்கு ஏன் இந்த சோதன?" என வெடித்து அழத்துவங்கினார். சூழ்ந்திருந்த ஆட்கள் அவசரமாக வந்து அவரை நிதானப்படுத்தினார்கள். காலையிலிருந்து எல்லா வேலைகளையும் பொறுப்போடு பார்த்துவந்த தங்கம் "சாமி சாமி, இப்ப அழுகறதுக்கெல்லாம் நம்மளுக்கு நேரமில்ல. பாடிய எடுக்க விடாதீங்க..." என அவசரப்படுத்தினார், மூக்குப்பொடி

"எதுக்குப்பா?" எனப் புரியாமல் கேட்டார்.

"சர்க்காரு தரவேண்டிய நஷ்ட ஈட இங்கியே இப்பவே குடுக்கணும். அதான் கவர்மெண்ட் ரூல். நாம வாங்காம விட்டம்னா அப்பறம் அப்பிடியே ஏமாத்திருவாங்க..."

மூக்குப்பொடி சாமியார் என்ன செய்வதெனத் தெரியாமல் சுற்றியிருந்தவர்களைப் பார்க்க, ஆட்கள் சுதாரித்து அவசரமாய் ராஜனின் உடலை மறித்துத் திரும்பவும் கீழே இறக்கி வைத்தனர். குட்டியானை ட்ரைவருக்கு காலையிலிருந்து வெயிலில் நின்றதால் மண்டை சூடாகியிருந்தது. யாரிடமாவது சண்டைபோடும் உத்வேகத்திலிருந்ததால் 'அந்தப் பயலுக்கு நஷ்ட ஈடு குடுக்காம பாடிய எடுக்க வுட மாட்டம்ங்க..." என ஆங்காரமாகக் கத்தினான். சுற்றியிருந்தவர்களும் அவனுக்கு உறுதுணையாய் நின்றார்கள்.

போலிஸ்காரர்கள் கூட்டத்தினரைச் சமாதானப்படுத்தும் விதமாய், "பொணத்த எடுக்க வுடாம எதுக்குய்யா கரச்சல்

பன்றீங்க? அரசாங்கம் குடுக்கறத கண்டிப்பா குடுக்கும். இங்கியே இவ்ளோ பேரும் நின்னுட்டு இருந்தா அடுத்த வேலையப் பாக்க வேணாமா?”

“அதெல்லாம் பாத்துக்கலாங் ஸார். இருந்ததுதான் இருந்துட்டோம். இன்னும் கொஞ்ச நேரம் இருக்கறோம், ரேஞ்சர வந்து ஃபார்மாலிட்டிய முடிக்கச் சொல்லுங்க” என ட்ரைவரோடு இருந்த இன்னொரு ஆளும் சொல்லிவிட, போலிஸ்காரர்கள் இன்றைக்குப் பொழுது இங்குதான் போல என்கிற சலிப்போடு கார்டுகளை நோக்கி நடந்தனர்.

“ஸார், ரேஞ்சர் கிட்ட தகவலச் சொல்லி உடனே வரச் சொல்லுங்க. இல்லன்னா இதுக்கொரு போராட்டம்னு கூட்டமா உக்காந்திருவானுங்க. ஸ்டேஷன்ல ஏகப்பட்ட வேல இருக்கு.”

கான்ஸ்டபிள் கார்டுகள் இருவரையும் அவசரப்படுத்தினார். ராஜனின் உடலை கூடலூர் அரசு ஆஸ்பத்திரிக்குத் தாட்டி விட்டால் அத்தோடு நம் பிரச்சனை ஓய்ந்ததென நினைத்திருந்த கார்டுகள் இருவருக்கும் இந்தத் திடீர் தடையும் மக்களின் குரல்களும் கலக்கத்தை ஏற்படுத்தின.

“இது என்ன எழவுங்க கௌம்பறப்ப ராவடி பண்ணிட்டு இருக்கானுக...”

“அட இவனுங்க கிட்ட நாம மாரடிக்க முடியாது ஸார். பேசாம ரேஞ்சர வரச்சொல்லி காசக் குடுத்துரச் சொல்லுங்க..”

இரண்டு பேரில் வயதில் மூத்த கார்டு மட்டும் தனியாகச் சென்று ரேஞ்சரிடம் அலைபேசியில் பேசினார்.

“ஸார், நாங்க எவ்வளவோ ட்ரை பண்ணோம். ஒண்ணும் வேலைக்கு ஆகல. பெரிய இஷ்யூவா ஆகறதுக்கு முன்ன வந்து க்ளியர் பண்ணி விட்றுங்க ஸார்.”

தகவலைச் சொல்லிவிட்டுத் திரும்பிவந்தவர்,

“ஸார் சொல்லிட்டேன். கொஞ்ச நேரத்துல வந்துருவாரு...” என கான்ஸ்டபிளிடம் சொன்னார்.

கான்ஸ்டபில் கூட்டத்தினரிடம் திரும்பி “ரேஞ்சர் கிட்ட சொல்லியாச்சு, கொஞ்ச நேரத்துல வந்துருவாரு. இவ்ளோ பேரு இந்த இடத்துல இருக்கணும்னு அவசியம் இல்ல. பொம்பளைங்களாச்சும் கௌம்பி வூட்டுக்குப் போங்க,” எனப் பொதுவாகச் சொன்னார்.

“எங்களுக்கு செரமம் எதுவுமில்ல ஸார். அவர் வார வரைக்கும் இருக்கோம்.” வெற்றிலையை மென்றுகொண்டிருந்த ஒரு அம்மா அவரிடம் சொல்ல, அருகிலிருந்த பெண்கள் சிரித்தனர்.

நண்பகலுக்கு முன்பாக சம்பவ இடத்திற்கு வந்துசேர்ந்த ரேஞ்சர் ஒருமுறைக்கு இரண்டுமுறை அந்தப் பகுதியைக் கவனமாகப் பார்த்துவிட்டு கார்டை அருகில் அழைத்தார். “ஸார் உறுதியா டைகர் அட்டாக்தான?” எனக் கேட்டார். ராஜன் கொல்லப்பட்ட இடத்தைச் சுட்டிக்காட்டிய கார்டு, ‘கன்ஃபார்ம்தான் ஸார். இந்தாளுக்கு ரைட் சைட்ல இருந்து மேல பாஞ்சிருக்கு. அதான் கீழ தோட்டத்துப் பக்கமா சரிஞ்சு விழுந்திருக்கான். லாஸ்ட் டைம் அட்டாக் பண்ண அதே பேட்டர்ன். ஹ்யூமன் பாடிலயும் அதே இடத்துலதான் காயம் இருக்கு. இந்த வாட்டி கொஞ்சம் மூர்க்கமா தலைய கவ்வறதுக்கு ட்ரை பண்ணிருக்கு, அதுக்குள்ள வேற ஏதோ சத்தம் கேட்டு ஓடிருக்கணும். அதான் கழுத்தச் சுத்தியும் ஆழமான காயம் இருக்கு.” அவர் சொன்னதையெல்லாம் கவனமாகக் கேட்டுக்கொண்ட ரேஞ்சர் மூக்குப்பொடி சாமியாரை அழைத்து ஒரு படிவத்தை நிரப்பச் சொல்லிக் கேட்டார். சாமியார் அதில் பெயர் மற்றும் விவரங்களை நிரப்பிவிட்டு கையெழுத்திட்டுக் கொடுக்க, ரேஞ்சர் தன் உதவியாளரிடமிருந்து பணத்தை வாங்கிக் கொடுத்தார்.

காட்டிலாகா அதிகாரிகள் கிளம்பிச் செல்ல, கான்ஸ்டபிள் மூக்குப்பொடியை நெருங்கி “ஐயா நீங்க ஸ்டேஷனுக்கு வந்துருங்க. ரிப்போர்ட் ரெடி பண்ணணும்” என்று சொல்லிவிட்டு ஆம்புலன்ஸோடு கிளம்பிச் சென்றார். முன்பின் தெரியாத ஒரு மனிதனுக்காக இத்தனைபேர் பொறுமையோடு காத்திருந்து அவனுக்காகப் போராடி இழப்பீடும் வாங்கிக் கொடுத்த

எல்லோரையும் பார்க்க சாமியாருக்கு நெகிழ்ச்சியாய் இருந்தது. “உங்க வேலையெல்லாம் விட்டுட்டு இந்தப் பயலுக்காக இத்தனபேர் நின்றுக்கீங்க. ரொம்ப நன்றிங்கய்யா...” என சாமியார் எல்லோருக்கும் பொதுவாகக் கையெடுத்துக் கும்பிட, தங்கம் “அவனும் எங்கள மாதிரி அன்னாடங்காச்சிதான சாமி. விட்டுக் குடுத்துருவமா? நீங்க ஸ்டேசன்ல போயி ஆகவேண்டியதப் பாருங்க” என்று சொல்லிவிட்டு ‘எப்பா இன்னிக்கி இதுக்குமேல வேல ஒன்னும் இருக்கப்போறதில்ல. கெளம்புங்க வீட்டுப்பக்கம் போவோம்...’ என எல்லோரையும் வேனுக்கு அனுப்பினார். கூடியிருந்த கூட்டத்தினர் கொஞ்சம் கொஞ்சமாய்க் கலைந்து சென்றபின் கடைசியாய் சாமியார் ஸ்டேஷனுக்குக் கிளம்பிச் சென்றார்.

காவல் நிலையத்தில் ராஜனைக் குறித்த முழுமையான தகவல்களை சாமியார் சொல்லக் கேட்டு அறிக்கை எழுதிக் கொண்டார்கள். “பேரு ராஜன், ஊரு மோயாரு, ரெண்டு வருசம் முந்தி ஆன்மீகத்துல நாட்டம்னு எங்கிட்ட வந்தான். பொறுப்பான பையன், ரொம்ப ஒழுக்கம். எனக்குத் தேவையான எல்லாத்தையும் அவந்தான் பாத்துக்கிட்டான். எங்கிட்ட வந்ததுக்கு அப்றம் பெருசா ஊர்ப்பக்கம் போனதில்ல. அவங்க அப்பாவும் அக்காவும் வந்து பாப்பாங்க. அவங்க குடும்பத்துலயும் கஷ்டம். ஆன்மீகத்துக்காக நீ கஷ்டப்படலாம், உன் குடும்பம் செரமப்படக்கூடாதுன்னு சொல்லி நாந்தான் கொஞ்சநா முந்தி காட்டுக்காவலுக்கு வேலைக்கு அனுப்பி வெச்சேன்.” அவனைக் குறித்த தகவல்களை இப்படியாகத்தான் சாமியார் சொல்லியிருந்தார். அவனது கடந்தகால வாழ்க்கை குறித்தோ வேறு பிற விவரங்களையோ அவர் அறிந்திருக்கவில்லை.

காவல் நிலையத்தின் வாக்கி டாக்கி சத்தங்களும், ஆட்கள் வந்துபோகும் வாகனங்களின் இரைச்சலும் செவிகளில் எட்டாத அளவிற்கு சாமியாரைப் பசி சூழ்ந்திருக்க, உடனிருந்த ஆள் கவலையோடு “சாமி காலையிலிருந்து ஒன்னுமே சாப்டாம இருக்கீங்க. ஏதாச்சும் ஆகிறப் போகுது. ரெண்டு பழமாச்சும் சாப்டுங்க,” என வற்புறுத்தினார்.

“வேணாம்ப்பா, கொஞ்சம் தண்ணி மட்டும் குடு...’ எனக் கேட்டார். அந்தாள் குடுத்த தண்ணீரைக் குடித்துவிட்டு வைப்பதற்கும் ராஜனின் அப்பாவும் அக்காவும் அங்கு வந்து சேர்வதற்கும் சரியாய் இருந்தது. களைப்பிலும் சோர்விலும் அழுகையை நிறுத்தியிருந்த சாமியாருக்கு அவர்களைப் பார்த்ததும் தன்னை மீறி அழுகை பீறிட்டது. “சாமி என் புள்ளைக்கு இப்பிடி ஆயிப்போச்சே சாமி...” என்று கதறிய ராஜனின் அப்பாவுக்கு ஆறுதல் சொல்லமுடியாதவராய் கையெடுத்துக் கும்பிட்டு நின்றார். வாசலில் காவலுக்கு நின்றிருந்த பாரா அவர்களின் அழுகுரல்களைக் கட்டுப்படுத்த மனம்மில்லாதவராய் “ஐயா அழுவாதிங்க. இன்ஸ்பெக்டரு இப்ப வந்திருவாரு… பாத்ததும் நீங்க ஆஸ்பத்திரிக்கிப் போகலாம்,” என சமாதானப்படுத்தும் குரலில் சொல்ல, அழுகையை நிறுத்துவதற்கான ஆற்றலற்றவர்களாய் ராஜனின் அப்பாவும் அக்காவும் அழுது தீர்த்தனர்.

4

வழமையை விட சற்று சீக்கிரமே இருட்டத் துவங்கியிருந்தது. மோயாரின் மலை முகடுகளிலிருந்து சூரிய வெளிச்சம் நகர்ந்து கர்நாடகத்தின் அடிவாரத்தை நோக்கிச் சென்ற வேளையில் பணியர் பாடியில் நஞ்சியின் சாலைக்கு முன்பாக அந்த பாடியிலிருந்த பணியர்கள் ஒன்றுகூடியிருந்தனர். தீபொலே நோன்பியை பண்ட்டா சிறப்பாக வழிநடத்தி முடித்தபின் மையமாய் நெருப்பு மூட்டப்பட்டு அதைச் சுற்றி ஆண்களும் பெண்களும் அமர்ந்திருந்தனர். பண்ட்டா இறந்தவர்களுக்கான பாடலொன்றைப் பாடத் துவங்கினார். முதிர்ந்த மரம் காற்றில் பேயாட்டம் போடுகையில் எழும் ஒலியைப்போன்ற வினோத ஒலி அவரின் குரலுக்கு. பணியரின் கடந்தகாலத்தையும், மேற்கு மலையின் கதைகளையும் போற்றிப் பாடிய அந்தப் பாடல் மெல்ல மெல்ல நஞ்சியின் வாழ்க்கையைப் பாடுவதாக மாறியது. அவர் பாடலோடு இப்போது துடியும், முகவீணையும் சேர்ந்து கொள்ள கூடியிருந்த பணியர்களின் உடல்களில் நரம்புகள் முறுக்கேறத் துவங்கின. பண்ட்டாவின் பாடலுக்குச் செவி சாய்த்த நெருப்புச் சுவாலைகளும் மயங்கிப்போய் நளினமாய் நடனமாடத் துவங்க, நெருப்பைச் சுற்றி அமர்ந்திருந்த ஆண்கள் ஒவ்வொருவராய் எழுந்து ஆடத் துவங்கினர்.

மற்ற சடங்குகளைப்போல் பெண்கள் இதில் நடனமாட முடியாது. தீபொலேவில் ஆண்கள் மட்டுமே நடனமாட வேண்டுமென்பதால் அங்கிருந்த பெண்கள் அவர்கள் நடனமாட வசதியாய் கூட்டத்திலிருந்து நகர்ந்து உட்கார்ந்தனர். காட்டின் அசைவையும், அதில் வாழும் மிருகங்களின் அசைவையும் உற்றுக் கவனிக்காத பணியனுக்கு நடனம் வசப்படுவதில்லை. உடலை வளைத்துக் குனிந்து ஒரு கை தூக்கி இன்னொரு பக்கமாக அசைந்து ஆடும்போது முதுகையும் பின்புறத்தையும் மட்டும் லாகவமாக அசைக்க வேண்டும். யானையின் நடையை உற்றுநோக்கிய ஒருவரால் மட்டுந்தான் பிசிறில்லாமல் இந்த அசைவைச் செய்ய முடியும். பின் எதிர்த் திசையிலிருந்து இந்த திசைக்கு அதேபோல் உடலை அசைத்து வரவேண்டும். ஒரே நேரத்தில் தன்னைத் தானே சுற்றிக்கொண்டு கூட்டமாகவும் நகர்ந்து வரவேண்டும். இந்தப் பூமியில் இயற்கையும் நீயும் வேறு வேறல்ல என்பதன் பிரதிபலிப்பு இந்த நடனம்.

நட்சத்திரங்கள் அடர்ந்த வானைப் பார்த்துக்கொண்டிருந்த பண்ட்டா அந்த நட்சத்திரங்களில் ஒன்றாயிருக்கும் நஞ்சி இப்போது தங்களைப் பார்த்துக்கொண்டிருப்பாளென நம்பினார். தன் பாடல் அவளுக்குக் கேட்டிருக்கும், தங்களது பிரார்த்தனையில் அவள் நிறைவுற்றிருப்பாள் என மகிழ்ந்தார். நஞ்சியின் நினைவுகளிலிருந்து விடுபட்டு ஒவ்வொருவரும் தங்களது சாலைக்குத் திரும்பியிருந்தனர். பண்ட்டா எல்லோருக்கும் கடைசியாகத் தனது சாலையை நோக்கி நடந்தார். அவரது காதுக்குள் இன்னும் தனது பாடல் எதிரொலித்துக்கொண்டே இருந்ததால் கால்கள் தன்னையும்மீறி பாடலின் தாளத்திற்கேற்றதுபோல் அசைந்தன. தன் வயதையொத்த ஒருவர் கூட இந்தப் பாடியில் இல்லை, தனக்குப் பின்னால் இந்தப் பாடியின் கூட்டன் என்று சொல்லக்கூடிய ஒருவனை இன்னும் உருவாக்கியிருக்கவில்லை என்கிற கவலை சடாரென அவரைத் தொற்றிக்கொண்டது. இந்தச் சடங்குகளும் பாடல்களும் தன்னோடு போய்விடுமோவென்கிற கவலை வந்தது. எப்போதோ இறந்துபோன மகனின் நினைவு அவரை வேதனைகொள்ளவைத்தது. அவனுக்கு

இணையாக இன்னொருவனை இந்தப் பாடியில் தேடிக் கண்டுபிடித்துதான் ஆகவேண்டும். தான் கற்றுக்கொண்ட எல்லாவற்றையும் அவனுக்குக் கற்றுத் தந்து தனக்குப்பிறகு பணியர் ★கொட்டாணியில் (பஞ்சாயத்து அமைப்பு முறை) அவனை அங்கமாக்க வேண்டுமென நினைத்துக்கொண்டார். யார் இதற்கெல்லாம் சரியானவராய் இருக்கமுடியுமென யோசித்தபடியே தனது சாலையை அடைந்தபோது சாலையை ஒட்டிய மேட்டில் ஒரு பெண்ணின் பேச்சு சப்தம் கேட்டது. கூர்ந்து கவனிக்கையில் அது பேச்சொலிகள் அல்ல, முனகல் என்பது உரைக்க, மெதுவாக சத்தம் வந்த திசைநோக்கி நடந்தார். அவரது சாலை மற்றவர்களின் சாலையை விடச் சிறியதுதான். சாலையை ஒட்டிய மேட்டில் ஏறினால் சற்று தூரத்தில் அம்மன் கோயில். அடுத்தாற்போல் காட்டிற்குச் செல்லும் சாலை. சாலைக்கும் கோயிலுக்கும் நடுவிருந்த புல்வெளியிலிருந்துதான் சத்தம் வருகிறதென்பது உறுதியானதால் அவ்விடத்தை நோக்கி வேகமாய் நடந்தார். இரண்டு சர்ப்பங்கள் பிணைந்து கிடப்பதைப்போல் அவரது பேத்தியும் காலையில் பார்த்த இளைஞனும் ஒருவரோடு ஒருவர் பிணைந்து கிடந்தனர். உடலின் அசைவுகளும், மூச்சு சத்தங்களும் காற்றில் விகாரமாய் எதிரொலித்துக் கொண்டிருந்தன. பண்ட்டா ஆத்திரத்திலும் பதற்றத்திலும் என்னசெய்வதெனத் தெரியாமல் அருகில் கிடந்த கல்லை எடுத்து அவர்களின் மீது எறிந்தார். சுதாரித்து விலகிய இருவரும் பண்ட்டாவைக் கண்டு அதிர்ச்சியுற்றனர். “ராஜா நீ ஓடிரு...” என அவள் கத்த, அவன் தன் உடைகளைக் கையில் எடுத்துக்கொண்டு மோயார் இருக்கும் திசைநோக்கி இருளில் ஓடி மறைந்தான்.

மறைத்து வைக்கப்படுபவற்றின் மீதுதான் இச்சையும் கிளர்ச்சியும் மிகுந்தெழும் என்பது இயற்கையின் விதி. ஒரே நிலத்தில் வாழ்ந்தாலும் பணியர்கள் ஒருபோதும் தங்களை மற்ற சமூகங்களோடு பிணைத்துக் கொண்டதில்லை. தங்களுக்கென்ற தனித்த அடையாளங்களும் பழக்கவழக்கங்களும் இருக்கிற வரையில்தான் இந்த நிலத்திலிருந்து துரத்தப்படாமல் இருப்போம் என்பது அவர்களின் நம்பிக்கை. எல்லாவற்றையும் விட கூளி

அவர்களுக்குக் கற்றுத்தந்த எதையும் மீறுவது பாவச்செயல். இதனாலேயேதான் பிறத்தியாரோடு அவர்கள் நட்பு எப்போதும் ஓர் எல்லையோடு நின்றுவிடும். பண்ட்டாவின் பேத்தி சுந்தா அதனை மீறியிருக்கிறாள். பொழுது விடியும் முன்பாகவே முந்தைய இரவில் ஒருவன் கையில் உடைகளோடு மோயாரை நோக்கி ஓடிய செய்தி வதந்தியாக பாடியில் எல்லோராலும் பேசப்பட்டது. அவன் சுந்தாவோடுதான் இருந்திருப்பான் என்பதைக் கண்டுபிடிக்க பாடியிலிருந்தவர்களுக்கு நீண்டநேரம் பிடிக்கவில்லை. எல்லா சடங்குகளையும் தெரிந்து வைத்திருக்கும் பண்ட்டாவுக்கு யார் அறிவுரை சொல்வதென்கிற தயக்கத்தோடு அவரைச் சந்திப்பதைத் தவிர்த்தார்கள். இத்தனை காலம் தனக்கிருந்த மதிப்பு மரியாதை எல்லாம் ஒரே இரவில் காணாமல் போனதைப் புரிந்துகொண்ட பண்ட்டா கொட்டாணிக்கு இந்தச் செய்தி தெரியும் முன்பாகப் பிரச்சனையைத் தீர்த்துவிட முடிவுசெய்தார்.

பவர் ஸ்டேஷன் ஊழியர்கள் வாழும் பகுதி ஒரு புறம், நிலங்களைத் தங்கள் வசம் வைத்திருக்கும் முதலாளிகள் இன்னொருபுறம், இரண்டு பகுதிக்கும் நடுவில் விவசாயக் கூலிகள் வாழும் பகுதியென மூன்று பிரிவுகளாயிருந்தது மோயார். ராஜன் வீட்டை விவசாயக் கூலிகள் வாழும் பகுதிக்குள் தேடிக் கண்டுபிடிப்பது பண்ட்டாவுக்குச் சிரமமான காரியமில்லை. ஆனால் இத்தனை காலமில்லாமல் திடுதிப்பென ஊருக்குள் சென்றால் எல்லோருக்கும் ஏனென்கிற கேள்வி எழுமென்பதால் முதலாளி தாஸின் உதவியை நாடிச் சென்றார்.

“என்ன பண்ட்டா இந்தப் பக்கம்? கோயில் விசேசம் எதும் வெச்சிருக்கீங்களா?”

“இல்லங்கய்யா. வேற ஒரு உதவி கேட்டு வந்திருக்கேன்.”

“சரி சொல்லு.”

“நம்ம தோட்டத்துல வேல பாக்கறாரே வேலு, அவரையும் அவர் மகனையும் நீங்க இங்க வரச் சொல்லணும்.”

முதலாளி புரியாமல் “எதுக்குப்பா?” எனக் கேட்டார்.

"ஐயா நீங்க ரெண்டு தலமுறையா இங்க இருக்கீங்க. உங்களுக்கு எங்க பழக்கவழக்கம்லாம் நல்லாத் தெரியும். காலங்காலமா இந்தக் காடும் மலையும் மட்டுந்தான் எங்க உலகம்னு வாழ்றொம். நாங்க பிறத்தியாரோட பேசறதும் பழகறதும் வேற. ஆனா உறவு கொண்டாட முடியாதுங்களே..."

தாஸுக்கு ஒரு மாதிரியாக அவர் சொல்ல வருவது புரிந்துவிட்டதால், பண்ட்டாவை அங்கேயே காத்திருக்கச் சொல்லிவிட்டு வேலுவையும் ராஜனையும் வரச்சொல்லி ஆள் அனுப்பினார். தாஸின் வீட்டு வேலைக்காரப் பெண் வாசலில் குத்த வைத்து அமர்ந்திருந்த பண்ட்டாவுக்கு ஒரு பழைய லோட்டாவில் மோர் கொண்டு வந்து கொடுத்தாள். பசியிலும் வெக்கையிலும் துவண்டிருந்தவருக்கு அந்த மோர் தேவையாயிருந்தது. மூச்சுவிடாமல் மோரைக் குடித்தபோது மோரில் பூண்டின் சுவை இருப்பதை உணர்ந்தார். அறுவடைக் காலத்தில் பூண்டுச்செடிகளை மாட்டிற்குத் தீவனமாகப் போடுவதுண்டு. அதனால்தான் மாட்டின் பாலிலும் பூண்டு மணம். மோரைக் குடித்துவிட்டு லோட்டாவை அவளிடம் தந்துவிட்டு தோட்டத்தைப் பார்த்து அமர்ந்தார். சுற்றிலும் கரண்டு வேலிகள் அமைக்கப்பெற்று பரந்து விரிந்த தோட்டம். தன் பால்யத்தில் அடர்ந்த காடாயிருந்த பகுதி இப்பொழுது பணம் கொழிக்கும் விவசாய நிலமாயிருக்கிறது? நாளை என்னவாகுமோ?" யோசனைகளோடு பார்த்துக் கொண்டிருந்தபோதே வேலுவும் ராஜனும் அங்கு வந்து சேர்ந்தனர்.

ஆளும் பேருமாய்க் கூடி இதை ஒரு சர்ச்சையாக்க விரும்பாததால் தாஸ் அவர்கள் மூவரையும் தனது வீட்டிற்குப் பின்னால் அழைத்துச் சென்றார். பண்ட்டா ராஜனைக் கவனித்தார். தெளிவான முகம், அடர்ந்த மீசை, உழைத்து உறுதியான உடல். கண்களில் திருட்டுத்தனமெல்லாம் இல்லாத நல்ல இளைஞனாகத்தான் தெரிந்தான். பண்ட்டாவின் தயக்கத்தைக் கவனித்த தாஸ் "பிரச்சன எதுவா இருந்தாலும் இங்கியே இப்பயே பேசி முடிச்சிரு பண்ட்டா..." என்றார்.

“ஐயா எங்க வழக்கம் வேற உங்க வழக்கம் வேற... இந்தத் தம்பி என் பேத்தியோட பழகிட்டு இருக்கு. நேத்து நான் பாத்தத எங்க பாடில வேற யாராச்சும் பாத்திருந்தா என் பேத்தியோட நெலம என்னாகறது? இனிமே இந்தத் தம்பி என் பேத்தி பக்கமா வராம இருக்கனும்.”

தாஸ் ராஜனை முறைத்தார்.

“படிச்சமா நல்ல வேலைக்குப் போனமான்னு இல்லாம தெள்ளவாரித்தனமா பண்ணிட்டு இருக்க?”

ராஜன் அவசரமாக இடைமறித்து-

“ஐயா அப்டிலாம் இல்லங்க. ரெண்டு பேருக்கும் புடிச்சிருக்கு அதான் பழகறோம்” என்றதும் அருகில் நின்றிருந்த வேலு அவனை ஓங்கி அறைந்தார்.

“ஏய் விடு வேலு...” அமைதிப்படுத்திய தாஸ் “பண்ட்டா நீ கெளம்பு இவன நான் பாத்துக்கறேன்.” என்று சொல்லி பண்ட்டாவை அனுப்பி வைத்தார். கையைக் கட்டி நின்ற ராஜனைத் தனியாக அழைத்துச் சென்ற தாஸ் “அவங்கள நாம தொந்தரவு பண்ணாம வாழ்ற வரைக்குந்தான் இங்க நிம்மதியா வாழமுடியும். காடும் மலையும் அவங்க பேச்சக் கேக்கும். அவுங்க கோவப்பட்டு கூளிக்கு பூச வெச்சு உனக்கு எதாச்சும் நடக்கணும்னு சாபம் விட்டா அது நடக்கும்.” அவர் அச்சத்தோடு சொன்னதை ராஜன் நம்பமுடியாமல் கேட்டுக் கொண்டிருந்தான்.

5

“தங்க வளநாடு
இக்கி தமிழ் படிக்கும் கச்சேரி
தங்காளுள்ளோ நாளையிலே
எக்கத் தங்கோ நறுக்கு வரும்
தனி நறுக்கும் சீருவாரு
இன்னிக்கித் தங்களோட காலமுங்கோ
எக்குத்தங்கோ நறுக்குமில்லே
தனி நறுக்கும் சீருமில்லே...”

– இரவாளர் பழங்குடியினரின் ஒப்பாரிப் பாடல்.

கூடலூரிலிருந்து ஊட்டிக்குச் செல்லும் சாலை வெளியூர்க்காரர்களின் வாகனங்களால் ஆக்ரமிக்கப்பட்டிருந்தது. காத்திருக்க பொறுமையில்லாதவர்களின் வாகனங்களில் இருந்து எதிரொலித்த ஹார்ன் ஒலிகள் அந்த மலைப்பாதையின் சூழலுக்கு சற்றும் ஒவ்வாதவையாய் இருந்தன. இன்ஸ்பெக்டர் விஜயனுக்கு இந்த வாகன நெரிசலை விடவும் இடைவிடாத ஹார்ன் ஒலிகள்தான் ஆத்திரமூட்டிக் கொண்டிருந்தன. எங்கிருந்து இவர்கள் வருகிறார்கள்? ஓய்விற்காக மலைப்பகுதியை நோக்கி வருகிறவர்களுக்குள் எதற்காக இத்தனை அவசரமும் மூர்க்கமும்? ஒவ்வொரு முறை எதிரொலிக்கும் ஹார்ன் ஒலிகளைக் கேட்டும் மரங்களிலிருந்து அச்சத்தோடு பறந்து

செல்லும் பறவைகளைக்கூட இவர்கள் கவனிப்பதில்லையா? எரிச்சலோடு வண்டியிலிருந்த இறங்கியவர் தனக்கு முன்பும் பின்புமாக நின்ற வாகனங்களில் கேரள கர்நாடக வாகனங்களே மிகுந்திருந்ததைக் கவனித்தார். எதிர்ப்பக்கத்திலிருந்து வரும் வாகனங்களுக்கு வழிவிடாமல் ஒரு வண்டி முந்திச்சென்றதால் ஏற்பட்ட நெரிசல் அது. நட்ட நடு சாலையில் நின்ற ஆய்வாளரைக் கவனித்துவிட்ட போக்குவரத்துக் காவலர் அவசரமாக சாலையை ஒழுங்கு செய்து விஜயனின் வண்டி செல்வதற்கு உதவினார்.

“கூடலூர் ஜி.எச் லயே போஸ்ட் மார்ட்டம் பண்ணாம எதுக்கு ஸார் ஊட்டிக்கி எடுத்துட்டுப் போறீங்க? நம்மளுக்கு இருக்கற வேல பத்தாதா?” என டி.எஸ்.பி சலித்துக்கொண்டதைப் பொருட்படுத்தாத விஜயன், போஸ்ட் மார்ட்டம் ஊட்டியில்தான் நடக்க வேண்டுமென்பதில் உறுதியாய் இருந்தார். ராஜனின் சாவில் ஏதோவொன்று அவரை உறுத்திக்கொண்டிருந்தது. கூடலூர் ஆஸ்பத்திரியில் ராஜனின் உடலைப் பார்த்தபோது அந்த உடலின் காயங்கள் அவருக்குப் புதிராயிருந்தன. அதிகம் சிதைக்கப்பட்ட முகமும், இடுப்பிற்குக் கீழ் காயங்களே இல்லாத கால்களும் தனக்கு சூசகமாய் சில செய்திகளைச் சொல்வதாக நினைத்தார். ஒவ்வொரு மிருகங்களுக்குமான பிரத்யேகக் குணங்களை அறிந்த அனுபவத்தில் அவரை அதிகமும் உறுத்தியது செத்துக்கிடந்தவனின் உடலில் எந்த மிருகவாடையும் இல்லாதிருந்ததுதான்.

சின்ன குன்னூரை அடுத்த மரகல் அட்டிதான் (படுகர் இன மக்கள் வசிக்கும் கிராமம்) விஜயனுக்கு சொந்த ஊர். யாரும் பார்த்தறியாத காடுகளில் சிறுவயதில் தந்தையோடு அலைந்து திரிந்த விஜயன் பள்ளிப் படிப்பை விடவும் அதிகமாய் காட்டைத்தான் படித்திருந்தான். இதனாலேயே எதையும் ஆழ்ந்து கவனிக்கும் நுன்னுணர்வும் நிதானமும் அவரது இயல்பாக மாறிப்போயிருந்தது. இப்போதிருப்பதைப்போல் படுகர்களுக்கான நிறைய அட்டிகள் இருந்த காலமல்ல அது. இங்கொன்றும் அங்கொன்றுமாய் அட்டிகளிருக்கும். ஒவ்வொரு அட்டியிலும் அதிகபட்சமாய் நாற்பது வீடுகளிருந்தால் ஆச்சர்யம்.

விவசாயத்தையும் மேய்ச்சலையுமே பிழைப்பாகக் கொண்ட அம்மக்களின் வாழ்க்கை எளிமையானது. வெளி உலகத்தினரின் வருகை அதிகமில்லாத அந்தக் காலகட்டத்தின் காற்றும் காலநிலையும் திரும்பக் கிடைக்க சாத்தியமற்றவை. விஜயனின் அப்பாவிற்கும் அவரது சகோதரர்களுக்கும் அட்டியை ஒட்டியே கொஞ்சம் நிலமும், நிறைய மாடுகளுமிருந்தன. ஊரிலிருந்து முப்பது நாற்பது மைல் தாண்டியிருந்த காட்டுப் பகுதியில் அந்த மாடுகளை வளர்த்து வந்தனர். விஜயனின் அப்பாதான் பட்டியிலுள்ள மாடுகளைப் பராமரிக்கக் கூடியவராயிருந்தார். காட்டில் மாடுகளை அடைத்திருக்கும் பட்டியை ஒட்டியே புற்களால் கூரை வேய்ந்து அவரே குடிசை கட்டிக் கொள்வார். மழைக் குறைவு ஏற்படும்போது ஒரு இடத்திலிருந்து பட்டி வேறொரு இடத்திற்கு மாறும். மாடுகளை மேய்ப்பதற்கு உதவியாயிருந்த ஆதிவாசிகள் இயற்கையின் குரலுக்குச் செவி சாய்ப்பதற்கு அவரைப் பழக்கப்படுத்தியிருந்தார்கள்.

வாகன வசதிகள் அதிகமில்லாத அந்த நாட்களில் பட்டியிலிருந்து நாள்தோறும் வீட்டிற்கு வந்து செல்ல முடியாதென்பதால் மாதத்திற்கு ஒருமுறைதான் அப்பா வீட்டிற்கு வந்துபோவார். இதனாலேயே விஜயன் தன் போக்கில் சுதந்திரமாய் வளர்ந்தான். விளையாட்டுத்தனங்கள் நிரம்பியவனாகவும் வீடடைதலை வெறுப்பவனாகவும் இருந்தவனுக்கு அவன் வயதையொத் சிறுவர்கள் செய்யத் தயங்கும் எல்லாவற்றையும் செய்யக்கூடிய ஆற்றலிருந்தது. யாருக்கும் கட்டுப்படாத மூர்க்கத்தனத்தினாலேயே அவனுக்கு நண்பர்களே இல்லாமலிருந்தனர். ஊரைச் சுற்றியிருந்த காட்டிற்குள் தனித்தலையத் துவங்கியபோது ஒவ்வொரு மரமும், செடியும் அவனுக்குப் பரிச்சயமாகத் துவங்கின. பள்ளிக்கூடம் இல்லாத நாட்களில் சிற்றருவியில் குளிப்பதும், காட்டு மரங்களுக்கிடையே பட்டாம்பூச்சிகளைத் துரத்திச் செல்வதுமாயிருப்பான். காட்டு வேலைகளுக்கு வரும் ஆட்களுக்கு மீசைகூட அரும்பாத அந்தச் சிறுவனிடம் இருக்கும் குருட்டுத்தனமான துணிச்சலை நினைக்க அச்சமாகவும் பரிதாபமாகவும் இருந்தது. ‘ஏய் தம்பி ஊருக்குள்ளலாம் உனக்கு விளையாட இடமில்லையா?’என யாராவது கேட்டால் ‘ஏன் இங்கயெல்லாம் வெளையாடக் கூடாதா?’ என பதில் கேள்வி

கேட்பான். அவன் விளையாட்டுத் தனங்களை நன்கறிந்த ஊர்க்காரர்கள் அவனிடம் பேசிப் பயனில்லை என்கிற முடிவோடு அவன் அப்பாவிடம் புகாரளித்தனர்.

விஜயனின் அப்பா அவனைக் கண்டிப்பதற்குப் பதிலாக காட்டைக் கற்றுக் கொடுக்க நினைத்தார். ஊரைச் சுற்றியிருந்த காட்டை மட்டுமே சுற்றிவந்தவனை தன்னோடு பட்டிக்கு அழைத்துச் செல்ல முடிவெடுத்தார். வழக்கமாக அவரும் அவருக்கு உதவியாய் இன்னொருவரும் ஊரிலிருந்து காட்டு வழியாகச் செல்வார்கள். தங்குமிடத்தில் சமையலுக்குத் தேவையான பொருட்கள் எதுவும் கிடைக்காதென்பதால் வீட்டிலிருந்து கிளம்புகையில் ராகி மாவையும், தினை மாவையும் பையில் கட்டி எடுத்துச் செல்வார்கள். தலைச்சுமையோடு மலையேறி இறங்கும் அந்தப் பாதையில் தொடர்ந்து நடக்க நிறைய ஆற்றல் வேண்டும். வாகனங்களோ, வழித் துணைகளோ இல்லாத அந்தக் காட்டுப் பாதை விலங்குகளும் விசச் செடிகளும் நிரம்பியவை. வானையும் மண்ணையுமே உற்ற துணையென நம்பி வாழத் துவங்குகிறவர்களுக்கு இயற்கை கேடயமாய் மாறிவிடுவதுபோல் அவர்கள் பாதையில் ஒருபோதும் தீமைகள் நெருங்கியதில்லை. ஒரு நீண்ட விடுமுறையில் முதல்முறையாக அப்பாவோடு பட்டிக்குப்போன நாளில்தான் விஜயனுக்கு காட்டின் அசலான முகம் புலப்படத் துவங்கியது.

ஆஸ்பத்திரிக்குள் விஜயனது வாகனம் நுழைந்தபோது நேரம் பிற்பகலைக் கடந்திருந்தது. அவரது வருகைக்காக மதிய உணவிற்குச் செல்லாமல் காத்திருந்த மருத்துவர் விஜயனைப் பார்த்தபிறகுதான் இயல்பானார். “ஹலோ ஸார். மார்ச்சுவரி போயிடலாமா?” என அவரை அழைத்துக் கொண்டு பிணவறையை நோக்கி நடந்தார். பிணவறையின் இரும்புக் கதவுகளைத் திறந்து உள் நுழைந்தபோது டெட்டாலும், ரத்தமும் கலந்த வினோதமானதொரு மனித சதையின் கவுச்சி காட்டமாய் நாசியை நிறைத்தது. விஜயன் தனது கர்ச்சீஃபால் மூக்கையும் வாயையும் இறுக மூடிக்கொண்டார். மருத்துவர் அந்த கவுச்சிக்குப் பழக்கப்பட்டவரைப்போல் இயல்பாகத் தனது கையுறைகளை எடுத்து அணிந்துகொண்டார். பிணவறைக்

காப்பாளன் பணிவோடு அவர்களுக்கு அருகில் வந்து நிற்க மருத்துவர் பிணத்தைக் காட்டச் சொல்லி சைகை செய்தார். டேபிளில் வெள்ளைத் துணியால் மூடிவைக்கப்பட்டிருந்த உடலை நெருங்கிய பிணவறைக் காப்பாளன், உடலைச் சுற்றியிருந்த துணியை நாசூக்காய் விலக்க, மருத்துவர் தனது கோட் பாக்கெட்டிலிருந்த பேனாவால் ராஜனின் முகத்தையும் மேலுடையும் சுட்டிக் காட்டினார்.

“விஜயன் ஸார், இந்த அட்டாக்கிங் ஸ்டைல் முழுக்க புலியோடதுதான். எதிர்பாராத நேரத்துல மூர்க்கமா அட்டாக் பண்ண ஆரம்பிச்சிருக்கனும். விக்டிமோட பாடில இருக்க நகக் கீறல், அதால வந்த காயங்கள் எல்லாமே சந்தேகமே இல்லாம புலியோடதுதான்.”

“அப்டியா சொல்றீங்க.?” விஜயன் ஆச்சர்யமாகக் கேட்டார்.

“எஸ். ஆனா எந்த அனிமல் அட்டாக் பண்ணாலும் மைக்ரோ செகேண்ட்ஸாவது விக்டிம் தன்னக் காப்பாத்திக்க போராடுவான். அதான ஹ்யூமன் நேச்சர்?”

“ஆமா..”

“அந்த பாய்ண்ட் ஆஃப் வியூல நாங்க விக்டிமோட நகக்கன்ல இருந்தும் உடம்புல இருந்தும் ஏதாச்சும் கெடைக்குதான்னு தேடும்போது அவர்கிட்ட புலியோட முடியோ, சதைத் துணுக்கோ எதுமே கிடைக்கல...”

இன்ஸ்பெக்டர் குழப்பம் அதிகரித்தவராய் “புரியல டாக்டர்” எனப் பரபரத்தார்.

“நான் சொல்றத உங்களால நம்ப முடியுமான்னு தெரியல. ஆனா இந்தக் கேஸ்ல ரொம்ப இன்ரஸ்டிங்கான சில ஃபேக்டர்ஸ் இருக்கு. இந்தாள அட்டாக் பண்ண ஸ்டைல் புலியோடது, காயங்கள ஏற்படுத்தின நகங்கள் புலியோடது, ஆனா இந்தாளத் தாக்கினது கண்டிப்பா ஒரு உண்மையான புலியா இருக்க முடியாது.”

மருத்துவர் டேபிளின் ஓரத்தில் வைக்கப்பட்டிருந்த இரண்டு சிறிய பாலீதீன் பைகளை எடுத்தார். ஒன்றை விஜயனின் கையில் கொடுத்தவர்,

“விக்டிமோட நகத் துணுக்குள இருந்து எடுத்த சதைத் துண்டு இது. இந்தச் சதை புலியோடது இல்ல, மனுஷனோடது. ஒருவேள இவரோடதாவே இருக்கலாமோன்னு சந்தேகப்பட்டோம். ஆனா டெஸ்ட் பண்ணதுல இவர் உடம்போட அது ஒத்துப் போகல. அந்த சதையோட தன்மைய வெச்சுப் பாக்கறப்போ ஐம்பது வயசுக்கு மேற்பட்ட ஒரு ஆளோட சதையா இருக்கலாம்.”

விஜயன் தன் கையிலிருந்த பாலித்தீன் பையையும் அதனுள்ளிருந்த சதைத்துணுக்கையும் கவனமாகப் பார்த்தார்.

”அதவிட முக்கியமா இவர் உடம்புல இருக்க காயங்கள்ல எல்லாம் மெட்டலால கீறின மாதிரி ஒரு ஷார்ப்னஸ் இருக்கு. புலியோட நகங்கள்ல இருக்க ஷார்ப்னஸுக்கும் இந்த ஷார்ப்னஸுக்கும் நிறைய வித்தியாசம் இருக்கு.”

“அப்டின்னா இது ஆக்ஸிடெண்ட்டான சாவு இல்ல, திட்டமிட்ட கொலைன்னு சொல்றீங்களா?”

“எக்ஸாட்லி... புலியா உருமாறின ஒரு மனுஷன் செஞ்ச கொல. கொல பண்ணவன் கண்டிப்பா நார்மலான ஆளா இருக்க முடியாது. ரொம்ப க்ளவரா ப்ளான் பண்ணி யாருக்கும் சந்தேகம் வராத மாதிரி கொல பண்ணி இருக்கான்.”

விஜயன் மருத்துவர் சொன்னதைக் கேட்டபடியே ராஜனின் உடலைச் சுற்றி வந்தார். புலி வேடமிட்ட கொலையாளி அவருக்கு எதிரில் ஏளனமாய் நடனமாடியபடி சுற்றிவருவதைப் போலிருக்க, இந்த மரணத்திற்குப் பின்னாலிருக்கும் மர்மத்தைக் கண்டுபிடிக்க அவர் மனம் பரபரத்தது.

“ரிப்போர்ட் ரெடியா இருக்கு, நீங்க இப்பவே வாங்கிக்கலாம்.” மருத்துவரின் குரல் விஜயனை சலனப்படுத்த, “ஓகே டாக்டர். இப்போதைக்கு இந்த விஷயம் நம்மளோடயே இருக்கட்டும். ராஜன் புலியடிச்சு செத்ததாவே இருக்கட்டும்.”

இன்ஸ்பெக்டர் எதற்காக அப்படிச் சொன்னாரென்பதற்கான காரணம் விளங்காதபோதும், தன் வேலை முடிந்துவிட்ட நிம்மதியில் மருத்துவர் சம்மதித்தார்.

௬

“பின்னியா பிருடிக்கு ஏழு மாதம் ஆயது போதும்
ஒரு கோடி கண்ணுக்கல்ல மாயராயி மிஞ்சி வந்து நிக்கினி
மாயராயி தீக்கனும் மாயப்பிணி தீக்கனும்
அவருகோடி மன்னம்மார் மா பிடிச்சு நடத்தினி
குடியம்பங்காளிப் பெண் காபிடிச்சி நடத்தினி
அச்சன்ற திருமுன்னே கொண்டு தானே செல்லினி”

- காணிக்காரரிப் பழங்குடியினரின் இறப்புப் பாடல்

ராஜனின் சாவை செரித்த நீண்ட பகல் மெதுவாய் நகர்ந்து கொண்டிருந்தது. வேலுவும் அவரது மகளும் இன்ஸ்பெக்டரை சந்திப்பதற்காகக் காத்திருந்தார்கள். களைப்பும் துயரும் அவர்களின் முகங்களில் அழுத்தமாய்த் தேங்கிப் போயிருக்க, இடைவிடாத வாக்கி டாக்கிகளின் சத்தங்களைக்கூட கேட்க முடியாதபடி அவர்களுக்குப் பசியில் காதடைத்துப் போயிருந்தது.

“எப்பா டீ குடிப்பமா? எனக்கு பசி பொறுக்கல...”

வேலுவின் மகள் சோர்வோடு கேட்க, “சரிம்மா, வா போவோம்.” அவர் பெஞ்சிலிருந்து எழுந்துகொண்டார். அருகிலிருந்த மூக்குப்பொடி சாமி அங்கு வந்தபோது எந்த நிலையில் அமர்ந்திருந்தாரோ அதே நிலையில் அசைவின்றி இருந்தார்.

தேநீர் அருந்துவதற்காகக் கிளம்பிய வேலுவை ஏறிட்டுப் பார்த்தவரிடம் “சாமி, புள்ள பசிக்குதுங்கறா, டீ குடிச்சுட்டு வர்றோம்.” என வேலு சொல்ல “செரி போயிட்டு வாங்க.” என அனுப்பி வைத்தார்.

போலிஸ் ஸ்டேஷனுக்கு வெளியே சாலை பரபரப்பாயிருந்தது. கேரளாவிற்குப் பொருட்களை ஏற்றிச் செல்லும் லாரியொன்றை நிறுத்தி போலிஸ்காரர்கள் விசாரித்துக் கொண்டிருந்தார்கள். ஸ்டேஷனுக்குப் பக்கத்திலேயே இருந்த டீக்கடையில் பெரிய கூட்டம். மகளை கடைக்கு வெளியே நிற்க வைத்துவிட்டு வேலு மட்டும் உள்ளே சென்று டீ வாங்கி வந்தார். கையில் தேநீர் கப்பை வாங்கியபோது சூடு உறைக்காதபடிக்கு அவளுக்கு உணர்ச்சிகள் மரத்துப் போயிருந்தன. எங்கேயோ வெறித்தபடி ஒவ்வொரு மிடறாக தேநீரைக் குடிக்கத் துவங்கினாள். பசிக்கு தேநீர் தேவையாயிருந்தபோதும் ஈடுசெய்ய முடியாத தம்பியின் இழப்பு ஒவ்வொரு துளி தேநீரையும் கசப்பாய் இறக்கியது. எல்லோரிடமும் முகம் மலரப் பேசியதைத் தவிர, எல்லோரும் நோய் நொடியின்றி வாழ வேண்டுமென நினைத்ததைத் தவிர யாருக்கு எந்தப் பாவமும் யோசிக்காத அவனுக்கு இப்படியொரு சாவா? தன்னைச் சூழ்ந்திருந்த மனிதர்களின் பேச்சரவமெல்லாம் மறைந்துபோக, அவளுக்கு எதிரில் கோட்டுச் சித்திரமாய் ராஜனின் உருவம் தெரிந்தது. பார்த்தவுடன் வசீகரிக்கும் ஆகிருதியும், சிரிப்புமான அந்த உருவத்தை கையெட்டும் தூரத்தில் உணர்ந்தவள் தேநீர் குடிப்பதை நிறுத்திவிட்டு எதிரிலிருந்த ராஜனின் உருவத்தைத் தொட கைநீட்டினாள். முழுதாய் விரியும் முன்பாகவே மறையத் துவங்கிய சிரிப்போடு ராஜனின் உருவமும் சடாரென விலகிச் சென்றது. காற்றில் அவன் சிரிப்பையும் உருவத்தையும் தேடியவளுக்கு சிறு வயதில் கண்ணாமூச்சி விளையாடியதைப்போல் இப்போதும் விளையாடுகிறானோ எனத்தோன்றியது. ‘ராஜா...’ யாருக்கும் கேட்காதபடி ஒலித்த அந்தச் சொல் அவளைத் தம்பியின் நினைவுகளுக்குள் இழுத்துச் சென்றது.

பண்ட்டா தாஸிடம் வந்து புகார் செய்ததும் ,அதற்காக அவர் ராஜனைக் கண்டித்ததும் ஊர்க்காரர்களுக்கு அரசல்

புரசலாய்த் தெரிந்துபோனது. அந்தச் சின்னஞ்சிறிய ஊரைச் சுற்றிலும் இருக்கும் மக்கள் ஒன்றாய் ஒற்றுமையாய் வாழ்வதுபோல் பார்ப்பதற்குத் தெரிந்தாலும் பவர் ஸ்டேஷன் ஊழியர்களுக்கான பகுதி தனியானதாகவும், பெரும் விவசாய நிலங்களை உடமையாகக் கொண்ட முதலாளிகள் இன்னொரு பகுதியாகவும், விவசாயக் கூலிகளும் வேறு வேலைக்குச் செல்கிறவர்கள் தனியாகவுமே வாழ்ந்து வந்தார்கள். இவர்கள் எவரோடும் தொடர்பில்லாமல் ஊருக்கு வெளியே அந்த மலைக்கு அரணாயிருந்தது பணியர்களின் பாடி. இந்த ஒவ்வொரு பகுதிக்குமான கட்டுப்பாடுகளும் தனித்தனியானவை. ஆதிவாசிகளை மட்டுமில்லாமல் அவர்களோடு இணக்கமாகப் பழகுகிறவர்களையும் இழிவாகப் பார்க்கிறவர்களாகத்தான் ஊரில் அனேகருமிருந்தனர். தோட்டங்களில் வேலை பார்ப்பவர்களுக்கு ராஜனின் காதல் கதையைப் பேசும் இந்தப் புதிய பொழுதுபோக்கு சுவாரஸ்யமாய்ப்பட்டது. இதற்கு முன்னும் ஊரில் சில காதல் கதைகளும் சண்டைகளும் நடந்திருக்கிறதுதான், ஆனால் ஒரு விவசாயக் கூலியின் மகன் ஆதிவாசிப் பெண்ணைக் காதலிப்பது முதல்முறை என்பதால் ராஜன் மற்றவர்களிடமிருந்து வேறுபட்டவனாயிருந்தான். ‘இந்தப் பய நல்லா படிச்சிருக்கான், நாலு இடத்துக்கும் போயி வர்றான். அங்கயெல்லாம் விட்டுட்டு இங்கபோயி ஆதிவாசிப் புள்ளைய புடிச்சிருக்கான்னா கிறுக்கனாத்தான இருப்பான்...’

“அவகிட்ட எதப் பாத்து மயங்கினானோ? யாருக்குத் தெரியும்?”

“அதெல்லாம் இல்லக்கா, சின்னவயசுல ரெண்டும் ஒன்னாப் படிச்சதுகளாம். அப்பயே பழக்கமாம்...”

“அதுசரி. சின்னவயசுப் பழக்கத்தையெல்லாம் சின்னவயசுலயே முடிச்சுக்கணும், வயசு கூடும்போது வெவரம் கூட வேணாமா? என்னத்தப் படிச்சு என்ன தெரிஞ்சுக்கிறானுங்க.”

ஒவ்வொருவரும் ஒவ்வொரு விதமாய்ப் பேசிக்கொள்வதைக் கேட்கையில் வேலுவிற்கு ஆத்திரம் பொங்கியெழும். ஊரைப் பகைத்துக் கொள்ளத் துணிவில்லாதவராய் பொறுமையாய்க் கடந்து செல்வார். ஊர்வாயை யாரால் மூட முடியும்?

வேலுவின் முதுகுக்குப் பின்னால் பேசியவர்கள் முகத்திற்கு நேராகக் கேட்கத் துவங்கிவிட்டார்கள். 'வேலு நாம என்னதான் கண்டிச்சாலும் கேக்கற வயசா உன் பையனுக்கு? கொஞ்ச நாளைக்கு எட்டத்துல எங்கியாச்சும் அனுப்பி வைய்யி. நாளைக்கி யாருக்கும் தெரியாம அந்தப் பிள்ளையோட இவன் எங்கியாச்சும் போயிட்டா அசிங்கம் ஒனக்குத்தான..."

"என் பையன் அப்பிடி ஓடிப்போற ஆள் இல்லீங்க."

"உன் பையன் நல்லவன்னு உனக்கும் எனக்கும் தெரியும்ப்பா. அவன் வயசுக்குத் தெரியாதே."

ஒவ்வொருவரும் ஒவ்வொருவிதமாய்ச் சொன்னதைக் கேட்டு எரிச்சலானவர் தாஸின் சிபாரிசில் அவனுக்கு சேரம்பாடியில் ஒரு வேலை ஏற்பாடு செய்துவிட்டார்.

"தம்பி கொஞ்ச நாளைக்கி நீ வெளியூர்ல போயி வேல பாரு, இங்க ஒவ்வொருத்தரும் பேசறத காது குடுத்துக் கேக்க முடியல. இப்பிடி நாலுபேர் நாலுவிதமா பேசினா உன் அக்காவுக்கு எப்பிடி ஒரு கல்யாணம் காட்சி பண்ண முடியும்?"

"ஏப்பா அவியளுக்குத்தான் பொழப்பு இல்ல பேசிட்டு இருக்காங்க. நாம எதுக்கு அதையெல்லாம் காதுல வாங்கணும்."

"எவனும் என்னமோ பேசட்டும்னு இருக்க முடியாதுய்யா. கஷ்டமோ நஷ்டமோ இந்த ஊர்லதான் நாம பொழச்சாகனும்."

ராஜனுக்கு ஊரிலிருந்து செல்வதில் உடன்பாடில்லை. ஆனால் அப்பாவின் நிலையிலிருந்து அக்காவைக் குறித்து யோசித்தபோது அவர் சொல்வதிலிருந்த நியாயம் புரிந்தது. மனசின்றி ஊரைவிட்டுச் செல்ல ஒப்புக்கொண்டான்.

சேரம்பாடியில் வெண்ட் வொர்த் எஸ்டேட்டிற்கு பக்கமிருந்த ஒரு ரிசார்ட்டில் ராஜனுக்கு வேலை ஏற்பாடாகியிருந்தது. மோயாரிலிருந்து சேரம்பாடிக்கு நான்கு மணி நேரங்களுக்குள் வந்துவிடலாமென்றாலும் இரண்டும் ஒரே மாதிரியான நிலங்களில்லை. மோயார் கர்நாடக எல்லை, சேரம்பாடி கேரள எல்லை. உயரம் குறைவான நிறைய குன்றுகளிருப்பதால்

சேரம்பாடியில் தேயிலைத் தோட்டங்களும் உருளைக்கிழங்கு தோட்டங்களும் அதிகம். அதோடு, ஊரை விட இங்கு குளிரும் அதிகம். தேயிலை எஸ்டேட்டை ஒட்டிய சின்னஞ்சிறிய ரிசார்ட் அது, வாரயிறுதி நாட்களில் திருப்பூர் கோயமுத்தூர் பகுதிகளிலிருந்து தங்குவதற்கு விருந்தினர்கள் வருவதுண்டு. மற்றபடி வார நாட்களில் பெரும்பாலும் ஆள் வரத்து இருப்பதில்லை.

ராஜனும் சமையற்காரர் தங்கமும் தங்குவதற்கு ரிசார்ட்டிலேயே ஒரு அறை ஒதுக்கப்பட்டிருந்தது. சுற்றிலும் தேயிலைத் தோட்டங்கள் நிரம்பிய அந்தக் குன்றின் உச்சியிலும் அல்லாமல் அடிவாரத்திலும் அல்லாமல் பாதி மலையிலிருந்தது கட்டிடம். அருகில் வேறு கட்டிடங்களோ வீடுகளோ இல்லை. தோட்டத்திற்கு வரும் சாலையில் ஒன்றரை மைல் பயணித்தால் சேரம்பாடி டவுனுக்குச் செல்லும் முக்கியச் சாலை இணையும். அங்கு சில லைன் வீடுகள் உண்டு. பெரும்பாலும் எஸ்டேட்டிற்கு வேலைக்கு வருகிறவர்கள்தான் தங்கியிருப்பார்கள். ரிசார்ட்டில் வேலையில்லாத நாட்களில் அவன் எஸ்டேட் வேலைகளையும் சேர்த்துக் கவனித்துக்கொள்ளவேண்டும். முதல் இரண்டு வாரங்களைக் கடப்பதற்கு ராஜன் கடும் சிரமங்களை எதிர்கொண்டான். நண்பர்கள் உறவினர்கள் எவரும் அருகிலில்லை என்பதை விடவும் பெரும்பாலான நேரங்களும் தனிமையில் இருக்க நேரிட்டதைத்தான் அவனால் சகித்துக்கொள்ள முடியவில்லை. இரவில் கண்ணுக்கெட்டிய தூரம் வரை இருள் மட்டுமே நிரம்பியிருக்கும் அந்தக் குன்றுகளைப் பார்க்க அச்சமாயிருக்கும். இரவுப் பூச்சிகளின் ரீங்காரத்தினூடே அவ்வப்போது யானையின் பிளிறலோ, காட்டு எருமைகளின் சத்தமோ கேட்கக் கூடும். மிருகங்களுடனான வாழ்க்கை அவனுக்குப் புதிதில்லை என்றாலும் இந்தத் தனிமை முற்றிலும் புதிது. அவன் இரவுகளில் அச்சம் கொண்டது அந்தத் தனிமைக்குத்தான். வேலையில்லாத நாட்களின் இரவுகளில் ஒன்பது மணிகெல்லாம் உறங்கிவிடும் வழக்கம் கொண்ட தங்கத்திற்கு தனிமையில் உழலும் ராஜனின் துயரங்கள் தெரிந்திருக்கவில்லை. போதிய உறக்கமின்றிக் கண்களைச் சுற்றி

கருவளையம் விழத் துவங்கியிருந்தது, முகம் ஒடுங்கிப்போய் யாரோ போலிருந்தவனுக்கு வீட்டு நினைப்பு மனதை அரிக்க, அவன் மனப்போராட்டத்தை அறிந்தவர்களாய் அப்பாவும் அக்காவும் வந்தனர். முகவாட்டத்திலிருந்து அவன் மனதைப் படித்துவிட்ட அக்கா ‘கொஞ்சநாளைக்கி பொறுத்துப் பாரு சாமி, முடியாட்டி ஊருக்கு வந்துரு... நீ இங்க கஷ்டப்படறன்னு தெரிஞ்சா நான் மட்டும் எப்பிடி நிம்மதியா இருப்பேன்.’ என ஆறுதலாகப் பேசினாள். ராஜனுக்குத் தேவையாயிருந்தது அந்த ஆறுதல்தான். அக்காவின் அருகாமை. அவர்கள் வந்துபோன பிறகு கொஞ்சம் கொஞ்சமாய் எஸ்டேட்டின் வாழ்க்கைக்குத் தன்னைப் பழக்கப்படுத்திக்கொள்ளத் துவங்கினான்.

தேநீர்க்கடையில் நின்றிருந்த வேலுவைத் தேடிவந்த சாமியாரின் ஆளொருவன் “ஐயா இன்ஸ்பெக்டர் வந்துட்டாரு.. மளார்னு வாங்க...” என அவசரப்படுத்தினான். வேலு மகளோடு அவனுக்குப் பின்னால் விரைந்தார். வாசலைக் கடந்து உள்ளே சென்றபோது சாமியார் ரைட்டரோடு பேசிக் கொண்டிருந்ததைப் பார்க்க முடிந்தது. வேலு அவருக்கு அருகில் செல்ல ரைட்டர் ஒரு அறிக்கையை நீட்டினார்.

“ஐயா இதுல ஒரு கையெழுத்துப் போட்டுட்டுப் போயி இன்ஸ்பெக்டரப் பாருங்க.” வேலு தான் கைநாட்டு என்பதற்கு அடையாளமாய் கட்டைவிரலைக் காட்ட, ரைட்டர் தனது மேஜைக்குள்ளிருந்து இங்க் பேடைத் தேடி எடுத்து மேஜையில் வைத்தார். வேலுவின் மகள் அவரது இடதுகை கட்டை விரலைப் பற்றி இங்க்பேடில் ஒற்றியெடுத்து அறிக்கையில் கைநாட்டு வைக்க உதவினாள். விரலில் ஒட்டியிருந்த மையை துடைத்துக்கொள்ளாமலேயே வேலு ரைட்டருக்கு நன்றி சொல்லிவிட்டு இன்ஸ்பெக்டர் அறைக்குச் செல்ல, மூக்குப்பொடியும் தொடர்ந்து சென்றார்.

ஐம்பது வயதிற்குள் அனுமானிக்கக் கூடிய தோற்றத்திலிருந்த இன்ஸ்பெக்டர் விஜயனின் முகத்தில் கருணையையும் பரிவையும் கவனித்த வேலு ‘வணக்கங்கய்யா...’ எனக் கையெடுத்துக் கும்பிட்டார். அவர்களை உட்காரச் சொன்ன இன்ஸ்பெக்டர்

“உங்க பேர் என்னங்கய்யா?” எனக் கேட்க,

“வேலுங்க. இது என் பொண்ணு வள்ளி.” அருகிலிருந்த தன் மகளைக் காட்டினார்.

“பையன் எளையவரோ?”

“ஆமாங்க...”

“கடைசியா எப்ப பேசினீங்க? ஊருக்கு எப்ப வந்தாப்ள?”

“ஊருக்கு ரெண்டு மாசத்துக்கு முந்தி வந்திருந்தாங்க. அதுக்கு அப்றம் வேலையா இருந்ததால வரமுடியல. எவ்ளோ வேலையா இருந்தாலும் தெனம் ராத்திரி எங்க கூட ஃபோன்ல பேசிருவான்.”

இன்ஸ்பெக்டர் அதற்குமேல் தாமதிக்க விரும்பாதவராய் “தம்பியோட பாடிய ஊட்டி ஜி.எச் ல போஸ்ட் மார்ட்டம் பண்ணி இருக்காங்க. ஹாஸ்பிட்டல்ல செய்ய வேண்டிய ஃபார்மலிட்டிஸ் முடிஞ்சிருச்சு. நீங்க போயி அங்க கையெழுத்துப் போட்டுட்டு பாடிய வாங்கிக்கலாம். எங்களுக்கு ரிப்போர்ட் கெடச்சதுக்கு அப்றமா நாங்க என்கொயரிய பாத்துக்கறோம். நீங்க லேட் பண்ணாம ஊட்டிக்கிப் போங்க...” என்றபடியே தனது மேஜையிலிருந்த பெல்லை அடித்தார். ஒரு கான்ஸ்டபிள் உள்ளே வந்து வணக்கம் வைத்துவிட்டு நிற்க, “இவங்கள ஊட்டிக்கு பஸ் ஏத்தி விட்டுட்டு வந்துருங்க” என இன்ஸ்பெக்டர் உத்தரவிட்டார். ‘நல்லதுங்கய்யா...’ என்றபடியே அந்தக் கான்ஸ்டபிள் அவர்களை அழைத்துக்கொண்டு வெளியேறினார்.

7

இருளின் ஆழ்ந்த அமைதியைக் களைக்கும்படியாய் விசில் சத்தங்களும் வாகனங்களின் இரைச்சலும் கேட்டு பணியர் பாடியிலிருந்தவர்கள் பதறி எழுந்தனர். சாலையை ஒட்டிய குடிசை என்பதால் பண்ட்டா எல்லோருக்கும் முன்பாக வெளியே வந்து பார்த்தார். விடிவதற்கு முன்பான அடர்ந்த இரவில் நட்சத்திரங்கள் பிரகாசமாய் ஒளிர்ந்துகொண்டிருக்க, தாஸும் அவன் சகோதரர்களும் தங்களின் வேலையாட்களோடு ஓடிக்கொண்டிருந்தார்கள். இருளுக்குள் பரபரப்பாக அவர்கள் ஓடுவதிலிருந்தே என்ன நடந்திருக்குமென பண்ட்டா புரிந்துகொண்டார். உறக்கச் சடவோடிருந்த முகத்தைத் துடைத்துக் கொண்டவர் சாலையைக் கடந்து தாஸ் நின்றிருக்கும் இடத்திற்கு வந்தபோது பாடியிலிருந்த வேறு சிலரும் அவரோடு சேர்ந்துகொண்டார்கள்.

“ண்ணோவ் வேலி மொத்தத்தையும் பிச்சு போட்றுச்சாட்ட இருக்கு” என ஒருவன் சத்தமாகக் கத்தியபடியே வயலுக்குள் இறங்கினான். அவர்கள் தங்களின் கைகளிலிருந்த டார்ச் வெளிச்சத்தைத் தோட்டத்தை நோக்கித் திருப்ப பூண்டு வயல் சின்னாபின்னமாகிக் கிடந்ததைக் கண்டனர். யானை ஓடிய தடமெங்கும் பூண்டுச் செடிகள் இருந்த இடம் தெரியாமல் மண்ணோடு மண்ணாய் நசுங்கிக் கிடந்தன. விதைக்கப்பட்ட

அவ்வளவும் அழிந்துபோன ஆத்திரத்தில் தாஸின் தம்பி "தாயோலி இந்த யானைய ஒருநா இல்ல ஒருநா மண்டைலயே சுட்டாதான் என் வெறியடங்கும்" எனக் கத்தினான். "டேய் ஆத்திரத்துல வார்த்தைய விடாம பொச்ச மூடிக்கிட்டு இரு..." என தாஸ் அமைதிப்படுத்தினான். 'நாமளும் எத்தன தரந்தான் வேலியப் போட்றது... வேற எங்கியுமே இடமில்லாததாட்ட இந்த யான நம்ம தோட்டத்துக்குள்ளாற தான் எறங்குது... இதே ரோதனையாப் போச்சு..." என எரிச்சலோடு புலம்பியபடியே தாஸின் தம்பி பணியாட்களைத் தொடர்ந்து தோட்டத்திற்குள் சென்றான். அவர்களுக்குப் பின்னால் நின்றிருந்த பண்ட்டா "முதலாளி வேலையாளுகள முன்னால விட்டுட்டு கொஞ்சம் பிந்தியே போங்க. உள்ள இறங்குனது தோட்டத்த விட்டுப் போயிருச்சா, இன்னும் தோட்டத்துக்குள்ளதான் சுத்துதான்னு சொல்ல முடியாது. நம்ம சத்தத்துல அது பயந்துகிட்டா நம்மளுக்குத்தான் ஆபத்து" என எச்சரிக்க, அவர்கள் நடையின் வேகத்தைக் குறைத்து நின்றனர். சத்தமாய் விசில் அடித்தபடியே தோட்டத்திற்குள் ஓடிய வேலையாட்கள் நாலா திசைகளிலும் டார்ச் விளக்கின் வெளிச்சத்தைப் பரப்ப யானை இருப்பதற்கான தடயங்கள் இல்லை. இந்தமுறை சேதாரம் சற்றுக் கூடுதல் தான் என்பதை அந்த அரையிருட்டிலும் தாஸ் புரிந்துகொண்டான். இந்த அகால வேளையில் தோட்டத்தில் நின்று எதுவும் ஆகப்போவதில்லையெனப் புரிந்து கொண்ட தாஸ் ஆட்களை விட்டுவிட்டு வீட்டிற்குச் செல்ல முடிவெடுத்தான். அவனை நெருங்கி வந்த தம்பி "ண்ணா கரண்டு வேலிதாண்ணா சரிப்படும்." என முணுமுணுக்க, தாஸ் அதிர்ந்து "எலேய் கேணக்கூதி. கரண்டு வேலி போட்டா ஃபாரஸ்ட்காரன் நம்மளச் சும்மா விடுவான்னு நெனைக்கிறியா?"

"நட்டம் ஃபாரஸ்டுக்காரனுக்கு இல்லண்ணா, நம்மளுக்குத்தான். வேலி போட்ற காசுல கொஞ்சத்த அவிய்ங்களுக்கும் விட்டெரிஞ்சா எவெனும் கேக்க மாட்டான்" தாஸிற்கும் அவன் சொன்னது சரியெனப் பட்டதால் யோசனையோடு சாலையை நோக்கி நடந்தான்.

தோட்டத்திற்கு வெளியே நின்றிருந்த பணியர்களில் ஒரு இளைஞன் “ஏன் பண்ட்டா, இவங்க தோட்டத்துல மட்டும் எப்பயும் ஏன் யான இறங்குது? நாமளும் இதேயிடத்தில தான் இருக்கோம். ஒரு நா கூட நம்ம வீடுகளுக்குள்ள இறங்கினதில்லயே?” என்று கேட்டான்.

“இந்தத் தோட்டமும் ஊரும் அதுகளோட பாதைல இருக்குது. இந்த யானைக காலங்காலமா இந்தத் தடத்துலதான் வாழ்ந்துட்டு இருக்கு. அதுகளுக்குப் பசியாற இருந்த எல்லாத்தையும் அழிச்சுட்டா அதுக எங்க போகும்? காட்டு மரமும் மூங்கிலுமாக் கிடந்த எடத்த எல்லாம் வெட்டி விவசாயம் பண்ண ஆரம்பிச்சிட்டாங்க. வேற வழியில்லாமதான் யான தோட்டத்துக்குள்ள இறங்குது. நாம இந்தக் காடும் மலையும் உருவான நாள்ல இருந்து இங்க இருக்கதால இதுகளுக்கு நாம ஒறவு மாதிரி. அதனாலதான் பணியன் குடிசைக்குள்ள ஒருநாளும் இறங்கறதில்ல. எல்லாத்துக்கும் மேல நம்ம காவலுக்கு கூளி இருக்கா. அவ காவல மீறி எந்த சீவராசியும் நம்ம பாடில இறங்காது.” பண்ட்டா அந்த இளைஞனுக்கு மட்டுமல்லாமல் அவரோடு நின்றிருந்த எல்லோருக்கும் சொல்வதைப்போல் சொன்னார். தாஸின் ஜீப் பெரும் சப்தமெழுப்பியபடி அங்கிருந்து கிளம்பிச் செல்ல, தோட்டத்திற்குள் ஓடிக்கொண்டிருந்த ஆட்களின் விசில் சத்தம் விடாமல் எதிரொலித்துக்கொண்டிருந்தது.

காற்றில் ஈரப்பதமேயில்லாமல் கடும் வெக்கை சூழ்ந்திருக்க, பண்ட்டா குடிசைக்கு வெளியே கோணியில் படுத்திருந்தார். காதைச் சுற்றிப் பறந்த ஈக்களைத் துண்டால் துரத்தி விட்டவர் கழுத்தைச் சுற்றி அடர்ந்திருந்த வியர்வையைத் துடைத்துக் கொண்டார். “பண்ட்டா, சிவென் கோயில் வரைக்கும் உடனே வா...” சத்தம் கேட்டு எழுந்தவர் சாலையில் ஒரு இளைஞன் அவசரகோலத்தில் நிற்பதைப் பார்த்தார். “எதுக்காம் கோயிலுக்கு?” என்றபடியே உடல் முழுக்க அப்பியிருந்த வியர்வையைத் துடைத்துக்கொண்டார்.

“மசினகுடில இருந்து கவர்மெண்ட் ஆபிசருங்கள்லாம் வந்திருக்காங்க.”

“என்ன காரியமா வந்திருக்காங்களாம்?”

“அதையெல்லாம் சொல்லல, பெரியவங்களக் கூட்டிட்டு வாங்கன்னு மட்டுந்தான் சொன்னாங்க. மளார்னு வா...” என்று சொல்லிவிட்டு அவருக்குக் காத்திராமல் அவன் கோயிலை நோக்கி நடந்தான்.

“‘நாலு மாசத்துக்கு ஒருக்கா சுத்திப் பாக்க வர்றதாட்ட வந்துட்டுப் போறதே இவிய்ங்களுக்கு வேலையாப் போச்சு..’ எனப் புலம்பியபடியே பண்ட்டா இடுப்பில் கட்டியிருந்த லுங்கியை அவிழ்த்து திருத்தமாய்க் கட்டிக்கொண்டார். தோளைச் சுற்றி துண்டை மட்டும் அணிந்துகொண்டு சிவன் கோயிலை நோக்கி நடந்தார். அவர் அங்கு செல்வதற்கு முன்பாகவே இளைஞர்கள் குழுமியிருந்தனர்.

“நீங்கதான் ஊர்ப்பெரியவரா?” என்று கேட்ட அதிகாரிக்கு “ஆமாங்க” என்றபடியே வணக்கம் சொன்னார்.

“உங்க பேரு?”

“பண்ட்டா...”

“சரிங்க... ஒரு நல்ல சேதியச் சொல்லிட்டுப் போகலாமுன்னுதான் வந்தோம். ரெண்டு மாசத்து முந்தி எம்.எல்.ஏ கிட்ட மனு ஏதோ குடுத்திருந்தீங்களாட்ட இருக்கு?”

“ஆமாங்க. ஆதிவாசிங்களுக்கு நிலப்பட்டா வேணும். எங்களுக்கு வேலைன்னு எதுவும் இல்ல, அதனால காட்டுக்குள்ள எப்பவும் போல தேனெடுக்கவும் விறகெடுக்கவும் அனுமதிக்கணும்னு கேட்டிருந்தோம்.”

அவர் சொன்னதைப் பொருட்படுத்தாதவராய் அதிகாரி தனக்குப் பின்னால் நின்றவரிடமிருந்து சில காகிதங்களை வாங்கினார்.

“அரசாங்கம் உங்களுக்கு ஏதாச்சும் ஒரு வகைல நல்லது பண்ணணும்னு முடிவு பண்ணி இருக்கு. உங்க கிராமத்தச் சேந்த இருபது குடும்பத்துக்கு மாடு குடுக்கப் போறாங்க...” என உற்சாகமாகச் சொன்னார்.

பணியர்கள் தங்களுக்குள் குழப்பத்தோடு பார்த்துக் கொண்டனர். தாங்கள் எதிர்பார்த்த எந்தக் கோரிக்கைகளையும் அவர்கள் பொருட்படுத்தியிருக்கவில்லை என்னும் ஏமாற்றத்தில் அவர்களின் முகங்கள் வாடிப்போயிருந்தன.

"ஏம்ப்பா இதுக்கு ஏன் எல்லாரும் இப்பிடி சோகமா நிக்கிறீங்க. ஒவ்வொரு மாடும் நாப்பாதாயிரம் அம்பதாயிரம் ஆகும். அதுமில்லாம நீங்க வாங்கற மாட்டுக்கு இன்சூரன்ஸ் வேற இருக்கு."

அவர்களை உற்சாகப்படுத்தும் விதமாய் அதிகாரி சத்தமாய்ச் சொல்ல,

"ஐயாமாருங்களே, எங்களுக்குன்னு நெலப்பட்டா இல்ல. கரண்டு இல்ல. அதுல எதையாச்சும் குடுக்கலாம். இந்த மாட்ட வெச்சு என்ன செய்றதுங்க?"

என பண்ட்டா தயக்கத்தோடு கேட்டார்.

"பெரியவரே ஒரே நாள்ல நீங்க கேக்கறதை எல்லாம் செஞ்சுர முடியுமா?"

"நாங்க ரெண்டு தலைமுறையா இதத்தாங்க கேக்கறோம்."

அதிகாரிகள் பண்ட்டாவின் பதிலால் எரிச்சலானார்கள். எல்லோருக்கும் பொறுப்பாயிருந்த அதிகாரி மேற்கொண்டு பேச்சை வளர்க்க விரும்பாமல், "இப்போதைக்கு என்ன ஒதுக்கி இருக்காங்களோ அதத்தான் நாங்க செய்ய முடியும். எங்ககிட்ட வெட்டி நாயம் பேசாம சொல்றத மட்டும் கேட்டுக்கங்க."

வெடுக்கெனத் தெறித்து விழுந்த அவரது சொற்கள் அங்கிருந்த இளைஞர்களின் ஆத்திரத்தைக் கிளப்பிவிட பண்ட்டாவிற்குப் பின்னாலிருந்த ஒருவன் "ஐயா நாங்க உங்ககிட்ட பிச்ச கேக்கல, எங்க உரிமையத்தான் கேக்கறோம். பல நூறு வருசமா இந்தக் காட்டுலயே இருக்கற எங்ககிட்ட இருந்து நெலத்தையெல்லாம் புடுங்கிட்டீங்க. இந்தக் காடும் மலையுந்தான் எங்க சொத்து, இப்ப என்னடான்னா நாங்க காட்டுக்குள்ள போனா குத்தம்னு கேஸப் போட்றீங்க. நேத்து வந்த எல்லாருக்கும்

இங்க சொந்த நிலம் இருக்கு, நாங்க வேத்து ஆளுக மாதிரி வாழ்ந்துட்டு இருக்கோம். அதுக்கு ஒரு வழி பண்ணச் சொல்லிக் கேட்டா, மாடு தரேன் ஆடு தரேன்னு ஒப்பேத்திட்டு இருக்கீங்க" என்று ஆவேசப்பட்டான். இந்தப் பையன்கள் தான் நினைத்ததைப்போல் விளையாட்டுத்தனமானவர்களோ பொறுப்பற்றவர்களோ இல்லையென பண்ட்டா உள்ளூர மகிழ்ந்தாலும் அந்தச் சூழலைச் சிக்கலாக்க விரும்பாதவராய் "ஏய் நீ சும்மா இரு... பெரியவங்க பேசிட்டு இருக்கம்ல..." என அவனை அமைதிப்படுத்தினார்.

"ஐயா தப்பா எடுத்துக்காதிங்க. நாங்க கேட்டது எதும் கெடைக்கலங்கற கோவத்துல தம்பி ஆத்திரப்பட்டுட்டான். நாங்க மாட்ட வாங்கிக்கிறோம். அதோட எங்க கோரிக்கையவும் கொஞ்சம் யாவகத்துல வெச்சுக்கிட்டு அதுக்கு ஏதாச்சும் ஒரு வழி பண்ணிவிடுங்க."

பண்ட்டா குரலைத் தாழ்த்தி அவர்களிடம் கேட்டுக் கொண்டார்.

"செரி செரி, உங்க கோரிக்கைய நாங்க அரசாங்கத்துக்கிட்ட சொல்றோம். நீங்க வார மாசம் இருபத்தியாறாம் தேதி மேட்டுப்பாளையம் வந்திருங்கப்பா..." என அதிகாரி கட்டளையிட,

"எது மேட்டுப் பாளையங்களா? அங்க இருந்து நாங்க எப்பிடிங்கய்யா மாட்ட இங்க கொண்டு வரமுடியும்?" என பண்ட்டாவும் வேறு சில பெரியவர்களும் புரியாமல் கேட்டார்கள்.

"அதையெல்லாம் நீங்கதான் பாத்துக்கணும். உங்களாட்டமே நிறைய ஊர்ல இருந்து ஆதிவாசிங்க வாராங்க. எல்லாருக்கும் தனித்தனியா அவங்க ஊர்ல போயி குடுக்க முடியுமா? அதனாலதான் ஒரே இடத்துல பெரிய நிகழ்ச்சியா நடத்தறாங்க."

என்ற அதிகாரி யாருக்கெல்லாம் மாடுகள் வழங்கப்பட உள்ளன என்கிற பெயர்ப்பட்டியலை பண்ட்டாவிடம் கொடுத்துவிட்டு ஒரு அறிக்கையில் கையெழுத்து வாங்கிக் கொண்டார்.

அதிகாரிகள் வந்த வாகனம் கோயிலிலிருந்து ஊரை நோக்கி விரைந்த சில நிமிடங்களுக்குப்பின் கூடியிருந்த பணியர்கள் தங்களது பாடியை நோக்கி நடந்தனர்.

“இவென் குடுக்கற மாட்ட வெச்சு நாம என்ன செய்றதாம்?' நம்ம வயித்துக்கே வழியக் காணாம். இதுல மாடு திங்கறதுக்கு நாம என்னத்தக் குடுக்கறது?” என ஒருவன் ஆத்திரத்தோடு கத்த, “ஏய் விட்றா காடு இருக்கு, மாட்ட மேய்க்கிறது என்ன பெரிய வேலையா? நாங்க உன் வயசுல இருந்தப்பல்லாம் மே மலைல இருந்து இங்க பட்டி போட்டிருந்த ஆக்களோட மாட்டத்தாண்டா மேச்சுட்டு இருந்தோம். ஒண்ணுமே இல்லாமக் கெடக்கறதுக்கு இந்த மாடாச்சும் இருக்கேன்னு சந்தோசப்படுவோம்” என பண்ட்டா சமாதானப்படுத்தினார். “இப்ப மேட்டுப்பாளையத்துல இருந்து மாட்ட எப்பிடி கொண்டாறது? அது என்ன பக்கத்துலயா இருக்கு?”

“நாளைக்கு யாராச்சும் ரெண்டு பேரு மசினிக்குடி போயி லாரிக்குப் பேசிட்டு வாங்க. ஊருக்கு நடக்கற நல்ல காரியமா நெனச்சுக்கிட்டு ஆளுக்குக் கொஞ்சமா செலவப் பாத்துக்குவோம்.”

“இப்பிடியே எல்லாத்தையும் சகிச்சுக்கிட்டுப் போறதாலதான் பண்ட்டா அவங்க நம்மள ஏமாத்திக்கிட்டே இருக்காங்க. மாட்டக் குடுக்கறவனுக்கு அத ஏத்திட்டுப் போற லாரிக்கு ரூவா குடுக்கணும்னு தோணியிருக்காதா?”

பண்ட்டாவுக்கு அவன் சொன்னபிறகுதான் இவையெல்லாம் உறைத்தது. “லாரிக்கு வாடக குடுத்துருங்கய்யா” எனக் கேட்காமல் தன்னைத் தடுத்தது எதுவென யோசித்தபடியே பேச்சற்றவராய் நடந்தார்.

8

காற்றில் ஈரப்பதமிக்க அந்நாளின் பிற்பகலில் ஷாஜி சுல்தான் பதேரியிலிருந்து கூடலூர் நோக்கி தனது இரு சக்கர வாகனத்தில் வந்துகொண்டிருந்தான். அப்பாவின் நினைவாய் பாதுகாக்கும் அந்த எஸ்.டி பைக்கின் சத்தம் கேட்டு சாலையில் செல்பவர்கள் சில விநாடிகள் அவனைத் திரும்பிப் பார்த்தார்கள். ஜெர்கின் அணியாத உடலில் குளிர் இறங்கியதால் கைகளில் ரோமங்கள் சிலிர்த்துக்கொண்டன. விறைத்துப்போன விரல்கள் மெல்ல நடுங்கத் துவங்கியபோது சாலையோரத்திலிருந்த தேநீர்க்கடையின் பக்கமாய் வண்டியைத் திருப்பினான். ஜீப்புகளும், கார்களும் கடைகளுக்கு முன்னால் வரிசைகட்டி நின்றிருக்க, தோதான இடத்தில் தனது பைக்கை நிறுத்தியவன், மரத்துப்போன உள்ளங்கைகளைச் சூடு பறக்கத் தேய்த்துக் கொண்டான். “சேட்டா ஒரு சாயா...” என்று சொல்லிவிட்டு தனது தோள்பையிலிருந்து ஷால் ஒன்றை எடுத்து கழுத்தைச் சுற்றிப் போட்டுக் கொண்டான். தேநீரைக் கையில் வாங்கியவன் தனது பைக்கில் சாய்ந்து நின்று அதைக் குடிக்கத் துவங்கியபோது அப்பாவும் இப்படித்தான் செய்வாரென நினைவுக்கு வந்தது. அப்பா! எத்தனை ஆகிருதியான மனிதர். ஷாஜி தோற்றத்தில் மட்டுமல்லாமல், நடவடிக்கைகளிலும் அவரையே பிரதிபலிப்பவனாக இருந்தான். அப்பா தேசாபிமானி

வார இதழின் தலைமை நிருபராக இருந்தவர். வயநாடு பழங்குடி மக்களின் போராட்டங்கள் குறித்தும், கேரளத்தின் முக்கியமான அரசியல் குற்றங்கள் குறித்தும் அவர் எழுதிய முக்கியக் கட்டுரைகளை இன்றைக்கும் நினைவில் வைத்துப் பேசுவோர் அனேகம். வீட்டின் மைய அறையில் மாட்டப்பட்டிருக்கும் எம்,டி வாசுதேவன் நாயரோடு அவர் எடுத்த புகைப்படம் எம்.டிவிக்கும் அப்பாவுக்குமான நெருக்கத்தின் சாட்சி. பத்திரிக்கையாளனின் ஆகப்பெரிய சம்பாத்யம் சமூகத்தில் கிடைக்கும் அவனுக்கான மரியாதை மட்டுந்தான். அந்த நிறைவோடும், தொடர் அலைச்சலால் தொற்றிக்கொண்ட வியாதிகளோடும் ஐம்பது வயதில் அவர் இறந்தபோதே அப்பாவைப் போல தானுமொரு பத்திரிக்கையாளனாய்த்தான் ஆகவேண்டுமென ஷாஜி உறுதியாய் இருந்தான்.

தேநீர் தந்த இதத்தோடு அங்கிருந்து கிளம்பியவனுக்கு இந்தப் பயணத்திலாவது தான் தேடிச் செல்வது கிடைத்துவிட வேண்டுமென்கிற தவிப்பு எழத் துவங்கியது. தேசாபிமானியில் அப்பாவிற்கு இருந்த மரியாதை அவனுக்கான வேலையையும் பெற்றுத் தந்திருந்தது. வயநாடு பகுதிக்கான செய்தியாளனாய் அவன் பணியில் சேர்ந்த ஒரு வருடத்திற்குப் பின்பாக கல்பட்டாவை அடுத்துள்ள பழங்குடி கிராமத்தைச் சேர்ந்த யுவதி ஒருத்தியைத் தேடும் அவளது பெற்றோர்களைப் பற்றிக் கேள்விப்பட்டான். பருவ வயதில் காணாமல் போகும் யுவதிகளைக் குறித்துச் சொல்லப்படும் எல்லாவிதமான வதந்திகளும் அவளுக்குச் சொல்லப்பட்டாலும் அவளது பெற்றோர்கள் அவற்றைத் துளியும் பொருட்படுத்தியிருக்கவில்லை. கல்பட்டா காவல் நிலையத்தில் புகார் கொடுத்ததோடு நிற்காமல் அவர்கள் அரசு அதிகாரிகள் ஒருவர் விடாமல் தேடிச் சென்று தங்கள் மகளைக் கண்டுபிடித்துத் தரச் சொல்லி மனு கொடுத்துக் கொண்டிருந்தார்கள். சில நாட்கள் விசாரணை மும்முரமாய் நடக்கும், வேறு பிரச்சனைகளின் தலையீடு வரும்போது இந்த வழக்கை அப்படியே விட்டுவிடுவார்கள். இந்தச் சூழலில்தான் தற்செயலாகப் பழங்குடி மக்கள் குறித்து ஒரு கட்டுரை எழுதுவதற்காக அந்தக் கிராமத்திற்குச் சென்ற ஷாஜியை அந்த

யுவதியின் பெற்றோர்கள் சந்தித்தார்கள். "எம் பொண்ணு காணாமப் போன நாள்ல இருந்து ஒவ்வொருத்தரும் ஒவ்வொரு விதமா சொல்றாங்க தம்பி. அவ இன்னும் கெடைக்கலையேங்கற வருத்தத்த விட, ஒரு வயசுப் பொண்ணு காணாமப் போனா அவ தப்பானவளாத்தான் இருப்பாங்கற இவங்களோட நெனப்புதான் ரொம்ப வருத்தமா இருக்கு. நீங்க ஊர்ல இருக்க நிறைய ஆளுகளோட தொடர்புல இருப்பீங்க. நீங்க நெனச்சா எங்களுக்கு உதவி செய்ய முடியும்." கையெடுத்துக் கும்பிட்டுக் கேட்டவர்களுக்கு மறுப்புச் சொல்வதற்கு அவனுக்கு மனமில்லை. அவர்கள் தந்த புகைப்படத்தைத் தனது அலைபேசியில் புகைப்படம் எடுத்துக் கொண்டவன் "எவ்ளோ சீக்கிரம் முடியுமோ அவ்ளோ சீக்கிரம் அவங்கள கண்டுபிடிக்கப் பாக்கறேன்," என நம்பிக்கையாய்ச் சொன்னான். விடைபெறுகையில் அப்பெண்ணின் தந்தை "அப்பறம் ஒரு முக்கியமான விஷயம், என் பொண்ணுக்குக் காது கொஞ்சம் சரியா கேக்காது. மெஷின் வெச்சிருப்பா." என்று சொன்ன தகவல்தான் அவனை அதன்பிறகு வெவ்வேறு ஊர்களுக்கு இழுத்துச் சென்றது.

கல்பட்டாவில் காணாமல் போன சிசிராவைத் தேடத் துவங்கிய ஷாஜி அடுத்த சில வாரங்களிலேயே வயநாட்டின் மலை கிராமங்களில் வெவ்வேறு ஊர்களில் இதுபோல் இளம் வயது யுவதிகள் காணாமல் போயிருப்பதைத் தெரிந்துகொண்டான். கடந்த ஆறேழு வருடங்களில் வெவ்வேறு காலகட்டத்தில் வெவ்வேறு ஊர்களில் இப்படி இளம் பெண்கள் காணாமல் போன சம்பவங்கள் நடந்திருப்பதைக் கண்டுபிடித்தபோது அதிர்ந்துபோனான். ஒவ்வொரு பெண்ணைக் குறித்தும் தனித்தனியாக விசாரித்து தகவல்களை சேகரித்தபோது அவர்கள் அத்தனை பேரும் ஏதோவொரு வகையில் உடல் ஊனமுற்றவர்களாய் இருப்பதைத் தெரிந்துகொண்டபோது இந்தப் பெண்கள் காணாமல் போனதற்குப் பின்னாலிருப்பது ஒரே ஆளாகத்தான் இருக்கவேண்டுமென்கிற முடிவிற்கு வந்தான். தான் சேகரித்த விவரங்களையெல்லாம் வைத்து அவன் எழுதிய கட்டுரை வெளியானபோது கேரள சமூகத்தில்

மிகப்பெரிய கொந்தளிப்புகள் உருவானது. "இந்தப் பெண்களைக் கடத்துகிறவனுக்கு ஒரு முக்கிய நோக்கம் இருக்க வேண்டும், தனது நோக்கத்தை நிறைவேற்றிக்கொள்ள இந்தப் பெண்கள் முக்கியத் தேவை என்பதை அறிந்ததால்தான் எந்தத் தடயங்களையும் எவரையும் கண்டுபிடிக்க முடியாதபடி கிராமங்களைச் சேர்ந்த பெண்களாகத் தேர்ந்தெடுத்துள்ளான். கடத்தல்காரன் ஒரு தனிநபராகவோ அல்லது கூட்டமாகவோ இருக்கலாம். மேலும் கடத்தப்பட்ட பெண்கள் அத்தனைபேரும் ஏதோவொரு வகையில் உடற் குறைபாடு கொண்டவர்கள் என்பதால் பாலியல் தேவைகளைத் தாண்டி வேறு ஏதோ நோக்கத்திற்காகக் கடத்தப்பட்டிருக்கலாம் என்றுதான் நம்பத் தோன்றுகிறது." தனது கட்டுரையின் மிக முக்கியமான பகுதியாய் இதனை எழுதியிருந்தான்.

ஷாஜி கூடலூரின் எல்லையில் நுழைந்தபோது தூரத்துக் குன்றுகளில் பனி இறங்கத் துவங்கியிருந்தது. வேலை முடித்து ஊர் திரும்புகிறவர்களைத் திணித்துக் கொண்ட பேருந்துகள் பெரும் சத்தத்தோடு நெடுஞ்சாலையில் விரைந்து கொண்டிருந்தன. பரபரப்பான நகரின் முக்கிய சந்திப்பிலிருந்து இடது புறமாகத் திரும்பியவன் காவல் நிலையத்துக்கு வழி கேட்டுச் சென்றான். மரங்களடர்ந்த பழைய கட்டிடமும் அதோடு சேர்ந்த புதிய கட்டிடமுமாய் காவல் நிலையம் இயங்கிக்கொண்டிருந்தது. ஸ்டேஷனுக்கு வெளியே பைக்கை நிறுத்தி உள்ளே சென்றவன் ஒரு கான்ஸ்டபிளை நெருங்கினான்.

"இன்ஸ்பெக்டரப் பாக்கணும் ஸார்."

"நீங்க யாரு? என்ன விஷயமாப் பாக்கணும்னு வந்திருக்கீங்க?"

"என் பேரு ஷாஜி. தேசாபிமானி மேகஸினோட ரிப்போர்ட்டர். ஸார் கிட்ட போன்ல பேசியிருந்தேன்."

"ஓ... ஒரு ரெண்டு நிமிசம் இருங்க. நான் அவருக்கு இன்ஃபார்ம் பண்றேன்."

கான்ஸ்டபிள் அங்கிருந்த மர பெஞ்சில் அவனை அமரச் சொல்லிவிட்டு உள்ளே சென்றார். பெஞ்சில் நான்கு

இளைஞர்களும் ஒரு முதியவரும் நெருக்கியடித்து அமர்ந்திருக்க, மிச்சமிருந்த சின்னஞ்சிறிய இடத்தில் அமர விரும்பாதவனாய் அப்படியே நின்றான். அமர்ந்திருந்தவர்களில் அவனை விடவும் இளையவனாய்த் தெரிந்த ஒருவன் “சேட்டா இரிக்கி...” என எழுந்து இடம் கொடுக்கப் போக “இல்ல... நீங்க உக்காருங்க...” என ஷாஜி சிரித்தான்.

“ஸார் வாங்க இன்ஸ்பெக்டர் கூப்டறாரு...” கான்ஸ்டபிள் அவனை அழைக்க, ஷாஜி தனது உடையைச் சரிசெய்து கொண்டு இன்ஸ்பெக்டரின் அறைக்குள் சென்றான். விசாலமான அறையில் திறந்திருந்த ஜன்னல்களின் வழியாய் மெல்லிய வெளிச்சம் விழுந்திருந்தது. “நமஸ்காரம் ஸார்” என்ற ஷாஜிக்கு பதில் வணக்கம் சொல்லிய இன்ஸ்பெக்டர் சிரித்தபடியே அமரச் சொன்னார். தனது தோள் பையைத் திறந்து குறிப்பிட்ட கட்டுரை வெளியாகி இருந்த தேசாபிமானி இதழை வெளியே எடுத்தான். பத்திரிகையைத் தன்னை நோக்கி நீட்டியவனைப் பொறுக்கச் சொன்ன விஜயன்,

“என்ன சாப்டறீங்க ஷாஜி? டீ? காஃபி?” எனக் கேட்க,

“ப்ளாக் டீ ஸார்.” என மென்மையாய்ச் சிரித்தான். அவர் தனது உதவியளரிடம் இரண்டு பேருக்குமாக ப்ளாக் டீ சொல்லிவிட்டுத் திரும்ப, பத்திரிகையில் குறிப்பிட்ட அந்தக் கட்டுரை வந்த பக்கத்தைப் பிரித்துக் காட்டினான். நிதானமாக வாங்கிய இன்ஸ்பெக்டர் “எனக்கு மலையாளம் பேசத் தெரியும் படிக்கத் தெரியாது...” என்றார்.

“இட்ஸ் ஓகே ஸார். அந்த ஆர்டிகிள், கடந்த ஆறேழு வருஷத்துல வயநாட் டிஸ்ட்ரிக்ட்ல காணாமப் போன சின்னப் பொண்ணுங்களப் பத்தி நான் இன்வஸ்டிகேட் பண்ணி எழுதினது.”

விஜயனின் கண்கள் கூர்மையாக பத்திரிகையின் பக்கங்களில் இருந்த யுவதிகளின் புகைப்படங்களை ஆராய்ந்தன.

“இந்தப் பொண்ணுங்க எல்லாருக்குமே வயசு பதினெட்டுக்குள்ளதான், அதுமில்லாம ஒவ்வொரு பொண்ணும்

ஏதோ ஒருவிதத்துல பிசிகலி சேலஞ்ச்ட்."

"ஓ மை காட்..."

என விஜயன் அவனை அதிர்ச்சியோடு பார்க்க "இந்தப் பொண்ணுங்களப் பெத்தவங்கள்லாம் தங்களோட பொண்ணுங்க எங்கியோ உயிரோட இருக்காங்கன்னு நம்பறாங்க. அப்பிடி இருக்கணும்னுதான் நானும் ப்ரே பன்றேன். ஆனா இந்தப் பொண்ணுங்கலாம் காணாமப் போகல, கடத்தப்பட்டிருக்காங்க. ஏன்னா எல்லாமே ஒரே பேர்ட்டன். டவுன்ல இருக்கற பொண்ணுங்கள டார்கெட் பண்ணாம, சின்ன கிராமங்கள்ல இருக்க பொண்ணுங்கள டார்கெட் பண்ணி இருக்காங்க."

விஜயன் பொறுமையிழந்தவராய் கையிலிருந்த தேசாபிமானியை மடித்து வைத்துவிட்டு "கமான் ஷாஜி இந்த கேஸ்ல நான் என்ன செய்யணும்னு சொல்லுங்க..." என பரபரத்தார்.

ஷாஜி தனது நோட்புக் ஒன்றை எடுத்து அவரிடம் காட்டினான். எந்த தேதியில் காணாமல் போனார்கள் என்கிற விவரமும் கடைசியாக அவர்கள் எங்கிருந்து காணாமல் போனார்கள் என்கிற விவரமும் குறிக்கப்பட்டிருந்தன. அடுத்த பக்கத்தைத் திருப்பியபோது ஒரு காரின் எண் எழுதப்பட்டிருந்ததைப் பார்த்த விஜயன் "இது ரெஜிஸ்ட்ரேஷன் கூடலூர் ஏரியாக்குள்ள வர்றதாச்சே..." என ஆச்சர்யமாகக் கேட்டார்.

"எஸ் ஸார். எனக்குக் கெடச்ச ஒரே லீட் இந்த வண்டி நம்பர் மட்டுந்தான். கடைசியா கல்பட்டாவுல காணாமப் போன சிசிரா இந்த ரெஜிஸ்ட்ரேஷன்ல இருந்த குவாலிஸ் வண்டில போனத சிலர் பாத்திருக்காங்க. அதும் கல்பட்டாவுல இல்ல, சுல்தான் பதேரில. அதுக்கு அப்றம் அவ என்ன ஆனான்னு தெரியல. கடத்தப்பட்ட பொண்ணுங்கள்லாம் ஏதோவொரு காரணத்துக்காக சுல்தான் பதேரிக்கு வந்திருக்காங்கறதும் இதுல முக்கியமான விஷயம். அதனால்தான் இந்த வண்டி நம்பர் யாரோடதுன்னு தெரிஞ்சுட்டா காணாமப் போன இந்தப் பொண்ணுங்களப் பத்தியும் ஏதாச்சும் தகவல் கெடைக்கும்னு வந்திருக்கேன்."

விஜயன் சிறிதும் தாமதிக்காமல் ஒரு ஹெட் கான்ஸ்டபிளை அழைத்தார்.

“முரளி, இந்த ரெஜிஸ்ட்ரேஷன்ல இருக்க வண்டி யாரோடதுன்னு இமிடியட்டா செக் பண்ணுங்க.” என பரபரக்க, கான்ஸ்டபிள் அவர் குறித்துக் கொடுத்த எண்ணை வாங்கிக் கொண்டு வெளியேறினார்.

௯

குன்றின் சரிவில் புதிதாகத் தயாராகியிருந்த நிலத்தில் தேயிலைச் செடிகளை நடுவதற்கான பணிகள் நடந்துகொண்டிருந்தன. உழப்பட்ட மண்ணில் ஆட்கள் கவனமாக செடிகளை நட்டுக்கொண்டிருந்தனர். மே ஜூன் மாதங்கள்தான் பொதுவாக தேயிலைச் செடிகளை நடுவதற்கான பருவம். இந்த வேலைகளைச் செய்வதற்கு அனுபவம் வாய்ந்த பணியாளர்களால் மட்டுமே முடியும். தோட்டத்தில் செடிகளை நடவு செய்து கொண்டிருப்பவர்கள் முப்பது நாற்பது வருடங்களுக்கு முன்னால் இலங்கையின் மலையகத்திலிருந்து புலம் பெயர்ந்து வந்தவர்கள். மூன்று நான்கு தலைமுறைகளாய் தேயிலைத் தோட்டங்களே உலகமென வாழ்ந்துகொண்டிருக்கும் அப்பாவி மக்கள்.

நடவு வயலில் நீண்ட காலம் பணியாற்றிய அனுபவத்தைப் பயன்படுத்தி 1.2★0.75 மீ இடைவெளியில் ஹெக்டருக்கு 10800 செடிகள் என்ற அளவில் செடிகளை நட்டுக்கொண்டிருந்தனர். நடவின்போது வேர்ப்பாகம் உடையாமல் இருக்க பாலித்தின் பைகளை நீள்வட்டத்தில் கிழித்து எடுக்க மறக்கவில்லை. நடுவதற்காக குச்சிகளைத் தேர்வு செய்தபோது நோயற்ற, நல்ல மகசூல் தரக்கூடிய வீர்யமான தாய்ச்செடியிலிருந்து மூன்று கணுக்களுடைய குச்சிகளை சாய்வாக வெட்டி

எடுத்து வந்திருந்தார்கள். 200 செண்டிமீட்டர் அடர்த்தி, 10 செண்டிமீட்டர் அகலம், 30 45 செண்டிமீட்டர் நீளமுள்ள பாலிதீன் பைகளைத் தேர்வு செய்து, பின் வடிகால் வசதிக்கு கீழ்பக்கத்தில் துளைகளிட்டு முக்கால் பாகத்திற்கு மணல் மற்றும் மண் கலவையினை 1 : 3 விகிதத்தில் நிரப்பியிருந்தனர். மீதமுள்ள பகுதியில் 1 : 1 மணல் கலவையினை நிரப்பி, நிழல் பகுதியில் பைகளை வரிசையாக அடுக்கி வைத்திருந்தனர். அடிக்கிற வெயிலில் நிலத்தில் நின்ற ஒவ்வொரு நொடியும் உடலின் ஆற்றல் வியர்வையாய்க் கரைந்துகொண்டிருந்தது.

பசியில் தளர்ச்சி கண்ட வேலையாட்கள் திரும்பி கெஸ்ட் ஹவுஸைப் பார்க்க, ராஜனும் தங்கமும் பணியாட்களுக்கான கஞ்சியை எடுத்து வந்துகொண்டிருந்தனர். அதிகாலையில் தேயிலை பறிக்க வருகிறவர்களுக்கும், தோட்டத்தில் பிற வேலைகளுக்காக வருகிறவர்களுக்குமான கஞ்சி. பெரிய எஸ்டேட்டுகளில் இதுபோன்ற வழக்கமில்லாமல் போனாலும் சிறிய அளவிலான தேயிலைத் தோட்டங்கள் வைத்திருப்பவர்கள் பணியாளர்களுக்கான காலை நேரக் கஞ்சியைத் தரத் தவறுவதில்லை. கால் கடுக்க நின்று தேயிலை பறிக்கிறவர்களுக்கு வெயில் உச்சிக்கு ஏறும்போதே பசியில் கிறக்கம் வந்துவிடும். பத்து மணிக்கு மேல் வரும் இந்தக் கஞ்சிதான் மிச்ச நேரம் வேலை பார்ப்பதற்கான வலுவைக் கொடுக்கும். ராஜனும் தங்கமும் கஞ்சி இருந்த பாத்திரத்தை எடுத்துக் கொண்டு சென்றனர். குன்றின் ஒரு பக்கத்தில் தேயிலை பறித்துக் கொண்டிருந்தவர்களுக்கு தங்கம் கஞ்சியைக் கொடுக்க, நடுவிலிருந்த ஆட்களுக்கு ராஜன் கஞ்சியைக் கொடுத்தான்.

தேயிலை பறிப்பதில் நிறைய சூட்சுமமுண்டு. முழுமையாக இலையைப் பறிக்காமல் இலையரும்பையும், அதற்கு அடுத்திருக்கும் இளம் இலைகளையும் மட்டுமே கொய்ய வேண்டும். தேயிலை பறிக்கிறவர்கள் ஒரே வரிசையில்தான் பறித்துச் செல்வார்கள். ஒருமுறை பறித்த வரிசையில் திரும்பவும் இலை அரும்பும் வரை வராமல் வெவ்வேறு பக்கங்களில் இதேபோல் வரிசையாய்ச் சென்று பறிப்பார்கள். பறித்த

தேயிலைகளை எடைபோட்டு மூட்டை ஏற்றும் வேலையை ராஜனும் தங்கமும் பார்த்துக்கொள்வார்கள். இரண்டு நாட்களுக்கு ஒருமுறை ஃபேக்டரியிலிருந்து வரும் பிக்கப் வாகனம் மூட்டைகளை எடுத்துச் செல்லும். இரண்டு வாரங்களுக்கு ஒருமுறை திருப்பூரிலிருந்து வரும் முதலாளி வேலைகளைப் பார்வையிட்டுச் செல்வார். திருப்பூரில் பெரிய மில்கள் அவருக்கிருந்தாலும் தாத்தா காலத்திலிருந்து பராமரிக்கும் எஸ்டேட் என்பதால் அவர் வீட்டிலிருந்த எல்லோருக்கும் இந்த கெஸ்ட் ஹவுஸின் மீது தனித்த அக்கறையுண்டு. இந்த தேயிலைத் தோட்டத்தின் வருமானத்தில்தான் முதலாளியின் தாத்தா திருப்பூரில் முதல் மில்லைத் துவங்கினார். அந்தப் பிடிப்புதான் எஸ்டேட்டைச் சுற்றி நிறைய இடங்களை விலைக்கு வாங்க அவர்களைத் தூண்டியது. வெண்ட் வொர்த்தைச் சுற்றி உதிரியாக இருந்த நிலங்களைக் கவனித்து இவர்களுக்கு விலைக்கு வாங்கிக் கொடுப்பதற்கென்றே சேரம்பாடியில் சில தரகர்களிருந்தனர்.

தேயிலையைப் பயிரிடுவதைப் போலவே பராமரிப்பதும் சிரமமானது. செடியை நட்ட மூன்று ஆண்டுகளுக்குப் பிறகுதான் தேயிலை இலைகள் அறுவடைக்கு வரும். 10-12 நாட்கள் இடைவெளியில் வளரும் மொட்டுகளுடன் கூடிய இரண்டு இலைகளை அறுவடை செய்ய வேண்டும். காய்ந்த, நோய் தாக்கிய இலைகளை ஏப்ரல் மே மாதத்தில் தவறாமல் கவாத்து செய்தாக வேண்டும். கோடை காலங்களில் செடிகள் காயாதவாறு நீர்ப்பாசனம் செய்வது அவசியம். பருவமழை ஆரம்பித்த பின்னர் தண்டுப்பகுதிக்கு அருகில் உரமிடவேண்டும். செடியை நட்டபின் முதல் வருடத்தில் எக்டருக்கு 180 கிலோ உரத்தையும் இரண்டாம் வருடம் 240 லிருந்து 360 கிலோ உரத்தையும் மூன்றாம் வருடத்தில் 300 முதல் 400 கிலோ உரத்தையும் தெளிக்க வேண்டும். தவறும் பட்சத்தில் செடிகளை பூச்சிகள் அரிக்கத் துவங்கிவிடும்.

ராஜன் தன்னைத் தேயிலைக் காட்டின் சூழலுக்கு வெகு விரைவாகப் பழக்கப்படுத்திக் கொண்டிருந்தான். புதிய இடமும் மனிதர்களும் பழைய நினைவுகளை மறக்க வைத்திருந்தனர்.

இங்கு வேலைக்கு வருகிறவர்களில் பாதிப்பேர் மலையாளிகள், இன்னும் பாதிப்பேர் மலையகத்திலிருந்து புலம் பெயர்ந்து வந்தவர்கள். மலையாளப் பணியாளர்கள் எஸ்டேட்டை ஒட்டிய கிராமங்களிலும் தமிழ் ஆட்கள் எஸ்டேட்டின் பராமரிப்பிலிருந்த வளவிலும் குடியிருந்தனர். முழுதாக இருள் விலகாத காலை நேரங்களில் வளவிலிருந்து எதிரொலிக்கும் பாட்டுச் சத்தத்தோடுதான் அந்த எஸ்டேட் கண் விழிக்கும். குன்றை அடுத்ததாக இருக்கும் பள்ளத்தாக்கை நோக்கிச் செல்லும் சாலையில் ஒரு பகவதியம்மன் கோவிலுண்டு, தமிழர் மலையாளியென எந்தப் பாகுபாடுமில்லாமல் சென்று வணங்குவர். முதிர்ந்த ஆலமரமொன்று கோயிலின் மீது வெயில் விழாதபடி முழுமையாய் மூடியிருக்கும். அந்தக் கோயில் எப்படி அந்தப் பகுதியின் முக்கியமான அடையாளமோ, அதேபோல் வளவிலிருந்த மாரியம்மன் கோயிலும் முக்கியமானதொரு அடையாளம். இந்த எஸ்டேட்டும் மலையுமே உலகமென வாழும் அந்த மக்களுக்குள் எந்தப் பாகுபாடும் இருப்பதில்லை. அவர்களோடு நெருங்கிப் பழக ராஜனுக்கு நீண்டகாலம் பிடிக்கவில்லை. வயது வித்தியாசத்தைப் பொறுத்து அக்கா, அம்மா, அண்ணன், மாமா என எல்லோரையும் உறவு வைத்து அழைத்ததாலேயே அவர்கள் இவனை வேற்று ஆளாய்ப் பார்த்திருக்கவில்லை. இதற்கு முன்னிருந்தவர்கள் வேலையாட்களிடம் கடுமைகாட்டுகிறவர்களாகவும், வாய்ப்புக் கிடைக்கிற நேரங்களில் அத்துமீறுகிறவர்களாகவும் இருந்ததால் அவர்களுக்கு வெளியாட்களிடம் நெருங்கிச் செல்ல வேண்டாமென்கிற எச்சரிக்கையுணர்வே இருக்கும். வெரசமில்லாமல் சிரிப்புக் காட்டவும், முகம் மலர சிரித்துப் பேசவும் முடிகிற ராஜனை எல்லோரும் இணக்கமாகவே பார்த்தார்கள்.

“வெவரமான பயலா இருக்க, நல்ல வேலைக்குப் போயிருக்கலாம்ல ப்பா.. இந்த எஸ்டேட்ல என்னத்தக் கத்துக்கிட்டு உன் வாழ்க்கைக்கு என்ன கெடச்சிரப் போகுது?” என யாராவது அக்கறையோடு கேட்டால், “எதுவுமே கெடைக்காட்டியும் பரவால்ல, கொஞ்ச காலத்துக்கு இந்த

மலையவும் எஸ்டேட்டையும் தெரிஞ்சுக்கிட்டுப் போறேன்." என்று சிரிப்பான்.

தங்கத்திற்கு ராஜன் எல்லோருடனும் நெருங்கிப் பழகுவதில் விருப்பமில்லை. தன் தரத்தைக் குறைத்துக் கொள்கிறானென அவ்வப்போது எரிச்சல்படுவான்.

"வேலைக்கு வர்றவங்க கிட்டல்லாம் அளவா வெச்சுக்கனும் ராஜா, இல்லன்னா நம்மல ஏறி மேஞ்சுடுவாங்க..."

என அவன் அனத்துவதைக் கேட்கப் பிடிக்காமல் ராஜன் வேலையில்லாத மாலை நேரங்களில் வளவுகளிலிருக்கும் ஆட்களோடு கதை பேசப் போய்விடுவான். கட்டங்காப்பியோடு நீளும் அந்த இரவுகளின் கதைகள் முடிவற்று நீளும். இரண்டு ஆயுளுக்குச் சொல்வதற்கான கதைகள் அவர்களிடமிருந்தது என்றால் அந்தக் கதைகளைக் கேட்கும் பொறுமை ராஜனுக்கிருந்தது. உலகையும் வாழ்வையும் தெரிந்து கொள்ள விரும்பும் சிறுவனின் ஆர்வத்தோடு அவன் ஏராளமாய் அவர்களிடம் கேள்விகளைக் கேட்பான். வங்காள விரிகுடாவின் அலைகளுக்குத் தப்பி இலங்கையின் மலைக்காட்டிற்குள் பஞ்சப் பராரிகளாய் அலைந்து தோட்டத்து வேலைகள் செய்ய நிர்ப்பந்திக்கப்பட்ட அவர்களது முன்னோர்களின் கதையைக் கேட்க ராஜனுக்கு கண்ணீர் முட்டும். அந்த வளவிலிருந்த ஒவ்வொருவரிடமும் கடந்த காலத்தின் துயர் நிரம்பிய கதைகளிருந்தன. அந்தக் கதைகள் தான் அவர்களின் மீதான நேசத்தையும் மரியாதையையும் ராஜனுக்கு அதிகப்படுத்தியது. முருகன், கருப்பு, முனியாண்டி, ஆறுமுகம் என அண்ணன்களும், சுமதி, மதி, காந்தி என அக்காக்களும் புதிய உறவுகளாய் அவனை அரவணைத்திருந்தனர். தன்னைப்பற்றி எதையுமே சொல்லிக் கொள்ளாதபோதும் அவனுக்குள் விலக்க முடியாத துயரமிருப்பதை எல்லோருமே புரிந்துகொண்டிருந்தனர்.

முருகனுக்குக் கொஞ்சம் கைவைத்தியம் தெரியுமென்பதால், மாலை நேரத்தில் வளவில் யாருக்கேனும் தலைவலி, உடல்வலி என்றால் அவனைத் தேடி வருவார்கள். எல்லோரின் வாழ்வையும் உள்ளும் புறமாய் அறிந்தவன் என்கிற வரையில்

அந்த வளவின் கதையை அறிந்தவன் அவன் மட்டுந்தான். மனைவியை இழந்து தனித்து வாழும் அவன்தான் ராஜனுக்கு பேச்சுத்துணை.

"உங்களுக்கு பூர்வீகம் எந்த ஊருண்ணா?"

"எங்களுக்கு பூர்வீகம் புதுக்கோட்டப் பக்கத்துல ஆலங்குடி தான் தம்பி. நாங்க மட்டுமில்ல, இந்தப் பக்கத்து எஸ்டேட்ல எங்கள மாதிரி சிலோன்ல இருந்து வந்த முக்காவாசிப்பேருக்கு புதுக்கோட்ட பக்கந்தான் பூர்வீகம். தாத்தா காலத்துல, தாத்தாவோட அப்பா காலத்துல கங்காணிக எங்கள படகுல ஏத்தி சிலோனுக்குக் கூட்டிப் போனாக. அந்த மலக்காட்டுக்குள்ள ரப்பர் தோட்டத்துலயும் தேயிலத் தோட்டத்துலயும் நாங்க பட்ட பாடெல்லாம் சொல்லி மாளாது. இந்திராகாந்தியம்மா காலத்துல ஏதோ நல்லது செய்றம்னு அங்க இருந்து எங்கள இங்க கூட்டியாந்தாங்க. ஆனா ஒரு மயிரும் மாறல. அதே தேயிலக்காடு... குளிரு... அட்டப்பூச்சி கடி, பசி... வாயிக்கும் வயித்துக்கும் இல்லாமதான் வாழ்க்க ஓடுது."

"அந்த நாட்லருந்து இங்க வர்றப்பயே நீங்க எஸ்டேட் வேணாம்னு சொல்லிப் போயிருக்கலாம் ல..."

"கவர்மெண்ட்டு விடலையே... அதுமில்லாம பொறந்ததுல இருந்து எஸ்டேட் வேலக்கி மட்டுமே பழகிட்டு வேற வேலைக்கிப் போறதுன்னா எப்பிடிப் போறது? "

"இங்க வந்தும் இவ்ளோ கஷ்டப்படறதுக்கு அங்கியே இருந்திருக்கலாமே?"

"அங்க நாங்க இருந்த வரைக்கிம் எஸ்டேட் வேலக்காரங்களாத்தான் இருந்தோம். எங்களுக்குன்னு குடியுரிம இல்ல. அந்த ஊர்ல இருக்க நம்ம தமிழ் ஆளுங்களே எங்களத் தோட்டக்காட்டான்னு கேவலமாத்தான் சொல்லுவாங்க. கஷ்டமோ நஷ்டமோ இந்த நாட்ல நாங்க குடிமக்களா இருக்கோம்."

வலிகள் மரத்துப்போனபின் கண்ணீர்த் துளிகள் அர்த்தமற்றுப் போய்விடுமென்பதை முருகன் பேசும்போதெல்லாம் ராஜன் உணர்ந்து கொள்வான்.

10

போலிஸ் ஸ்டேஷனுக்கு எதிரிலிருந்த தேநீர்க்கடையில் ஷாஜி ஒதுங்கி நின்றான். ஸ்டேஷனின் பரபரப்பு ஒருவித ஒவ்வாமையை உருவாக்கியிருந்தது. கையிலிருந்த கட்டன் சாயாவில் நீலகிரி தேயிலைகளுக்கேயான தனித்துவமான சுவை. சூட்டோடு ஒவ்வொரு மிடறாய் அருந்தியவன் ஸ்டேஷன் வளாகத்தில் சண்டையிட்டுக் கொண்டிருந்த இளம் தம்பதிகளைப் பார்த்துக்கொண்டிருந்தான். திருமணம் முடிந்து பதினைந்து நாட்களுக்குள் இருவீட்டாருக்கும் சண்டை. வீட்டில் அடித்துக் கொண்டது போதாதென போலிஸ் ஸ்டேஷனில் வந்து மல்லுக்கட்டிக் கொண்டிருந்தார்கள். தேநீரைக் குடித்துவிட்டு ஸ்டேஷனிலிருந்து கீழே இறங்கும் சாலையில் சிறிது தூரம் நடந்தான். இருபுறங்களிலும் மரங்களடர்ந்த நெரிசலான சாலை. அரசு அலுவலகங்கள், கடைகளென எல்லா இடங்களிலும் கூட்டம் நிரம்பி வழிந்தது. அந்தச் சாலைக்கு சற்றும் தொடர்பே இல்லாமல் ஒரு மரத்தடியில் சாமியார் ஒருவர் அமர்ந்திருக்க, அவரைச் சுற்றிச் சிலர் பவ்யமாய் நின்றுகொண்டிருந்தார்கள். சாமியாருக்கு மெலிந்த தேகம், கழுத்துவரை நீண்ட தாடி. எதிரில் நின்றிருந்தவர்களைப் பொருட்படுத்தாமல் எங்கேயோ பார்த்துக்கொண்டிருந்தார். அந்தச் சூழலுக்குச் சற்றும் பொருத்தமில்லாத அவர்களைக் கண்ட சுவாரஸ்யத்தில் ஷாஜி ஓர் ஓரமாய் நின்று கவனிக்கத் துவங்கினான். சாமியாரின்

உத்தரவுக்குக் காத்திருப்பதைப்போல் நின்றிருந்த ஆட்களுக்கு தங்களை மற்றவர்கள் கவனிப்பார்களோ என்கிற தயக்கம் இருப்பதாகத் தெரியவில்லை. நடைபாதையில் பனிக்குல்லா விற்றுக் கொண்டிருந்த ஆள் ஷாஜி சாமியாரையே பார்ப்பதை வைத்தகண் வாங்காமல் கவனித்தார்.

“தம்பி, அவர வெறிக்க வெறிக்க பாக்காதிங்க. திடீர்னு எந்திரிச்சி அசிங்க அசிங்கமா பேசுவாரு...”

“சாமியாரு அசிங்கமா பேசுவாரா...”

“ஆமா.. அவரு எப்ப யாருகிட்ட என்னமாதிரி பேசுவாருன்னு யாருக்கும் தெரியாது. யார்கிட்டயாச்சும் பேசணும்னு தோணுனா மட்டுந்தான் பேசுவாரு. மத்தபடி இப்படியேதான் உக்காந்திருப்பாரு...”

“ஓ... சாமிக்குப் பேரு எதும் இல்லயா?”

“பிஸ்கட் சாமி...”

“எது பிஸ்கட் சாமியா?”

“ஆமா... சாமி எதும் சாப்பிட மாட்டாரு. பிஸ்கட் மட்டுந்தான். யார் காசு குடுத்தாலும் வாங்கவும் மாட்டாரு, வர்றவங்க பிஸ்கட் மட்டும் வாங்கிட்டு வந்து பாப்பாங்க.”

ஷாஜி திரும்பி சாமியாரைக் கவனிக்க அவருக்கு முன்னால் பிஸ்கெட் பாக்கெட்டுகள் அடுக்கிவைக்கப்பட்டிருந்தன. கூட்டத்தில் நின்றிருந்தவர்களில் ஒருவன் பேப்பர் கப்பில் தேநீர் வாங்கி வந்து அவருக்கு முன்னால் வைத்தான்.

“நான் உங்கிட்ட கேட்டனாடா மயிரு...”

ஆவேசமாக சத்தம்போட்டபடியே தேநீர் இருந்த கப்பை தள்ளிவிட்டு எழுந்து நடந்தார்.

“ஊர்ல இருக்கவன்கிட்ட எல்லாம் அடிச்சுப் புடுங்கி காசு சேத்துட்டு பாவத்துக்கு பழி ஏத்துக்காம தப்பிக்க மட்டும் என்னயத் தேடி வர்றது...”

நின்று அவனைத் திரும்பிப் பார்த்தவர் ‘எத்தன பேர் வயித்துல அடிச்சு உடம்ப வளத்திருப்ப... இந்த உடம்பு அழுகிதாண்டா

சாவ நீ.. த்தூ...” சாமியார் திரும்பிப் பார்க்காமல் வேறுபாதையில் நடந்தார்.

மரத்தடியில் நின்றிருந்தவர்கள் அவமானத்தோடு தலையைக் குனிந்துகொள்ள சாலையில் நின்றிருந்த எல்லோரும் அவர்களை வேடிக்கை பார்த்தபடி கடந்து சென்றனர். ஷாஜி மரத்தடியை நெருங்கிச் சென்று சாமியார் அமர்ந்திருந்த இடத்தை தனது மொபைலில் படம் எடுத்துக் கொண்டான். விசுவாசத்தோடு மரத்தைச் சுற்றிக்கொண்டிருந்த நாய்கள் சாமியார் சென்ற திசைபார்த்து குரைத்துக்கொண்டிருக்க, ஷாஜியின் மொபைல் ஒலித்தது. எடுத்துப் பார்த்தான் இன்ஸ்பெக்டர்தான் அழைத்திருந்தார்.

“ஸார்?”

“உடனே ஸ்டேஷன் வாங்க.”

“ஷ்யூர்...”

இணைப்பைத் துண்டித்துவிட்டு ஷாஜி வேகமாக ஸ்டேஷனை நோக்கி நடந்தான். இளம் தம்பதியின் சண்டை ஓய்ந்து அவர்களின் குடும்பத்தினரின் சத்தம் அதிகரித்திருந்தது.

“சத்தம் போடாதிங்கய்யா யோவ்...” ஒரு போலிஸ்காரர் எரிச்சலோடு கத்திவிட்டுச் சென்றதையும் பொருட்படுத்தாமல் மணப்பெண்ணின் தாயார் “என் புள்ள ராணி மாதிரி வளந்தவ, அவளப்போயி அந்தவேல செய்யி இந்தவேல செய்யின்னு சொல்லுவியா?” எனக் கத்த மணமகனின் தாயார் எரிச்சலோடு “ராணி மாதிரி இருந்தா வீட்டுக்குள்ளயே வெச்சுக்க வேண்டியதுதான, எதுக்கு கட்டிக் குடுத்து அனுப்பற?” எனத் திட்டினார். முதலில் திட்டிவிட்டுப் போன போலிஸ்காரர் திரும்பி வந்து “அறிவில்லையா உங்களுக்கெல்லாம். சொல்ல சொல்லக் கேக்காம கத்திக்கிட்டு இருக்கீங்க. பேசாம நில்லுங்க. இல்லன்னா மொத்தமா எல்லார் மேலயும் ஒரு கேஸப் போட்டு உள்ள தள்ளிவுட்றுவோம்...” என இரைய, அந்தக் கூட்டம் அமைதியானது. ஷாஜி அவர்களைக் கவனித்தபடி இன்ஸ்பெக்டரின் அறைக்குள் நுழைந்தான்.

நாற்பது வயது மதிக்கத்தக்க ஆளொருவர் இன்ஸ்பெக்டரின் அறையில் காத்திருக்க, ஷாஜி அவரையும் இன்ஸ்பெக்டரையும் கவனித்தார்.

“ஷாஜி நீங்க சொன்ன வண்டி இவரோடதுதான். முனியப்பன். மரக்கட வெச்சிருக்காரு...”

இன்ஸ்பெக்டர் சொல்லிமுடிக்க, முனியப்பன் ஷாஜிக்கு வணக்கம் சொல்லிவிட்டு ஒரு காகிதத்தை நீட்டினான். ஷாஜி ஆர்வத்தோடு காகிதத்தை வாங்கிப் பார்த்தான்.

“வண்டி என்னோடதுதான் ஸார், அனா ஒன்றர வருசத்துக்கு முன்னயே காணாமப் போயிருச்சு, அப்பவே கம்ப்ளைண்ட் குடுத்திருந்தேன். இன்ஸ்பெக்டர் ஸார் புதுசா வந்திருக்கதால அவருக்குத் தெரியல போல...”

ஷாஜி தன் கையிலிருந்த முதல் தகவல் அறிக்கையினைப் பார்த்துவிட்டு ஏமாற்றத்தோடு அவரிடமே திருப்பிக் கொடுத்தான்.

“பொதுவா இந்த ஏரியால திருடற வண்டிய வேற எங்கியாச்சும் எடுத்துட்டுப் போயி வித்திருவாங்க. ஆனா உங்க வண்டிய பக்கத்துல எங்கியோ ஒளிச்சு வெச்சு யாரோ ஒருத்தன் அத க்ரைமுக்கு யூஸ் பண்றான்னா உங்க மேல ஏதாச்சும் பெர்சனல் வெஞ்சன்ஸ் இருக்கலாம்.”

ஷாஜி ஐயத்தோடு சொல்ல, மரக்கடைக்காரர் அச்சத்தோடு இன்ஸ்பெக்டரைப் பார்த்தார்.

“ஸார் நான் எந்த தப்புத் தண்டாவுக்கும் போற ஆள் இல்ல. எனக்கு யாரு ஸார் எதிரிங்க இருக்கப் போறாங்க...?”

“முனியப்பன் நீங்க பயப்பட வேணாம். எந்தப் பிரச்சனையும் வராம நான் பாத்துக்கறேன்.”

இன்ஸ்பெக்டர் ஆறுதல் சொன்னாலும் முனியப்பனுக்கு பதற்றம் அடங்கியபடி இல்லை. அவரை மேலும் அச்சுறுத்த விரும்பாமல்,

“நீங்க வீட்டுக்குப் போங்க, இதுக்கு அப்றம் ஸ்டேஷனுக்கெல்லாம் வரவேணாம். உங்க வண்டிய சீக்ரமே கண்டுபிடிச்சிடலாம்...”

முனியப்பன் நம்பிக்கையே இல்லாமல் “சரிங்க ஸார்’ என்று சொல்லிவிட்டு அங்கிருந்து வெளியேறினார். ஷாஜி ஏமாற்றத்தோடு இன்ஸ்பெக்டரைப் பார்க்க “ஷாஜி இது ரொம்ப காம்ப்ளீகேட்டடான இஷ்யூவா இருக்கு. மூணு ஸ்டேட் பார்டர்ல இருக்க ஊர் இது... குற்றவாளி எந்தப் பக்கத்துல இருந்து வேணும்னாலும் உள்ள வந்துட்டு எந்தப் பக்கத்துல வேணும்னாலும் எஸ்கேப் ஆகிடலாம். அதனால முடிஞ்சவர இத நாம சீக்ரெட்டா இன்வஸ்டிகேட் பண்ணணும். உங்களோட சோர்ஸ யூஸ் பண்ணி நீங்களும் தகவல் திரட்டுங்க. நான் பெர்சனலா இந்த நெட்வொர்க் ல யாரெல்லாம் இருக்காங்கன்னு இன்வஸ்டிகேட் பன்றேன்... எல்லாத் தகவல்களையும் நாம ஷேர் பண்ணிக்குவோம். இந்தக் கடத்தல் கும்பலோட பேட்டர்ன கவனிச்சா அவங்க அவ்ளோ ஈசியா இந்த வேலைய நிறுத்தற ஆட்கள் மாதிரி தெரியல. அதனால அடுத்த பொண்ணு காணாமப் போறதுக்கு முன்ன நாம அவங்கள புடிக்கனும்”

“எஸ் ஸார். காணாமப்போன பொண்ணுங்களுக்கு என்ன ஆச்சுன்னு தெரியாதவரைக்கும் எனக்குத் தூக்கம் வராது. பொண்ண தேடிட்டு இருக்கற பெத்தவங்களுக்கு கண்டுபிடிச்சுக் குடுப்பேன்னு சத்தியம் பண்ணி இருக்கேன். அதக் காப்பாத்திடனும்.”

உணர்ச்சிவசப்பட்டுவிடக் கூடாதென்கிற எச்சரிக்கையோடு ஷாஜி அவரோடு பேசுவதை நிறுத்திவிட்டு இன்ஸ்பெக்டருக்கு விடைகொடுத்துவிட்டுக் கிளம்பினான்.

விஜயன் வெவ்வேறு ஊர்களில் பணியிலிருந்திருக்கிறார். கொலை திருட்டு கற்பழிப்பென எத்தனையோ வழக்குகளைத் திறமையாகக் கையாண்ட அனுபவமுண்டு. ஆனால் இந்த ஊருக்கு வந்த சில நாட்களிலேயே மர்மமான வழக்குகள் தன்னைச் சூழ்ந்திருப்பதை நினைத்துக் கவலையுற்றார். ராஜனின் கொலையின் பின்னணியிலிருந்த மர்மங்களே

இன்னும் விலகாத சூழலில் கடத்தப்பட்ட இளம்பெண்கள் என்னவானார்களென்கிற கேள்வி அவரை அரிக்கத் துவங்கியிருந்தது. திருடப்பட்ட முனியப்பனின் வாகனம் குறித்து சுற்று வட்டாரப் பகுதியிலிருந்த காவல் நிலையங்களுக்கு ரகசிய உத்தரவு பிறக்கப்பட்டிருந்தது.

“விஜயன், அந்த ராஜன் கேஸ ஏன் முன்னும் முடிக்காம வெச்சிருக்கீங்க?” எஸ்.பி அலுவலகத்திலிருந்து தொடர்ந்து நெருக்கடி வந்துகொண்டிருந்தது. விஜயன் முடிந்தவரை ராஜனின் மரணத்தை ரகசியமாக விசாரிக்க நினைத்து தோற்றுப்போனார்.

“ஸார் ராஜனோடது டைகர் அட்டாக் இல்ல, மர்டர்.”

“விளையாடறீங்களா விஜயன்? ஃபாரஸ்ட் கார்ட் வந்து செக் பண்ணி டைகர் அட்டாக்தான்னு கன்ஃபார்மும் பண்ணி இருக்காங்க. காம்பன்சேஷனும் குடுத்திருக்காங்க. நீங்க எத வெச்சு டைகர் அட்டாக் இல்லன்னு சொல்றீங்க.?”

“போஸ்ட் மார்ட்டம் ரிப்போர்ட் பொய் சொல்லாது ஸார்.”

எஸ்.பி க்கு குழப்பமாக இருந்தது. இரண்டு டிப்பார்ட்மெண்ட்கள் சம்பந்தப்பட்ட இதுபோன்றதொரு பிரச்சனையை இதற்கு முன்னால் அவர் எதிர்கொண்டதில்லை.

“ஃபாரஸ்ட் கார்ட் ஏன் பொய் சொல்லணும்?”

“அதையும் கண்டுபிடிக்கத்தான் ஸார், இந்த கேஸப் பத்தி யார்கிட்டயும் ஷேர் பண்ணிக்காம நானே என்கொயரி பண்ணிட்டு இருக்கேன்.”

“சரி நீங்க சொல்ற மாதிரியே மர்டர்னு வெச்சுக்குவோம், கொலைக்கு என்ன மோடிவ்? ஏன் அங்க வெச்சு கொல பண்ணனும்? அதும் புலி அட்டாக் பண்ண மாதிரி ஏன் இதச் செய்யணும்?”

“மோடிவ் என்னன்னு தெரியல ஸார். ஆன கொல செஞ்சவன் ஒரு அப்நார்மலான ஆள்னு மட்டும் உறுதியா சொல்ல முடியும், அதோட குற்றவாளிக்கு க்ரைம் புதுசு இல்ல. தான் செய்றத

யாரும் கண்டுபிடிச்சிரக் கூடாதுன்னு தெளிவா ப்ளான் பண்ணி செய்யக் கூடிய அளவுக்கு க்ளவரான க்ரிமினல் தான்."

எஸ்.பி விஜயனை நன்கறிந்தவர். எந்தவொன்றிலிருந்தும் எளிதில் பின்வாங்காத பிடிவாத குணம் கொண்ட விஜயன் ராஜனின் மரணத்திற்கு பதில் கிடைக்கும்வரை ஓயப்போவதில்லை என்பது அவருக்கு புரிந்தது.

"ஓகே, இந்த கேஸ்ல என்ன லீட் கெடச்சாலும் உடனே எனக்கு அப்டேட் பண்ணுங்க. ரிப்போர்ட்ஸ நாம ஃபாரஸ்ட் டிப்பார்ட்மெண்ட்டுக்கும் குடுக்கணும் விஜயன். ஸோ நிறைய டைம் எடுத்துக்காதிங்க."

"ஷ்யூர் ஸார். "

எஸ்.பியின் அனுமதி கிடைத்துவிட்டதில் விஜயனுக்கு நிம்மதியாய் இருந்தது. ஸ்டேஷனுக்குத் திரும்பும் வழியில் சேரம்பாடி எஸ்.ஐ யிடமிருந்து அவருக்கு அழைப்பு வந்தது.

"சொல்லுங்க ஜெகதீஸ்"

"காணாமப் போன முனியப்பனோட வண்டியப் பத்தி ஒரு தகவல் கெடச்சிருக்கு ஸார்..."

"என்ன சொல்றீங்க ஜெகதீஸ்? "

"க்ளீயர் இன்ஃபர்மெஷன் ஸார். ஒரு வருஷத்துக்கு முன்னாடி அந்த வண்டிய இங்க வெண்ட் வொர்த் எஸ்டேட் பக்கத்துல பாத்திருக்காங்க. ரெண்டு மூணு தடவ அந்த வண்டி இங்க வந்திருக்கு?

"லோக்கல்ல என்ன சொல்றாங்க?"

"ராஜன்னு ஒருத்தர் பேர சொல்றாங்க ஸார். கொஞ்ச வருஷம் முன்ன இங்க வேல பாத்திருக்காரு, ஏதோ இஷ்யூ ஆனதால வேலைய விட்டுப் போயிட்டாராம். அங்க கூடலூர்ல யாரோ சாமியார்கிட்ட இருக்கறதா சொல்லிக்கிட்டாங்க."

"ராஜனா?"

விஜயனுக்கு அதிர்ச்சியில் சப்தநாடியும் அடங்கிப்போனது.

11

மேட்டுப்பாளையத்திலிருந்து சத்தியமங்கல செல்லும் சாலையில் பிரம்மாண்டமாய் விழாப் பந்தல் அமைக்கப்பட்டிருந்தது. மந்திரிகளும் அரசு அதிகாரிகளும் வருகிறார்கள் என்பதற்காக சாலைகளில் தடுப்பு அரண்கள் அமைத்து வாகனங்களை நிறித்தி விசாரித்து அனுப்பினார்கள். மலையடிவாரத்தின் இளவெயில் கருணை கொண்டு மறைந்து ஈரமான காற்று வீசிக் கொண்டிருந்தது. சிவப்பு விளக்கு பொருத்தப்பட்ட வாகனங்களின் சத்தம் மட்டும் அந்தச் சூழலுக்கு சற்றும் பொருத்தமில்லாமல் அவ்வப்போது விரைந்து கொண்டிருந்தன. ஒன்பது மணிக்குத் துவங்குவதாகச் சொல்லப்பட்டிருந்த நிகழ்ச்சி பத்து மணியைக் கடந்தும் துவங்குவதற்கான அறிகுறிகள் இல்லாமலிருந்தது. விழா மேடையில் நாராசமாய் எதிரொலித்த கட்சியின் பாடல் அங்கு கூடியிருந்தவர்களின் காதுகளைப் பதம் பார்த்துக் கொண்டிருந்தது.

வெவ்வேறு ஊர்களிலிருந்து வந்திருந்த ஆதிவாசிகள் விழாப்பந்தலுக்கு முன்னால் திரண்டிருந்தார்கள். ஒவ்வொரு ஊரிலிருந்து வந்தவர்களுக்கும் தனித்தனியாக டோக்கன் வழங்கப்பட்டு அந்த டோக்கன் வரிசையில் மேடைக்கு வரவேண்டுமென அறிவுறுத்தப்பட்டிருந்தார்கள். பொழுது

விடியும் நேரமாக மோயாரிலிருந்து பண்ட்டாவும் மாடு ஒதுக்கப்பட்ட மற்றவர்களும் லாரியில் மேட்டுப்பாளையத்திற்கு வந்து சேர்ந்து விட்டிருந்தார்கள். விழா நடக்கும் இடத்தில் வேறு வாகனங்கள் அனுமதிக்கப்படாததால் ஊருக்கு வெளியே இருந்த மைதானத்தில் மற்ற வாகனங்கள் நிறுத்தப்பட்டிருந்தன. ஊரிலிருந்து எடுத்து வந்திருந்த பொருட்களை மூட்டை கட்டிக்கொண்டு கூட்டம் கூட்டமாய் அமர்ந்திருந்த ஆதிவாசிகளைப் பார்க்க பஞ்சம் பிழைக்கச் செல்கிறவர்களைப் போல் தெரிந்தனர். ஒவ்வொரு ஆதிவாசி கிராமத்தின் சார்பாகவும் ஒருத்தர் மட்டுமே மேடைக்குச் செல்ல அறிவுறுத்தப்பட்டிருந்ததால் தனது குடியின் சார்பாக பண்ட்டா செல்வதாக முடிவெடுக்கப்பட்டிருந்தது. அவர்களது டோக்கன் எண் பதிமூன்றாம் எண். பண்ட்டா தம் ஆட்களோடு விழா மேடைக்குச் சற்று அருகிலியே அமர்ந்து கொண்டார். மனித நெருக்கத்தின் கசகசப்பால் வியர்த்துக்கொட்டியது. பண்ட்டாவோடு வந்திருந்தவர்களுக்கு அங்கிருந்து தப்பித்து ஓடிவிட்டால் போதுமென்றுதான் அப்பொதைக்குத் தோன்றியது. அந்தந்த ஏரியாவிற்கான அரசு அலுவலர்கள் அவ்வப்போது வந்து மந்திரியைச் சந்திக்க மேடைக்குச் செல்லும்போது எப்படிப் பணிவோடு நடந்துகொள்ள வேண்டுமென்பது குறித்து வகுப்பெடுத்துக் கொண்டிருந்தார்கள்.

“மந்திரிகிட்ட அனாவசியமா எதும் பேசக் கூடாது. அவுங்க மாட்டுக்கான பத்தரத்தக் குடுக்கறப்போ கையெடுத்துக் கும்பிட்டுட்டு கால் ல விழுகணும்...”

“எதுக்குங்க கால்ல விழுகணும்... மந்திரி என்ன அவர் சட்டப்பைல இருக்க காச வெச்ச மாடு வாங்கிக் குடுக்காரு... சர்க்காரு குடுக்கறதுதான...”

பண்ட்டாவோடு இருந்த ஒரு இளைஞன் இப்படிச் சொல்ல,

“இப்பிடி பேசிப் பேசித்தான நீங்கள் லாம் சோத்துக்கு வழி இல்லாம ஒக்காந்திருக்கீங்க. மந்திரிதான் சர்க்காரு.. சர்க்காருதான் மந்திரி... புரியுதா? எதாச்சும் ராவடி பண்ணயின்னு வெய்யி, உங்க ஊர் ஆளுக பேர லிஸ்ட் ல

இருந்தே தூக்கிவிட்றுவேன்...” என அதிகாரி வெறிபிடித்த நாயைப்போல் உறும, அந்த இளைஞன் ஆத்திரத்தைக் கட்டுப்படுத்திக்கொண்டு அமைதியானான்.

அடுத்தடுத்த முறையும் அவர் வகுப்பெடுக்க வந்தபோது, ‘சொன்னதெல்லாம் யாவகம் இருக்குல்லய்யா?’ எனக் கேட்டதுமே “வணக்கம் வெய்க்கணும், கால்ல விழுகணும்... நல்லா யாவகம் இருக்குங்க.” என எல்லோரும் ஒருசேர சொன்னார்கள்.

“ஏன் பண்டட்டா, இருக்க கூட்டத்தப் பாத்தா நிகழ்ச்சி ரெண்டு மூணு நாளைக்கி நடக்குமாட்ட இருக்கு...” அதிகாரியிடம் கேள்வி கேட்ட இளைஞன் சலிப்போடு சொல்ல, உட்கார்ந்த இடத்திலேயே கண்ணை மூடி அரைத் தூக்கத்திலிருந்த பண்ட்டா அசதியோடு கண்ணைத் திறந்து பார்த்தார். “மூணு நாளைக்கி நடத்த என்ன இது ஊர்த் திருவிழாவா? மந்திரி வந்ததும் பாரு. சும்மா பேருக்கு பத்து இருபது ஆட்கள மட்டும் மேடைக்கு வரச் சொல்லி குடுத்துட்டு மத்த ஆளுகளுக்கெல்லாம் அவிய்ங்க இருக்க இடத்துலயே பத்தரத்தக் குடுத்து அனுப்பிருவாங்க...”

“அந்த கருமத்துக்கு எதுக்கு நம்மள இவ்ளோ தூரம் அலைய வெய்க்கணும்.”

“சர்க்கார்னா அப்பிடித்தான். ஏதோ பெருசா செய்யப் போற மாதிரி நம்மள நம்ப வெச்சாதான நாம காலத்துக்கும் அவிய்ங்கள கேள்வி கேக்காம இப்பிடியே காடு மலைன்னு கெடப்போம்...”

கண்ணைத் திறந்தபடியே பண்ட்டா உட்கார்ந்திருந்த நாற்காலியில் தன்னை சரியாகப் பொருத்திக்கொண்டார். காலில் புழுதி அப்பியிருந்தது. ரப்பர் செருப்பின் இடுக்கில் திரண்டிருந்த வியர்வையும் புழுதியும் சேர்ந்து பாதத்தில் அரிப்பெடுக்க குனிந்து சொறிந்துகொண்டார்.

“நீ மந்திரி கிட்டக்க மாட்டுப் பத்தரத்த வாங்கறப்ப எப்பிடியாச்சும் நம்மளுக்கு பட்டா வேணுங்கறத சொல்லிரு பண்ட்டா...”

மற்றொருவன் எச்சரிக்கையோடு சொல்ல, “ம்ம்... என்ன செய்றதுன்னு பாக்கறேன். நாம நெனைக்கிறதெல்லாம் நடந்திருதா என்ன?” என பண்ட்டா சலிப்போடு சொன்னார்.

பதினொரு மணிக்குப் பக்கமாக மந்திரி வந்து சேர்ந்தபோது அதுவரையில்லாத பரபரப்பு தொற்றிக்கொண்டது. பாடல்கள் நிறுத்தப்பட்டு மைக்கில் மந்திரியைக் குறித்து பாராட்டு மடல்கள் வாசிக்கப்பட்டன. ’மக்களைக் காக்க வந்த மன்னனே, ஏழை எளியவர்களின் வழிகாட்டியே’ வாரிக் கொடுப்பதில் வள்ளலே, வாழும் கர்ணனே என காது குடுத்துக் கேட்கமுடியாத ஏராளமான புகழுரைகள். மந்திரிக்கே கூச்சத்தில் அடிவயிறு கலங்கியிருக்க வேண்டும். தனது உதவியாளரை அழைத்து “ஏய் எதுக்குய்யா இப்பிடி சோப் போட்டுட்டு இருக்கானுங்க... நிகழ்ச்சிய ஆரம்பிக்கச் சொல்லுங்கய்யா...” எனக் கடிந்துகொண்டார். மந்திரியின் உதவியாளர் வந்து சொன்னபிறகும் கூட புகழுரைகள் குறைந்திருந்ததே ஒழிய, நின்றிருக்கவில்லை.

“இந்தக் கருமத்துக்கு இவிய்ங்க முன்ன மாதிரி பாட்டையே ஓடவிட்டிருக்கலாம்...” என மக்கள் கூட்டத்திலிருந்த சிலர் கேலியாகச் சொல்லிச் சிரித்தார்கள்.

பண்ட்டாவின் பெயர் சொல்லி அழைத்தபோது நண்பகல் சூரியன் உச்சிக்கு ஏறியிருந்தது. இடுப்பிலிருந்த வேஷ்டியை இறுகக் கட்டிக்கொண்டபடியே மெதுவாக நடந்த பண்ட்டாவை பின்னாலிருந்து ஒரு அதிகாரி ‘பெரியவரே கொஞ்சம் வேகமா நடங்க’ என அவசரப்படுத்தினார். பண்ட்டாவிற்கு காலிலிருந்த செருப்பு உருவிக்கொள்ள, செருப்பை எடுப்பதா, மந்திரியிடம் செல்வதா என குழம்பி நின்றார். அதிகாரி அவசரப்படுத்தியதால் ஒரு கால் செருப்போடு மந்திரியின் முன்னால் நின்று வணக்கம் வைத்தார். பட பட‌வென கேமராவின் ஃப்ளாஷ் லைட்டுகள் மின்னி மறைய, மந்திரி சிரித்தபடியே பண்ட்டாவிற்கான பத்திரத்தைக் கட்டுப்படுத்தினார். ‘தன்னைப் போலவே மந்திரியும் வெள்ளை வேட்டி வெள்ளைச் சட்டைதான் அணிந்திருக்கிறார், ஆனால் அவர் வேட்டியிலிருக்கும் கரை

வைத்த பார்டர்தான் தன்னையும் அவரையும் வேறு வேறு ஆளாக மாற்றியிருக்கிறதோ என பண்ட்டாவுக்குத் தோன்றியது. பத்திரத்தைக் கொடுத்த நொடியில் எல்லோரையும் போல் அவரும் காலில் விழுவாரென நினைத்த மந்திரி வேண்டாமென தடுப்பதுபோல் கையை நீட்ட பண்ட்டா பொருட்படுத்தாமல் நெருங்கிச் சென்று “ஐயா பல காலமா எங்களுக்கு எங்க நெலம் திரும்ப வேணும், அதுக்கு பட்டா வேணும்னு கேட்டுட்டு இருக்கோம். யாருமே அத சட்ட பண்ண மாட்றாங்க. நீங்களாச்சும் ஒரு வழி பண்ணி குடுக்கணும்.” என சத்தமாகக் கேட்டார். மந்திரிக்கு அவர் அப்படிச் சத்தமாகக் கேட்டது எரிச்சல் படுத்தினாலும், பொதுவெளி கருதி சிரித்தபடியே “கண்டிப்பா பாக்கறேன்...” என அனுப்பி வைத்தார். அதற்குள் மந்திரியின் உதவியாளர் நெருங்கி பண்ட்டாவை மேடையின் இன்னொரு எல்லை நோக்கி நகர்த்திச் செல்ல, படியிறங்கிச் சென்ற பண்ட்டாவை மசினகுடி அதிகாரி ஒருவன் பின்னந்தலையில் ஓங்கி அடித்தான். “கால்ல விழச் சொன்னா விழ மாட்டியோ... மயிராண்டி...’ என பல்லைக் கடித்தார். பண்ட்டா அவரைப் பொருட்படுத்தாமல் தன் ஊர் ஆட்களிடம் சென்றார்.

★★★

ராஜனின் முதலாளிக்கு எஸ்டேட்டைச் சுற்றிய நிலங்களின் மீது ஆர்வமிருந்தது. எவ்வளவு அதிக விலைக்கு வந்தாலும் நிலங்களை வாங்கிக் குவித்தார். அந்த மலையை முழுக்க ஆக்கிரமித்து தேயிலைத் தோட்டமாக்கிட வேண்டுமென்கிற வெறி அவருக்கு. உள்ளூர்க்காரர்கள் தங்கள் சொந்த நிலங்களை இழந்து விவசாயக் கூலிகளாய் மாறிப் போயிருந்தார்கள். இதன் காரணமாக உள்ளூர்க்காரர்களுக்கு எஸ்டேட் ஆட்களின் மீது வெறுப்பிருந்தாலும் அச்சம் காரணமாய் எதிர்ப்பை வெளிப்படுத்தியிருக்கவில்லை. எஸ்டேட்டை அடுத்திருந்த அடிவாரத்தில் ஒரு நிலம் விலைக்கு வருவதாக அறிந்தபோது

எஸ்டேட் முதலாளி அந்த நிலத்தோடு அருகிலிருந்த பகவதி அம்மன் கோயிலையும் கோயில் நிலத்தையும் சேர்த்து எடுத்துக் கொள்ள விரும்பினார்.

“ஐயா தோட்டம் மட்டுந்தான் நம்மளோடது. கோயில் காலம் காலமா இங்க இருக்க மக்களுக்குச் சொந்தம். மலையாளிங்க, தமிழ் ஆளுங்கன்னு எந்த வித்தியாசமும் இல்லாம வருவாங்க. சக்தி வாய்ந்த அம்மன்...”

என நிலத்தின் உரிமையாளர் தயங்கினார்.

“என்கிட்ட இந்தக் கதைல்லாம் சொல்லாதிங்க. இவ்ளோ பெரிய தோட்டத்த வாங்கி பயிர் பண்ணிட்டு நடுவுல இந்த எடத்த சும்மா வுட்டு வெய்க்க முடியுமா? வேணும்னா இதே மாதிரி ஒரு கோயில தூரமா இன்னொரு இடத்துல கட்டிக் குடுத்திருவோம்.”

“விஷயம் அதில்லைங்கய்யா... இந்தக் கோயில் இங்க இருக்கற வரைக்குந்தான் இந்த மலைக்கும் மக்களுக்கும் பாதுகாப்பு. இந்தக் கோயிலுக்கு காலரா கோயில்னு இன்னொரு பேரு இருக்குங்க. பல வருசத்துக்கு முன்ன இந்தப் பக்கத்துல காலரா வந்தப்போ எங்களக் காப்பாத்து தாயின்னு வேண்டிக்கிட்டு மலைவாசிங்க வெச்ச அம்மன் சில இது. அவங்க வேண்டுதல் பலிச்சதால சின்னதா கோயிலக் கட்டினாங்க. அதுக்கு அப்பறம் யாராச்சும் இந்தக் கோயில இடம் மாத்தணும்னு நெனச்சாலே ஊருக்குள்ள ஏதாச்சும் கெட்டது நடக்க ஆரம்பிச்சிரும். அதனாலதான் நாங்களும் கோயிலத் தொடல...”

நிலத்தை விற்பவன் பவ்யமாய்ச் சொல்லி முடித்தான்.

“கதைல்லாம் நல்லாத்தான் இருக்கு.. ஆனா நான் இத நம்பற ஆள் இல்ல. நெலத்தக் குடு, கோயில எப்பிடி எடுத்துக்கணும்னு எனக்குத் தெரியும்...” என்று சிரித்தபடியே ராஜனின் முதலாளி அவனைச் சம்மதிக்க வைத்தார்.

புதிய நிலம் ராஜனின் முதலாளிக்கு கைமாற்றப்பட்ட சில நாட்களிலேயே சேரம்பாடியைச் சுற்றிய கிராமங்களில் நிறையப்பேருக்கு காய்ச்சல் வரத் துவங்கியது. வறட்டு இருமலும் மூச்சிரைப்பும் சேர்ந்த வினோதமான காய்ச்சல். பல

வருடங்களாக இதுபோன்ற தொந்தரவுகள் எதையும் சந்தித்திராத கிராமத்து மக்கள் அச்சப்படத் துவங்கினார்கள். பகவதி அம்மனிடம் வேண்டிக்கொண்டு வீடடைந்து கிடந்தார்கள். எந்த எஸ்டேட்டிலும் ஆட்கள் வேலைக்கு வரவில்லை. பத்துப் பதினைந்து நாட்களுக்குப்பின் பகவதி கோயில் பூசாரி அலறியடித்துக்கொண்டு ஊருக்குள் ஓடிவந்தான்... “அய்யய்யோ யாரோ கன்னுக்குட்டிய கொன்னு பகவதி கோயில் வாசல்ல பொதச்சிருக்காங்க... இந்த ஊர் அழியப் போகுது... மலையும் மண்ணும் அழியப் போகுது...” என்ற அவனது அலறல் எஸ்டேட் வளவிலும், பக்கத்து மலைக்கிராமங்களிலும் காட்டுத் தீயெனப் பரவியது.

12

எஸ்டேட்டில் வேலை செய்கிறவர்களுக்கு மத்தியில் பகவதி அம்மன் கோயில் விவகாரம் மெல்ல வதந்தியாய்க் கசியத் துவங்கியது. சேரம்பாடியைச் சுற்றிய கிராமத்து மக்களுக்கு இந்தக் கோவிலின் மீது விசேஷ அக்கறையுண்டு. மதம் மொழி இனம் கடந்து பல காலமாய் ஒற்றுமையாய் பகவதி அம்மனை வணங்கிவருவதோடு கோயிலையும் காத்து வருகிறார்கள். இத்தனை காலமில்லாமல் இப்போது கோயிலுக்கு ஆபத்து என்பதை அறிந்து எல்லா கிராமத்தினரும் துயருற்றனர். எஸ்டேட்டிற்கு வேலைக்கு வருவதை பெரும்பகுதி ஆட்கள் நிறுத்திவிட, வளவில் குடியிருக்கும் மக்கள் மட்டும் தவிர்க்கமுடியாமல் வேலைக்கு வந்துபோனார்கள். செப்டம்பர் அக்டோபர் மாதத்தின் அடர்த்தியான குளிர் துவங்கியிருந்ததால் நீண்ட இரவுகள் வரத்துவங்கின. கிராம மக்களிடையே இருந்த பதற்றமும் குழப்பங்களும் வளவிலிருந்த மக்களிடமும் வந்துவிட்டதை ராஜன் ஓரிரு நாட்களிலேயே கவனிக்கத் துவங்கிவிட்டான். வளவில் எல்லோரையும்விட முருகன்தான் அதிகம் அச்சத்தோடு காணப்பட்டவன். இந்த மலையையும் அம்மனையும் அம்மனின் சக்தியையும் முழுதாக அறிந்தவனென்பதால் நடக்கப்போகும் விபரீதங்களை நினைத்து கலங்கிப் போயிருந்தான்.

தினமும் வேலைக்கு ஆட்கள் தேடிச் செல்வது ராஜனுக்கு சலிப்பாயிருந்தது. எந்த ஊருக்குப் போனாலும் அவனுக்கு சாதகமான பதில் கிடைத்திருக்கவில்லை. ‘என்னாச்சு உங்களுக்கெல்லாம் ஏன் வரமாட்றீங்க? என வருத்தத்தோடு அவன் கேட்டதற்கு சரியான பதிலும் கிடைத்திருக்கவில்லை. “உனக்கு இந்த ஊரப் பத்தி ஒண்ணும் தெரியாது. தெரிஞ்சிருந்தா நாங்க ஏன் வேலைக்கு வராம இருக்கோங்கற காரணமும் தெரிஞ்சிருக்கும்.” என்று மட்டும் பொதுவாகச் சொன்னார்கள். அலைச்சலில் சோர்ந்து போய் விடுதிக்குத் திரும்பும் போது குளிரில் உடல் விறைத்துப் போயிருக்கும்.

“ண்ணோவ்... இருந்திருந்தாப்ள ஏன் யாரும் வேலைக்கு வரமாட்றாங்கன்னு தெரியல. எல்லாருக்கும் அந்தக் கோயில நாம எதும் செஞ்சிருவமோன்னு பயமாட்ட இருக்கு. கோயில எதும் செய்ய மாட்டம்னு நீங்களே ஒருவாட்டி சொல்லிட்டீங்கன்னா எல்லாம் தைரியமா வேலைக்கு வருவாங்கண்ணா..”

சோர்வோடு ஒருநாள் தன் முதலாளியிடம் அலைபேசியில் சொன்னான்.

“ராஜா, என்ன செய்யணும் செய்யக்கூடாதுன்னெல்லாம் எங்களுக்கு நாயம் சொல்லாத. இந்த நாயிங்க பத்து நாள் கஞ்சிக்கு இல்லாமப் போனா தன்னப்போல வேலைக்கு வருவானுங்க. நீ இருக்கற ஆளுகள வெச்சு வேலையப் பாரு...”

வெடுக்கென வந்த முதலாளியின் பதிலால் ராஜன் எரிச்சலானான்.

“இல்லிங்ணா... இல பறிக்காட்டி முத்திப்போயிரும். அப்பறம் நம்மளுக்குத்தான் நட்டம்.”

“அதுக்காக இவனுக கிட்ட என்னயக் கெஞ்ச சொல்றியா? என் எஸ்டேட்ல வேல செய்றவன் எனக்கு எது நல்லதோ அதத்தான் யோசிக்கனும். இவனுக இஷ்டத்துக்கு ஆட்றதுக்கு நான் ஆள் இல்ல. பாக்கறேன் இன்னும் எத்தன நாளைக்கி வேலைக்கி வராம இருக்கறானுங்கன்னு...”

கோயில் விவகாரத்தில் யாரும் தலையிடுவதை முதலாளி விரும்பவில்லை என்பதை கடுமையான அவரின் குரல் வெளிப்படுத்தியிருந்தது. ராஜனும் இனி தன் கையில் ஒன்றுமில்லையென அப்படியே விட்டுவிட்டான்.

விடுதியில் அவனோடிருந்த தங்கத்திற்கு இரவுகளில் உறக்கம் தொலைந்தது. பத்து மணிக்கு முன்பாக உறங்கிப் பழகியவன் இரவுகளில் தூக்கம் தொலைந்து அரற்றத் துவங்கினான். விடுதியைச் சுற்றி வினோத உயிர்களின் அசைவுகளைக் கண்டதைப்போல் அச்சங்கொண்டவன் விளக்குகளை அணைக்காமல் கண் விழித்து அமர்ந்திருப்பான். ஒருநாள் பாதியிரவில் உறக்கம் கலைந்து எழுந்த ராஜன் பேயறைந்ததுபோல் தனது அறையில் முடங்கிக் கிடக்கும் தங்கத்தைப் பார்த்து மிரண்டு போனான்.

“ஏய் என்னாச்சு தங்கம்? ஏன் இப்பிடி உக்காந்திருக்க?”

என நெருங்கிச் சென்றவனைக் கண்டு அஞ்சி உடலை சுவரோடு சுருக்கிக் கொண்டான்.

“வீட்டுக்கு வெளில ஏதோ சுத்துது சத்தம் கேக்குதா ஒனக்கு?”

அலறியவனை நெருங்காமல் ராஜன் அப்படியே நின்று ஜன்னலுக்கு வெளியே கவனித்தான். தேயிலைத் தோட்டத்தை பனி போர்த்தியிருந்தது. ஆழ்ந்த அமைதியில் உறங்கிக் கிடந்த குன்றுகள் இருளில் பெரும் பேயென அமைதியாய்க் கிடந்தன. காற்றுக்கு மரங்கள்கூட அசையாத இந்தத் தனிமையில் எதைக் கண்டு அச்சப்படுகிறான் எனப் புரியாமல் ராஜன் குழப்பத்தோடு தங்கத்தைப் பார்த்தான்.

“எனக்கொண்ணும் தெரியலையே தங்கம். இரு நான் வெளில போயி பாத்துட்டு வரேன்...” என வாசலை நோக்கி ராஜன் நடக்க “அய்யய்யோ வேணாம் போகாத... போகாத ராஜா... பகவதி கோவமா இருக்கா... இப்ப மட்டும் நீ போனா திரும்பி வரமாட்ட... போகாத,... என சத்தமாய் அலறினான். பகவதியின் பெயரைக் கேட்டதும் ராஜனுக்கும் உடல் நடுங்கியது. தங்கத்திற்கு அருகிலேயே உட்கார்ந்தவன் எதுவும் பேசாமல் அமைதியாய்

அவனை ஊடுருவினான். அச்சத்திலும் குளிரிலும் நடுங்கிய தங்கத்தின் உடலைப் போர்வையால் போர்த்திவிட்டான்.

"இந்த பகவதி அம்மனுக்கு ஏன் தங்கம் அவ்ளோ பேரும் பயப்படறீங்க?"

தயக்கத்தோடு ராஜன் கேட்க, தங்கத்தின் உடலில் அதிர்வுகள் நின்று அவன் நிமிர்ந்து ராஜனைப் பார்த்தான். உறக்கமில்லாததால் கண்களைச் சுற்றி விழுந்திருந்த கருவளையமும், சிவந்துபோன கண்களும் அவனை அகோரமாய்க் காட்டியது. குளிரால் வறண்டுபோன உதடுகளில் மட்டும் சின்ன அதிர்வு...

"ராஜா, பகவதி சாமி மட்டுமில்ல, சர்வமும் அவதான். மல, காத்து, பூமி எல்லாம் அவதான். இந்த மலையும் மலைல இருக்க மக்களும் பாதுகாப்பா இருக்க ஒரே காரணம் அந்த ஆத்தாதான்... மொதலாளி பகவதி கோயில் விஷயத்துல ஏன் பிடிவாதமா இருக்கார்னு தெரியல."

"நானும் சொல்லிப் பாத்துட்டேன் தங்கம், அவரு கேக்கற மாதிரியில்ல..."

"நெருப்போட வெளையாடாதன்னு இவங்களுக்குச் சொன்னா புரியாது ராஜா, நெருப்பு சுட்டாதான் தெரியும். நாம ஆத்தாவத் தொந்தரவு பண்ணாத வரைக்கும் அவளோட நெருப்பு நம்மளுக்கு விளக்கு வெளிச்சம். அவளத் தொந்தரவு பண்ண ஆரம்பிச்சிட்டா அவ காட்டுத் தீ.... அவ எப்ப வேணாலும் காட்டுத் தீயா உருவம் எடுப்பான்னுதான் இப்ப கிராமத்து ஆளுங்கலாம் பயந்து போயிருக்காங்க..."

தங்கம் சொன்னதைக் கேட்டு ராஜனுக்கும் பதற்றம் தொற்றிக் கொண்டது. கூடுதலாய் ஒரு வார்த்தையும் பேசாமல் இருவரும் ஆளுக்கொரு மூலையில் அமைதியாய் முடங்கிக் கொண்டனர். மிச்சமிருந்த இரவு ஜன்னல் கண்ணாடியின் வழியே மெல்ல நகர்ந்து பொழுது விடியத் துவங்கியிருந்தபோது கடும் குளிர் ஜுரத்தால் தங்கம் அரற்றத் துவங்கினான்.

வளவில் சோம்பலாக பொழுது விடிந்துகொண்டிருக்க, பள்ளிக்குச் செல்லும் குழந்தைகள் சிலர் கிளம்பிக்கொண்டிருந்தார்கள்.

யாரோ ஒருவரின் வீட்டுத் தொலைக்காட்சியில் மட்டும் சன்னமாய் பாடல் ஒலித்துக்கொண்டிருந்தது. விடிந்தும் விடியாமல் ராஜன் பதற்றத்தோடு வளவிற்குள் ஓடிவர, ஒரு பெண் அவனை நிறுத்தினாள். “என்னாச்சு தம்பி ஏன் உசுர வெறுத்துட்டு ஓடியார...”

“அக்கா முருகன் அண்ணனப் பாக்கணும்?”

“ஏம்ப்பா உடம்புக்கு என்ன நோவு?”

“எனக்கு ஒண்ணுமில்லக்கா, தங்கத்துக்கு குளிர் காச்ச. உடம்பு தூக்கி தூக்கிப் போடுது. என்னென்னவோ அனத்தறான்...”

அவன் சொல்லிக் கொண்டிருக்கும் போதே அவன் பேச்சு சத்தம் கேட்டு ஓரிருவர் வீட்டு வாசலுக்கு வந்து பார்த்தார்கள். ஒரு சிறுவன் முருகனை அழைத்துவர ஓடினான். இரவெல்லாம் உறங்காமலிருந்த ராஜனின் முகம் களைப்பில் வாடிப்போயிருந்தது.

சிறுவன் சொன்ன செய்தியைக் கேட்டு முருகன் அவசரமாய் வந்து சேர்ந்தார். “எண்ணே தங்கத்துக்கு ரொம்ப முடியலையாட்ட இருக்கு. நீங்க வந்து என்னன்னு பாருங்கண்ணே...”

ராஜனின் பரபரப்பைப் பொருட்படுத்தாமல் “ராஜா எதுவா இருந்தாலும் நான் பாத்துக்கறேன். நீ இங்கியே இரு... நான் சொல்றவரைக்கும் கெஸ்ட் போகாத...”

என அவனை மட்டுப்படுத்தினார்.

“இல்லண்ணே. முதலாளிக்குத் தெரிஞ்சா பிரச்சனையா போயிரும்.”

“மயிராண்டி... சொன்னத மட்டும் செய்டா... முதலாளி வந்து நொட்டறப்ப பாத்துக்குவோம்... நீ எங்கியும் நிக்காம என் வீட்டுக்குப் போ...”

ஆத்திரமாக அவர் கத்தியதைக் கேட்டு சுத்தியிருந்த எல்லோருமே மிரண்டு போயினர். ஒருபோதும் அதிர்ந்து பேசாத முருகன் எதற்காக இத்தனை ஆத்திரப்படுகிறார் என்கிற குழப்பத்தோடு

மறுபேச்சின்றி ராஜன் முருகனின் வீட்டை நோக்கி நடந்தான்.

★★★

ராஜனின் வழக்கில் அறிக்கை சமர்ப்பிக்கப்படாமலிருந்தது வன இலகாவினர் மத்தியில் சலசலப்பை ஏற்படுத்தியிருந்தது. தோட்டங்களுக்கு வேலைக்கு வரும் மக்கள் கூடலூர் தாலுகா அலுவலகத்தின் முன்னால் மூன்று நாட்கள் தர்ணா போராட்டம் நடத்தியபிறகு சட்டமன்ற உறுப்பினர் தலையிட்டு விசாரிக்க வேண்டிய சூழல் உருவானது.

தாலுகா அலுவலகத்தின் வளாகத்திலேயே போராட்டக் காரர்களை வழிநடத்தியவர்களை அழைத்து விசாரித்தார்.

“ஐயா நாங்க எல்லாருமே அன்னாடங்காச்சிங்க. இந்தத் தோட்ட வேலைய நம்பித்தான் எங்க வாழ்க்க இருக்கு. எப்ப புலி வரும், எப்ப சிறுத்த வரும்னு தெரியாம பயந்து பயந்து எங்களால சாக முடியாது. தயவு செஞ்சு ஏதாச்சும் ஒரு வழி பண்ணிவிடுங்க...” என அவர்கள் கோரிக்கை வைக்க, எம்.எல்.ஏ கையோடு டி.எஃப்.ஓவை அழைத்து பிரச்சனைக்கு தீர்வு காண உத்தரவிட,

“ஸார், புலியோட ஆக்டிவிடிஸ மானிட்டர் பண்ணிட்டு இருக்கோம். எங்களுக்கு இன்னும் அதோட அசைவு எதும் சாலிடா தெரியல... அதான் லேட் ஆகுது. கூடிய சீக்கிரம் அதப் பிடிக்க ட்ரை பண்றோம் ஸார்” என பதிலளித்தார்.

ராஜன் புலியால் கொல்லப்பட்ட நாளிலிருந்து அந்தத் தோட்டத்தை ஒட்டிய வனப்பகுதியில் டி.ஃப்.ஓ நேரடியாக புலியின் நடமாட்டத்தைக் கண்காணிக்க களத்தில் இறங்கினார். அந்தப் பகுதியில் புலியின் வரத்து இருப்பதற்கான ஆதாரங்கள் எதுவும் வலுவாகக் கிடைக்காததால் துவக்கம் முதலே அவருக்கு ராஜனின் மரணத்தில் சந்தேகமிருந்தது. போதாக்குறைக்கு இன்ஸ்பெக்டர் விஜயனும் அறிக்கை தராமல்

தள்ளிப்போடுவதால் அவரது சந்தேகம் ஒவ்வொரு நாளும் அதிகரித்தபடியிருந்தது. அலுவல் நிமித்தமாய் அல்லாமல் தனிப்பட்ட முறையிலேனும் விஜயனைச் சந்தித்துவிட முடிவுசெய்த டி.எஃப்.ஓ ஒரு நாள் இரவு பணி முடிந்தபின் விஜயனின் வீட்டிற்குக் கிளம்பிச் சென்றார்.

காவலர்களுக்கான குடியிருப்பில் தனித்து இருந்தது விஜயனின் வீடு. சாதாரண உடையில் மனைவியின் இரு சக்கர வாகனத்தை எடுத்துக் கொண்டு வந்திருந்தார். எதிர்பாராத நேரத்தில் டி.எஃப். ஓ தன்னைத் தேடி வந்ததில் விஜயனுக்கு பரபரப்பு. “என்ன ஸார் இவ்ளோ தூரம்?’ என ஆச்சர்யமாகக் கேட்டார். டி.எஃப்.ஓ சுற்றி வளைக்காமல் “ஸார் உங்களப் பத்தி நிறைய கேள்விப்பட்டிருக்கேன். நீங்க ஸ்ட்ரெய்ட் ஃபார்வடான ஆளு. எதையும் யார்கிட்டயும் மறைக்கமாட்டீங்கன்னு தெரியும். இந்த ராஜன் கேஸுல என்னதான் கன்ஃப்யூசன்? ஏன் ரிப்போர்ட் குடுக்காம தள்ளிப் போட்றீங்க...?” அவர் அப்படி பட்டவர்த்தனமாய்க் கேட்பாரென எதிர்பார்க்காத விஜயன், “தனியாவா வந்திருக்கீங்க?” என ஒருமுறை உறுதிப்படுத்திக் கொள்வதுபோல் கேட்டார். டி.எஃப்.ஓ ஆமென்று சொல்ல விஜயன் நிதானமாக “இருங்க காஃபி எடுத்துட்டு வரச் சொல்றேன். நாம நிதானமா பேசலாம்...”என்றபடி எழுந்து சென்றார்.

13

மேட்டுப்பாளையம் நிகழ்ச்சி முடிந்து மாடுகளை ஊருக்குக் கொண்டு வந்து சேர்ப்பதற்குள் பணியர்களுக்கு தலை சுற்றலே வந்துவிட்டது. இருபது ஜெர்சி மாடுகள். எல்லாம் மலையை வெட்டி எடுத்து வைத்ததுபோல் பெரிய பெரிய உருவமாய் எந்த அசைவுமின்றி அப்படியே லாரியில் நின்றன. பண்ட்டா இதற்குமுன் பார்த்த மாடுகளைப் போலில்லாமல் இவை எந்த உணர்ச்சிகளையும் காட்டாமல் கிடந்தன. கண்களின் அசைவைத் தவிர உடலில் உயிர் இருப்பதற்கான அறிகுறிகள் எதுவுமில்லை. பண்ட்டா ஒன்றுக்கு இரண்டுமுறை மாட்டைச் சுற்றி சுற்றி வந்து பார்த்தார்.

“இதென்னப்பா சவமாட்டம் நிக்கிது. நம்மூர் மாடுங்க மாதிரி இல்லையே...”

சந்தேகத்தோடு கேட்ட பண்ட்டாவிடம் “பண்ட்டா இதெல்லாம் சீம மாடு... எல்லாம் வெளிநாட்டுல இருந்து கொண்டாந்திருக்காங்க...” என அருகிலிருந்த இளைஞன் சொன்னான். “அந்த ஊரு மாடு எப்பிடி நம்மூர்ல இருக்கும்? சூடு தாங்குமா?” சந்தேகத்தோடு கேட்டார். “அதெல்லாம் தாங்கும் பண்ட்டா. அதுமில்லாம தெனம் பத்து பனிரெண்டு லிட்டர் பால் குடுக்கும்.”

பண்ட்டா நம்ப முடியாமல் மாட்டின் மடியைப் பார்த்தார்.

“அதெப்பிடிடா குடுக்கும்? குழாய் ல தண்ணி வரும்ங்கற மாதிரி சொல்ற...”

“சீம மாடுன்னா சும்மாவா?”அந்த இளைஞன் மகிழ்ச்சியோடு சிரிக்க,

“ஆமா இதெல்லாம் உனக்கு எப்பிடித் தெரியும்.” என பண்ட்டா அவனிடம் கேட்டார். “அங்க வந்திருந்த ஆளுங்க பேசிக்கிட்டத கேட்டேன்” என்று பெருமையாகச் சொன்னான்.

கால்நடைகள் செல்வம் என்பதைத் தாண்டி தெய்வம் என்கிற நம்பிக்கை மேற்கு மலையிலுள்ள நிறைய மக்களிடமுண்டு. தொததவர்களின் வாழ்க்கையே எருமையைச் சுற்றிதான் இருக்கும். அவர்கள் வணங்குவதும் எருமையைத்தான். அதேபோல் ஒவ்வொரு பழங்குடி மக்களுக்கும் கால்நடைகளோடு அசாத்தியமான பிணைப்புண்டு. பணியர்கள் பெருமளவில் கால்நடைகளை உடைமையாக வைத்திருக்காத போதும் படுகர்கள் மற்றும் வேறு இனத்தவர்களின் பெரும் கால்நடைகளை பாதுகாப்பவர்களாக இருந்திருக்கிறார்கள். மிருகங்களிடமிருந்தும் இயற்கை சக்திகளிடமிருந்தும் கால்நடைகளை கண்ணும் கருத்துமாய் பாதுகாத்த நீண்டகால அனுபவம் அவர்களுக்குண்டு. மாடுகளை ஏற்றி வந்த லாரிக்காரர்களிடம் மாடுகளை கூளி கோயில் முன்னாலேயே இறக்கிவிட்டுச் செல்லச் சொல்லியிருந்தனர். வெளியூர் ஆட்கள் பாடிக்குள் வரக்கூடாதென்பது ஊர்க் கட்டுப்பாடு. மாடுகளின் மூத்திரத்தாலும் சாணத்தாலும் வண்டி மொத்தமாய் நாறிப்போயிருந்தது. விட்டு ஒழிந்தால் போதுமென்கிற எரிச்சலோடு லாரிக்காரர்கள் அவசர அவசரமாய் மாடுகளை இறக்கிவிட உதவியபோது அந்தப் பகுதி முழுக்க நாற்றம் பரவத் தொடங்கியது. மாடுகளை இறக்கிக் கொண்டிருந்த பெரியவர் ஒருவர் ‘இதென்ன கருமம் இப்பிடி நாத்தம் அடிக்கிது?” என முகத்தைச் சுளித்தார்.

“சீம மாட்டு மூத்திரம் நாறாம மணக்கவா செய்யும் பெருசு?” என ட்ரைவர் கேலியாகச் சொன்னான்.

தங்களுக்கும் இந்த நிலத்திற்கும் சம்பந்தமே இல்லையென்பதுபோல் கோயிலின் முன்னால் மாடுகள் நின்றன. மாடுகளைப் பார்க்கும் ஆர்வத்தில் பாடியிலிருந்த மக்கள் எல்லோரும் கூடியிருந்தனர். பண்ட்டா குளித்துவிட்டு அவசரமாக கோயிலுக்கு வந்தார். வெயிலில் நின்ற மாடுகள் சூடு தாங்காமல் கத்த, இளைஞர்கள் நிழல்தரும் மரத்தடியில் கட்டிவைத்தார்கள். பண்ட்டா வருவதற்கு முன்பாகவே சில பெரியவர்கள் பூசைக்கான ஏற்பாடுகளை செய்து வைத்திருக்க, சட்டையில்லாத உடலோடு பண்ட்டா கூளியின் முன்னால் விழுந்து கும்பிட்டார். ஊர் மக்கள் பயபக்தியோடு கையெடுத்துக் கும்பிட பண்ட்டா பூஜையைத் துவக்கினார்.

★★★

பணியர் பாடியைச் சுற்றி ஜெர்ஸி மாடுகள் தேமேயென நின்று கொண்டிருந்தன. முதல்நாள் பண்ட்டா பழக்கதோசத்தில் தனது மாட்டை மேய்ச்சலுக்கு பத்திச் செல்வதற்காக ஆயத்தமானார். குடிசைக்கு முன்னாலிருந்த மரத்தில் கட்டிவைக்கப்பட்டிருந்த மாட்டை அவிழ்த்தபோது அது நடக்க விருப்பமே இல்லாததைப்போல் சுணங்கி நின்றது. ஒரு முறைக்கு இரண்டுமுறை மாட்டின் பின் பகுதியில் தட்டி அதனை உசுபேற்றியபோதும் கூட மாடு விடாப்பிடியாய் அப்படியே நின்றது.

“இதென்ன கன்றாவி.... மரமாட்டம் இப்பிடி நின்னா இத எப்பிடி மேய்ச்சலுக்கு விட்றது..?”

என புலம்பியபடி பார்த்தார். மாட்டை மீண்டும் மரத்திலேயே கட்டிக் கொண்டிருக்கையில், இன்னும் இரண்டு பெரியவர்கள் அவரைத் தேடி வந்தார்கள். “ஏன் பண்ட்டா உன் மாடும் மேய்ச்சலுக்கு வரலையாட்ட இருக்கு?” என அவர்கள் சந்தேகத்தோடு கேட்க, “ஆமா... உங்க மாடும் மேய்ச்சலுக்கு வரமாட்டேங்குதோ..?” என மாட்டை கட்டியபடியே

கேட்டார். "எல்லா மாடும் அப்பிடியே நிக்கிது. அதான் என்ன செய்றதுன்னு தெரியாம உன்னய கேக்கலாம்னு வந்தோம்." என அவர்கள் கவலையோடு சொன்னார்கள். பண்ட்டாவுக்குத் தெரிந்தவரையில் சுற்றுப்பகுதியில் யாரிடமும் சீமை மாடுகள் இல்லை. தாஸ் வீட்டில் கூட நாட்டு மாடுகள் தான். யாரிடம் விவரம் கேட்பதெனத் தெரியாமல் பண்ட்டாவும் அந்தப் பெரியவர்களும் குழப்பத்தோடு பாடியை விட்டு மோயார் செல்லும் சாலையில் ஏறி நடந்தார்கள்.

தோட்டத்திலிருந்து தாஸின் ஜீப் வரும் சத்தம் கேட்க, பண்ட்டாவும் மற்றவர்களும் ஒதுங்கி வழிவிட்டார்கள். ஜீப் வேகம் குறைந்து அவர்களுக்கு அருகில் வந்து நின்றது. வண்டியிலிருந்த தாஸ் "என்ன பண்ட்டா மாடுங்கல்லாம் நேத்தே வந்திருச்சாட்ட இருக்கு." என ஆர்வமாகக் கேட்டான். "ஆமாங் மொதலாளி... ஆனா இது எதும் நம்ம மாடுகளாட்டம் இல்ல. பாறைய முழுங்கனதாட்டம் எல்லாம் அப்பிடி அப்பிடியே நிக்கிதுங்க. மேய்ச்சலுக்கும் வரமாட்டிக்கிது.... பத்து லிட்டர் படியளக்கும் பதினஞ்சு லிட்டர் படியளக்கும்னு கத வுட்டானுங்க... இதுக நிக்கிறத பாத்தா பாலே வராதாட்ட இருக்கு."

"நல்லா சொன்ன போ.... இத மேய்ச்சலுக்கெல்லாம் விட முடியாது பண்ட்டா... நாமதான் தீவனம் வெய்க்கனும். மசினகுடி போனீங்கன்னா உரக்கடைல இந்த மாட்டுக்கு என்னென்ன தீவனம் கொடுக்கணும், எப்ப குடுக்கனும்னு எல்லா வெவரத்தையும் அவங்களே சொல்லிருவாங்க.."

தாஸ் சொன்னதைக் கேட்க பண்ட்டாவும் மற்ற பெரியவர்களுக்கும் ஆயாசமாய் இருந்தது.

"ஏதோ மாடு குடுக்கறாங்கன்னு வாங்கியாந்தா, அது மானாங்கன்னியா செலவு வெய்க்கமாட்ட இருக்கே..."

"சீம மாடுக அப்பிடித்தான் பண்ட்டா.. நல்ல தீவணம் வெச்சா நல்லா பால் குடுக்கும். யோசிக்காம செலவு பண்ணுங்க. பால உங்க தேவைக்குப் போக ஊருக்குள்ள இருக்க ஆளுகளுக்கு விக்கலாம் ல..."

தாஸின் ஜீப் அங்கிருந்து சென்றுவிட, அவனது ஆலோசனைகளோடு உடன்பட முடியாமல் அவர்கள் அங்கேயே நின்றிருந்தனர். மாட்டுக்குத் தீவணம் வாங்க செலவு செய்யலாம், ஆனால் யார் தங்களிடம் பால் வாங்குவார்கள்? மாடுகளை ஏற்றிவந்த லாரிக்கே நிறைய செலவு செய்த நிலையில் இப்போது தீவணம் வாங்க யாரிடம் கடன் வாங்க முடியும்? தங்களுக்குள்ளாகவே பலவாறாகப் பேசிக் கொண்டார்கள். ஒரு பெரியவர் தயங்கியபடியே "பண்ட்டா, ஊருக்குள்ள நம்மளுக்கு யாரு கடன் குடுக்கப் போறா? பேசாம தாஸ் கிட்டயே கொஞ்சம் கடன் வாங்குவமா?' எனக் கேட்டார். பண்ட்டாவின் மனதிற்குள்ளும் அந்த யோசனைதான் ஓடிக் கொண்டிருந்தது. "சரி வாங்க கையோட போயி ஒரு வார்த்த கேட்றுவோம்." என அவர்களை அழைத்துக்

★★★

காவலர் குடியிருப்பிலிருந்த பெரும்பாலான வீடுகள் அடங்கியிருந்தன. விஜயன் இரண்டு கோப்பைகளில் காஃபி எடுத்து வந்தார். ஒன்றை டி.எஃப் . ஓவிடம் நீட்ட சிரித்தபடியே வாங்கிக் கொண்டவர் "உங்க ஒய்ஃப் இல்லிங்களா ஸார்?' என சந்தேகத்தோடு கேட்டார். "இருக்காங்க. ஆனா சாய்ந்தரம் ஆறு மணிக்கு மேல சாப்பாடு வேணும் டீ காஃபி வேணும்னு நான் தொந்தரவு பன்றதில்ல. பெரும்பாலும் டின்னர் நாந்தான் குக் பண்ணுவேன். நான் வீட்டுக்கு வரமுடியாட்டி மட்டும் அவங்க குக் பண்ணுவாங்க," என்றபடியே விஜயன் தனது நாற்காலியில் அமர்ந்துகொண்டார்.

"வாவ்... நல்ல விஷயம் ஸார்." டி.எஃப். ஓ முதல் மிடறு காஃபியைக் குடித்துவிட்டு கோப்பையை டீப்பாயில் வைத்தார்.

ராஜன் வழக்கு விசாரணைத் தொடர்பான சில அறிக்கைகளை விஜயன் மேஜையில் வைத்தார்.

"ஸார், ரெண்டு பேருமே நம்ம டிபார்ட்மெண்ட் தாண்டி தனிப்பட்ட முறையில இத பேசினா சரியா இருக்கும்னு

நினைக்கிறேன். ஏன்னா இதுல மத்தவங்கள எவ்ளோ நம்பறதுன்னு தெரியல."

"ஷ்யூர் ஸார். எனக்கு உங்க மேல நம்பிக்க இருக்கு."

விஜயன் டாக்டரின் மருத்துவ அறிக்கையை எடுத்து நீட்டினார். வாங்கி அதனைப் பிரித்துப் படித்த டி.எஃப்.ஓவின் முகம் அதிர்ச்சியில் மாறத் துவங்கியது.

"என்ன ஸார் இது?"

"எஸ். ராஜன் புலி அட்டாக் பண்ணதால சாகல. சொல்லப்போனா அங்க எந்தப் புலியும் வரல... யாரோ ஒருத்தன் புலியா மாறி கொல பண்ணி இருக்கான்."

"ஆனா எங்க ஃபாரஸ்ட் கார்ட் ஏன் பொய் சொல்லனும்? அவர் ரொம்ப சீனியர் ஸார். கண்டிப்பா தப்பா ஜட்ஜ் பண்ணி இருக்கமாட்டாரு.."

"நானும் அப்பிடித்தான் நம்பறேன் ஸார். அதனாலதான் இந்த விஷயத்த யார்கிட்டயும் சொல்லாதிங்கன்னு சொல்றேன். என் சந்தேகம் உங்க கார்டோட திறமை மேல இல்ல, அவர் மேல. அவரும் ஏன் புலியடிச்சதா பொய் சொல்லனும்? அப்பிடி சொல்ல வெச்சது யாருன்னுதான் தேடிட்டு இருக்கேன்."

டி.எஃப். ஓவுக்கு படபடப்பாக இருந்தது. தன் லிமிட்டில் இதுபோன்ற சிக்கல்களை இதற்குமுன்பு எதிர்கொள்ளாதவர் என்பதை அவரது நடவடிக்கைகள் உணர்த்தின. அவரது பதற்றத்தைப் புரிந்துகொண்ட விஜயன் "நீங்க எதுக்கும் கவலப்படாதிங்க. எந்த இஷ்யூவும் வராம நான் பாத்துக்கறேன். இன்னும் கொஞ்ச நாள் உங்க டிபார்ட்மெண்ட்ல இருந்து வேற யாரும் என்னய தொந்தரவு பண்ணாம மட்டும் பாத்துக்கங்க..."

"அப்டின்னா... இல்லாத புலிய தேட்ற மாதிரி இன்னும் கொஞ்ச நாள் நடிக்கணுமே ஸார்..."

பதற்றத்தை மறைத்துக்கொள்ள டி.எஃப்.ஓ விளையாட்டாய்ச் சொல்லி சிரித்தார். அதேநேரம், சரியாக அவரது செல்ஃபோன் ஒலிக்க, "ஒரு நிமிஷம் ஸார்..." என்றபடி அழைப்பை

எடுத்தார். செல்லிடப் பேசியில் பேசிக்கொண்டிருந்தவரின் முகபாவனை கொஞ்சம் கொஞ்சமாய் மாறத் துவங்க, அவசரமாக தொலைகாட்சியில் செய்தி சேனலுக்கு மாற்றினார். ஒரு சேனலில் முக்கியச் செய்திகள் வரிசையில் மசினகுடி விடுதியொன்றில் போதையில் இளைஞர்கள் யானையின் மீது நெருப்புப் பந்துகளை தூக்கி எறியும் காட்சிகளும், அதனை வீடியோ எடுத்தபடியே ஒருவன் சத்தமாக "விடாத மாப்ள... தலை மேலயே இன்னும் ரெண்டு ஃபயர் பால தூக்கிப் போடு..." எனக் கத்துவதும் ஓடிக் கொண்டிருந்தது. டி.எஃப். ஓ ஸ்தம்பித்துப்போய் நிற்க, செய்தியின் தீவிரம் புரிந்து விஜயனும் அதிர்ச்சிக்குள்ளானார்.

14

மருத்துவமனையில் சேர்க்கப்பட்டிருந்த தங்கத்திற்கு விஷ ஜுரம் தாக்கியிருந்த செய்தியை வளவிலிருந்த ஆட்கள் ராஜனிடம் தெரிவித்தனர். முருகனின் வீட்டிற்குள் கூடியிருந்த ஆட்கள் எல்லோரின் முகத்திலும் அச்சமும் மரண பயமும் குடிகொண்டிருந்தது. முருகன் கண்ணை மூடி நீண்ட பிரார்த்தனையிலிருந்தார். சட்டையில்லாத உடலில் குளிருக்கு ரோமங்கள் சிலிர்த்துக்கொண்டன. வழக்கமாக இவ்வளவு நேரம் பூஜையில் அமர்கிறவர் இல்லை என்பதால் எல்லோரும் அவரை அச்சத்தோடு பார்த்துக் கொண்டிருந்தனர். எப்போதும் சிரிப்பும் கும்மாளமுமாயிருக்கும் அந்த வளவு மக்கள் அச்சத்திலும் கவலையிலும் உறைந்துபோயிருப்பதைப் பார்க்க ராஜனுக்கு சங்கட்டமாயிருந்தது. ஒரு பெண் ராஜனுக்கும் இன்னும் சில பெரியவர்களுக்குமாக கட்டங்காப்பி கொடுத்தாள். அவர்கள் கட்டங்காப்பியைக் குடிக்கத் துவங்கிய நேரத்தில் பூஜையிலிருந்த முருகனின் உடல் அதிர்வு கண்டு அவர் அதிரத் துவங்கினார்.

“என்னயவாடா என் மண்ண விட்டு தொரத்தப் பாக்கறீங்க...”

என்ற அலறலோடட எழுந்து வாசலுக்கு ஓடியவரின் கூந்தல் அவிழ்ந்து ஆவேசமாய் ஆடியது. வளவிலிருந்த ஆட்கள் அவருக்குப் பின்னால் சற்று தூரத்திலேயே நின்றுவிட

“இந்த மண்ணுல எத வெதச்சாலும், நான் பொன்னா அள்ளிக் குடுத்தேன். இப்ப என்னயவே பதம் பாக்கறீங்களா...”

முருகனின் உடலில் ஐந்தாறு ஆட்கள் புகுந்து கொண்டதைப்போல் முறுக்கேறியிருந்தார். குரல் மலை முழுக்க எதிரொலித்துக் கொண்டிருந்தது. “என் மண்ண சுரண்ட நெனச்சவன் மண்ணாப் போவான்... ஏய்... எல்லாருக்கும் குளுரு விட்டுப் போச்சா.... த்தூ... பசிக்கு சோறு குடுத்தா நீங்க திங்கறதுக்கு என் உடம்பையாடா கேக்கறீங்க... வெறி புடிச்சவனுகளா... த்தூ...”

பூமி அதிர அதிர சாமியாடியவர் வளவின் எல்லை வரை ஓடி தோட்டத்தைப் பார்த்து த்தூ த்தூவென துப்பிக் கொண்டிருந்தார். குளிரின் நீண்ட அமைதியில் கிடந்த அந்த மலையில் எதிர்பாராமல் பெருங்காற்று அடிக்கத் துவங்கியது. மனிதன் தன் வாழ்வில் ஒரேயொருமுறை மட்டுமே எதிர்கொள்ள நேரிடும் அபூர்வத்திலும் அபூர்வமான ஒரு தருணமாய் எல்லோரும் அச்சத்தோடு காற்றையும் அதை எதிர்த்து நின்று சாமியாடிக் கொண்டிருந்த முருகனையும் பார்த்துக் கொண்டிருந்தார்கள். முருகன் உடல் அதிர சாமியாடி களைத்து அங்கேயே மயங்கிப்போனார். வளவிலிருந்த பெரியவர்கள் கண்ணீரோடு மலையில் அம்மன் இருக்கும் திசைநோக்கி விழுந்து கும்பிட்டு “ஆத்தா முதலாளிமாருக செய்ற பாவத்துக்கு எங்கள பழி வாங்கிராத... அர வயித்துக்கும் கா வயித்துக்கும் வம்பாடு பட்டு ஒழைக்கிற சனம் நாங்க...” என அரற்றினார்கள்.

நீண்ட நேரத்திற்குப்பின் காற்று ஓய்ந்தபோது முருகன் நினைவுதிரும்பி கண்விழித்தார். ஒரு சிறுமி அவருக்குக் குடிக்கத் தண்ணீர் கொடுத்தாள். சோர்வோடு நீரை அருந்தியவர். வீட்டிற்குள் அடைந்து உட்கார்ந்திருந்த எல்லோரையும் கவலையோடு பார்த்தார். அவர்களுக்கு நடுவே ராஜன் பயம் கொண்ட கோழிக்குஞ்சென இடுங்கிக் கிடந்தான்.

‘ராஜா நீ பேசாட்டிக்கி ஊருக்குக் கிளம்பிடு. இங்க இருக்கறது நல்லதாப் படல...” முருகன் சோர்வோடு சொல்ல, “இருக்கற

வேலையெல்லாம் விட்டுட்டு எப்டிங்கண்ணா போறது? முதலாளிக்கு என்ன பதில் சொல்றது?" ராஜன் குழப்பமாய் அவரிடம் கேட்டான். "நடந்துட்டு இருக்க பிரச்சனை லேசானதில்ல. முதலாளி தன்னோட லாபத்துக்காக இந்த மலைல இருக்க அத்தன உசுரையும் காவு குடுக்கப் போறாரு..."

"என்னண்ணா சொல்றீங்க?"

"ஆமா, இந்தக் கோயில் பல நூறு வருசமா இருக்குங்கறது எப்பிடி உண்மையோ அதேமாதிரி இதுக்கு காலரா அம்மன்னு இன்னொரு பேரு இருக்குங்கறதும் உண்ம. நூறு வருஷத்துக்கு முன்ன வெள்ளக்காரன் இந்த மலை ல தேயிலைத் தோட்டம் போடணும்னு முடிவெடுத்தப்போ அந்தக் கோயில இடிச்சிடலாம்னு முடிவெடுத்தாங்க. அப்ப அம்மனுக்கு கோயில்னு எதும் இல்ல, இப்ப இருக்க அதே பெரிய ஆலரம், ஆலமரத்துக்குக் கீழ சின்னதா ஒரு மண் கட்டிடம். அவ்ளோதான். ஆனா எப்ப அந்தக் கோவிலையும் மரத்தையும் இடிக்கனும்னு நெனச்சாங்களோ அப்பயே எல்லாருக்கும் காய்ச்சலும் காலராவும் வர ஆரம்பிச்சிடுச்சு. தோட்ட வேலைகளுக்காக வந்திருந்த ஆட்கள்லாம் கொத்து கொத்தா சாக ஆரம்பிச்சாங்க..."

முருகன் சொல்லச் சொல்ல, ராஜனுக்கு அச்சத்தில் உள்ளங்கால் வியர்க்கத் துவங்கியது. அடிவயிற்றில் பயத்தின் ரேகைகள் குறு முட்களாய்க் குத்த சிரமப்பட்டு முகத்தில் பயத்தை மறைத்துக் கொள்ளப் போராடினான்.

"அப்றம் என்ன ஆச்சுங்ணா..."

"சாவு... நூத்துக்கணக்கான ஆளுங்க செத்ததுதான் மிச்சம். எந்த வெள்ளக்கார தொர கோயில இடிக்கனும்னு சொன்னானோ அவன் பொண்டாட்டியும் காய்ச்சல்ல செத்துடுச்சு. ஊருக்குள்ள எல்லாரும் சொன்னது உண்மையாகிடுச்சுன்னு புரிஞ்சுக்கிட்ட தொர ஒருநாள் காலைல கோயில் முன்னால விழுந்து சாஷ்டாங்கமா அம்மன் கிட்ட மன்னிப்புக் கேட்டுட்டு இந்தத் திசைக்கே இனி வரமாட்டேன்னு மலைய விட்டு இறங்கிட்டான்."

ராஜனும் அவனோடிருந்த மற்றவர்களும் முருகன் சொன்னதையெல்லாம் கவலையோடு கேட்டுக் கொண்டிருந்தார்கள்.

“நாம இத தடுத்து நிறுத்த முடியாதுங்களாண்ணா...” ராஜனுக்குப் பின்னாலிருந்த ஒரு இளைஞன் பதற்றத்தோடு கேட்க, முடியாதென்றபடியே முருகன் தலையைக் குனிந்துகொண்டார்.

தன் உயிரைக் காத்துக்கொள்ள வேண்டுமென்கிற அக்கறைகளை விடவும் இந்த மக்களுக்கு எதுவும் ஆகிவிடக்கூடாதென்கிற பதட்டம் ஒவ்வொரு நிமிடமும் ராஜனுக்கு அதிகமானது. “கோயில எதும் செய்ய வேணாம்னு நான் முதலாளி கிட்ட பேசறண்ணா...” உறுதியோடு சொன்னவனை எல்லோரும் ஆச்சர்யமாகப் பார்த்தார்கள். முருகன் கையசைத்து நெருங்கி வரச் சொன்னார். அமர்ந்த நிலையிலேயே ராஜன் நகர்ந்து அவரிடம் செல்ல, அவன் கன்னத்தைத் தட்டிக் கொடுத்து சிரித்தார். “ராஜா இத்தன ஏக்கர் ல தோட்டம் போட்றவன் கோயில் இருக்க அந்த சின்ன இடத்த விட்டுக் குடுத்துடுவான்னுதான் நீயும் நானும் நினைப்போம். ஏன்னா நாம காலங்காலமா நம்மகிட்ட இருந்ததையெல்லாம் இந்த மாதிரி ஆளுககிட்ட பறிகொடுத்து பழக்கப்பட்டவங்க. ஆனா அவனப் பொறுத்தவரைக்கும் குண்டுமணி சைஸ் நிலம்னாலும் விடமாட்டான். அதுக்காக அவன் பிசினாரின்னு நெனைக்காத. வியாபாரி... எல்லாத்தையும் விட முக்கியமா அவன் கோயில இடம் மாத்தனும்னு நெனைக்கிறதுக்கு எதிரா இருக்கம்ல, இந்த எதிர்ப்பு அவனத் தூங்க விடாது. நீ என்ன கெஞ்சினாலும் எறங்கி வரமாட்டான்.”

அவர் சொல்வதிலிருந்த உண்மையைப் புரிந்துகொண்டவனாய் ராஜன் தலையசைத்தபடி “கலகம் பண்ணாம வழி பொறக்காதுண்ணா...” என்று சொல்லிவிட்டு அவர் கைகளை இறுகப் பற்றிக்கொண்டான்.

★★★

கூடலூரில் இன்ஸ்பெக்டர் டி.எஃப்.ஓவை சந்தித்துவிட்டு வந்த இரண்டு நாட்களிலேயே காணாமல் போன வண்டி குறித்த விவரங்களை அவர் கண்டுபிடித்ததால் ஷாஜி உற்சாகமானான். “அந்த வண்டில வந்த ஆள் யாருனு தெரிஞ்சுட்டா உடனே அரெஸ்ட் பண்ணிடலாமே ஸார்.” அவன் பரபரக்க, “அது முடியாது ஷாஜி. அந்தப் பையன் இப்பத்தான் கொஞ்ச நாள் முன்ன செத்துட்டான். அந்த டெத்க்குப் பின்னால இருக்க மிஸ்ட்ரிய இன்னும் கண்டுபிடிக்க முடியல...” என்று விஜயன் சொல்ல, எல்லாக் கதவுகளும் அடைக்கப்பட்ட பயணமாகத் தோன்றியது.

“நீங்க சொல்ற ஆளோட சாவுக்கும் பொண்ணுங்கள கடத்தினவந்தான் காரணமா இருப்பானோன்னு தோணுது ஸார்.”

ஒரு நொடி தயங்கிய விஜயன் “நானும் அந்த ஆங்கிள்லதான் யோசிச்சுட்டு இருக்கேன். ஆனா சரியான லீட் இன்னும் கிடைக்கல. ஆனா ஒண்ணு நாம எதிரிய நெருங்கிட்டு இருக்கோம்.” அவர் நம்பிக்கையோடு சொன்னார்.

இரண்டுவாரங்களுப்பின் சுல்தான் பதேரியை அடுத்துள்ள கிராமமொன்றில் ஒரு இளம்பெண் காணாமல் போயிருக்கிறாளென்கிற தகவல் கிடைத்த அடுத்த நிமிடம் ஷாஜி விஜயனை அலைபேசியில் பிடித்தான்.

“சொல்லுங்க ஷாஜி...”

”ஸார். நான் பயந்த மாதிரி ஆகிடுச்சு, வினோதினின்னு ஒரு பொண்ணு இன்னிக்கி மிஸ் ஆகிட்டா. இதுக்கு முன்ன காணாமப் போன பொண்ணுங்க மாதிரி இவளும் மாற்றுத் திறனாளி....”

“ஓ மைகாட்... ஷாஜி, அந்தப் பொண்ணு மிஸ் ஆகி எவ்ளோ நேரம் ஆச்சு?”

“கொஞ்ச நேரத்துக்கு முன்னால அந்தப் பொண்ணோட பேரன்ட்ஸ் போலிஸ்ல ரிப்போர்ட் பண்ணி இருக்காங்க. அந்த

ஸ்டேஷன் எஸ்.ஐ. எனக்கு இப்ப இன்ஃபார்ம் பண்ணாரு."

"மணி இப்ப அஞ்சேமுக்கால். கடைசியா அந்தப் பொண்ணோட ஆக்டிவிட்டி என்னன்னு தெரிஞ்சதா?"

"ஒரு மணிக்கு காலேஜ்ல இருந்து கிளம்பி இருக்கா ஸார். வழக்கமா ரெண்டு மணிக்கு வீட்டுக்கு வர்றவ அஞ்சு மணி வரைக்கும் வரலை அத்தோடு மொபைலும் ஆஃப்ல இருக்குன்னுதான் ரிப்போர்ட் பண்ணி இருக்காங்க."

"அந்தப் பொண்ணோட மொபைல் கடைசியா எந்த லொகேஷன் காட்டுச்சுன்னு விசாரியுங்க. முக்கியமா கடைசியா அவ யார்கிட்ட பேசினாங்கற கால் ரெகார்ட்ஸ் எடுக்கச் சொல்லுங்க."

"ஆல்ரெடி எல்லாத்தையும் கேட்டுட்டேன் ஸார். அந்தப் பொண்ணோட மொபைல் நாலு மணிக்கு ஆஃப் ஆகி இருக்கு. தமிழ்நாடு கேரளா செக்போஸ்ட் பக்கத்துல. அவ பேசின கடைசிகால் அவங்க அப்பா கிட்டதான். வீட்டுக்குக் கிளம்பி இருக்கேன்னு சொல்லி இருக்கா..."

எதிர் முனையில் விஜயனிடம் பதிலில்லை. அவர் யோசித்துக் கொண்டிருக்கும் நொடிகளில் ஷாஜியின் பதற்றம் அதிகரித்தது. "ஹலோ... ஸார்... விஜயன் ஸார்... " என தொடர்ந்து கூப்பிட்டபடியே இருந்தான்.

"ஷிட்..... ஷிட்.... ஷிட்... ஒரு பொண்ணு காணாமப் போனா முதல் மூணு மணிநேரம் கோல்டன் டைம் ஷாஜி. நாம அத லூஸ் பண்ணிட்டோம். அவன் பார்டர் க்ராஸ் பண்ண இந்த ரெண்டு மணி நேரத்துல எங்க வேணாலும் போயிருக்கலாம்."

அவனைவிடவும் கொந்தளிப்பாக விஜயன் பேச, இந்தமுறையும் தோற்றுவிடுவமோ என ஷாஜி தடுமாறினான். "ஸார், நம்மளால எதுவும் செய்ய முடியாதா அப்போ..?" அழுகைக்கும் கதறலுக்கும் நடுவிலிருந்தது அவன் குரல். யாரோ ஒருத்தி யாராலோ கடத்தப்பட்டுவிட்டாளென நினைக்கிற ஆளில்லை அவன். காணாமல் போன ஒவ்வொரு பெண்ணும் அவனது

சகோதரிகளாகத் தெரிந்தார்கள். அவனது வலியைப் புரிந்துகொண்ட விஜயன் "ஷாஜி, வினோதினிய கண்டிப்பா காப்பாத்திடுவேன்.. ப்ராமிஸ்... இந்தத் தடவ எதிரி நம்மகிட்ட கண்டிப்பா மாட்டுவான். நீங்க தைரியமா இருங்க...."

"ஓகே ஸார்." ஷாஜி நம்பிக்கையில்லாமல் சொல்லிவிட்டு இணைப்பைத் துண்டித்தான்.

15

மசினகுடி ரிசார் ஊழியர்கள் போதையில் யானையின் மீது நெருப்புப் பந்துகளை வீசிய காணொளி நாடுகடந்து மொழிகடந்து நிறையப் பேரால் பகிரப்பட்டிருந்தது. நெருப்பினால் உண்டான காயங்களோடு தப்பி ஓடிய யானையின் இருப்பிடத்தை அடுத்த நாள் பிற்பகலில்தான் வனத்துறை அதிகாரிகள் காட்டில் கண்டுபிடித்தார்கள். மலையைக் குறுக்காக வகுந்து செல்லும் மோயாறு கண்ணுக்கெட்டும் தூரத்தில் சலசலத்து ஓடிக் கொண்டிருக்க, முதிர்ந்த மரத்தினடியில் வலியில் முனங்கியபடி கிடந்தது அந்த யானை. ட்ரோன் கேமராக்கள் இடத்தை உறுதி செய்ததுடன் அதிகாரிகள் வெவ்வேறு திசைகளின் வழியாக அந்த இடத்தை நெருங்கிச் சென்றார்கள். காயப்படும்போது எல்லா மிருகங்களும் அச்சப்படுகின்றன. அச்சப்படும் போது தன்னைத் தற்காத்துக் கொள்ளவேனும் அவை தாக்குதல் நடத்துவதுதான் இயல்பு. நாற்பது வயதுகளைக் கடந்த அந்த யானை அதற்கும் திராணியின்றி வலியில் அரற்றிக் கொண்டிருந்தது. தூரத்திலிருந்து அதன் அரற்றலை அச்சத்தோடு பார்த்துக்கொண்டிருந்த ஒரு தாய் மானும் குட்டிமானும் ஜீப் வரும் சத்தம் கேட்டு சடாரெனக் குதித்து ஆற்றுக்கு எதிர்த் திசையில் குதித்தோடின.

டி.எஃப்.ஓவும் ரேஞ்சர்களும் சற்று தூரத்திலேயே வாகனங்களை நிறுத்திவிட்டு யானையை நோக்கி வேகமாய் நடந்தனர். சரிந்து கிடந்த அதன் உடலெங்கும் நெருப்புக் காயங்கள். ரேஞ்சர்களில் எல்லோருக்கும் இளையவனாய் இருந்த இளைஞனுக்கு வேதனையில் அழுகை முட்டியது. காட்டையும் காட்டில் வசிக்கும் ஜீவராசிகளையும் புரிந்துகொண்டவனுக்கு அந்தக் காட்டில் ஒரு செடி துன்புறுத்தப்பட்டாலும் தாங்கிக்கொள்ள முடிவதில்லை. பொங்கிய கண்ணீரை அடக்கிக்கொண்டவன் எல்லோருக்கும் முன்பாக யானையை நெருங்கினான். டி.எஃப்.ஓ அவன் கைகளைப் பிடித்து வேகத்தை மட்டுப்படுத்தினார்.

“அவசரப்படாத...”

ஆட்கள் நெருங்கி வருவதன் அரவம் கேட்டதும் யானை எழுந்துகொள்ள முயன்றது. வனத்துறை அதிகாரிகளில் ஒருவராயிருந்த அனுபவம் வாய்ந்த ரேஞ்சர் ஒருவர் “ஸார் காயம் அதிகமாட்ட இருக்கு, நாம கேம்ப்புக்கு கூட்டிட்டுப் போயிதான் ட்ரீட்மெண்ட் குடுக்கணும்...’ என்றார். அவர் சொன்னதை ஆமோதித்த டி.எஃப்.ஓ விலகிச் சென்று வாக்கி டாக்கியில் சில கிலோமீட்டர்கள் தள்ளி நிறுத்தப்பட்டிருந்த வாகனத்தை வரச்சொல்லி உத்தரவிட்டார்.

வண்டி வந்து சேர்ந்தபோது ரேஞ்சர்கள் யானையை நெருங்கிச் சென்றார்கள். முதலில் மிரண்ட யானை ரேஞ்சர் ஒருவர் கையை அகலமாக விரித்து பறவையைப் போலவும் காற்றைப் போலவும் சப்தமெழுப்பி நெருங்கவும் புரிந்துகொண்டு அமைதியாய் நிற்க முயன்றது. காதிலும் நெற்றியிலும் துதிக்கையிலுமிருந்த காயங்களிலிருந்து ரத்தமும் சதையும் வழிய, வேதனையோடு முனகியது. ரேஞ்சர்கள் ஒருவர் பின் ஒருவராக அதனை அணைத்துக் கொள்வதுபோல் கைகளை விரித்து சப்தமெழுப்ப கட்டுப்பட்டது போல் பார்த்தது. வாகனத்தை மெதுவாக அதை நெருக்கி நிறுத்தினார்கள். யானைக்கு அருகில் சென்ற ரேஞ்சர் ஆறுதலாக வருடிக் கொடுத்தார். வேதனைக்குக் கிடைத்த தற்காலிக ஆறுதலென யானை தன் காதுகளை அசைத்துக்கொண்டது.

வயதில் குறைவான நான்கு ரேஞ்சர்கள் வாகனத்தில் தாவி ஏற, மற்றவர்கள் யானையின் பின்னாலிருந்து அது வாகனத்தில் ஏறத் தூண்டினார்கள். கால்களிலும் காயங்களிருந்ததால் மடக்கி ஏற முடியாமல் சிரமப்பட்ட யானை ஒரு கட்டத்தில் ஏதோவொரு நம்பிக்கையில் விருட்டென உடலை முன்னகர்த்தி ஏறிக்கொண்டது. பயத்தில் துதிக்கையைத் தூக்கி பலமாக மூச்சுவிட்டுக் கொண்டது. அதனைச் சுற்றி நின்றிருந்தவர்கள் ஆறுதலாகத் தடவிக் கொடுக்க, வாகனம் அங்கிருந்து முகாமை நோக்கி விரைந்தது.

முகாமுக்கு வந்து சேர்ந்த யானைக்கு அங்கிருந்த மற்ற யானைகளைக் கண்டபிறகு அச்சம் விலகியிருந்தது. ரேஞ்சர்களின் உத்தரவுக்குக் கட்டுப்பட்டதுபோல் அமைதியாய் வாகனத்திலிருந்து இறங்கிச் சென்ற யானை தூரமாய்ச் சென்று நின்றுகொண்டது. காயங்களோடு ஒதுங்கி நிற்கும் அந்த யானையக் கண்ட மற்ற யானைகள் பிளிற, காயம்பட்ட யானை மட்டும் அமைதியாய் நின்றது. மீண்டும் அச்சத்தில் காட்டிற்குள் ஓடிவிடாமலிருக்க யானையின் ஒரு காலில் முரட்டுக் கயிறால் பிணைத்திருந்தார்கள். மருத்துவர் குழு அவசரமாய் வந்து யானையின் உடலில் காயம்பட்ட இடங்களில் மருந்திடத் துவங்கினர். ஒரு மருத்துவர் பெரிய ஊசியில் அடைக்கப்பட்ட மருந்தை யானையின் உடலில் செலுத்தியபோது பின்னங்கால்களை மட்டும் அழுத்தமாய் ஊன்றி உடலை வளைத்து நிமிர்ந்தது. நெற்றியிலும் துதிக்கையிலும் மருந்திட்டவர் டி.எஃப்.ஓ விடம் “ஸார் காயம் ரொம்ப அதிகமா இருக்கு. க்யூர் ஆக கண்டிப்பா டைம் எடுக்கும். பத்ரமா வெச்சிருங்க.” எனக் கேட்டுக் கொண்டார். டி.எஃப்.ஓ சம்மதித்துத் தலையாட்டினார்.

★★★

திரும்பிய திசையெல்லாம் விரிந்து கிடக்கும் காட்டிற்குள் எங்கு வேண்டுமானாலும் கடத்தல்காரர்கள் சென்றிருக்க முடியும், விஜயனுக்கு அவர்களை எவ்வாறு ட்ராக் செய்வதெனக்

குழப்பமாயிருந்தது. கண்ட்ரோல் ரூம் வழியாக போக்குவரத்துத் துறை போலிஸ்காரர்கள், லா அண்ட் ஆர்டர் காவல்துறையினர் எல்லோருக்கும் அவசரமாய் உத்தரவுகளைப் பிறப்பித்துக் கொண்டிருந்தார்.

“கூடலூர்ல இருந்து மைசூர் போற வண்டிகளையும், ஊட்டி போற வண்டிகளையும் ஒன்னுவிடாம செக் பண்ணுங்க, முடிஞ்சா மதியம் ரெண்டு மணிக்குமேல க்ராஸ் பண்ண வண்டிகள் ல ஏதாச்சும் நீங்க சந்தேகப்படற மாதிரி வண்டிய பாத்திருந்தா அதையும் எனக்கு இண்டிமேட் பண்ணுங்க...”

விஜயன் இதற்குமுன் இவ்வளவு தீவிரம் காட்டியதில்லை என்பதால் காவல்துறையினர் பரபரப்போடு இயங்கினர். மைசூர் சாலையில் நீண்ட வரிசையில் வாகனங்கள் நிறுத்தி வைக்கப்பட்டன. செக் போஸ்ட்டைக் கடந்துவிட்டால் அடுத்த இருபத்தியிரண்டு கிலோமீட்டர்களில் மசினகுடிக்குச் செல்லும் சாலை பிரிந்துவிடும். மரங்களும் மிருகங்களும் அடர்ந்த காட்டிற்குள் செல்ல ஒருவருக்கும் துணிவிருக்காது. அந்த வழியாய்த் தப்பிக்க நினைக்கிறவர்கள் மசினகுடி செல்ல வேண்டும், அல்லது இதே சாலையில் கர்நாடக எல்லையைக் கடந்து மைசூருக்குச் செல்ல வேண்டும். அரசுப் பேருந்துகளைத் தவிர்த்து ஒவ்வொரு வாகனத்தையும் சோதித்தனர். இருட்டத் துவங்கியிருந்ததால் வாகனங்களை அதிக நேரம் நிறுத்தி வைக்க முடியவில்லை. ஊட்டி செல்லும் சாலையில் வாகன நெரிசல் ரொம்பவே அதிகரித்ததால் வழியின்றி சில வாகனங்களை அனுமதிக்கத் துவங்கினார்கள்.

நாலா திசையிலும் சுற்றி வந்த விஜயனுக்கு படபடப்பு அதிகமானது. ஷாஜிக்குக் கொடுத்த வாக்கை நிறைவேற்ற முடியாமல் போய்விடுமோவெனத் துடித்தார். தமிழ்நாடு கேரளா பார்டரில் விசாரித்தபோது “பார்டர் க்ராஸ் பன்ற எல்லா வண்டியோட நம்பரையும் நோட் பண்ணி வெப்போம் ஸார். நீங்க சொன்ன நம்பர் ல எந்த வண்டியும் பார்டர் க்ராஸ் பண்ணல...” என உறுதியாய்ச் சொன்னார்கள். இதனால்தான் அவரது குழப்பம் அதிகரித்தது? வாகனத்தை

மாற்றிவிட்டார்களா? அல்லது ஆளை மாற்றிவிட்டார்களா? யோசனையோடு ஜீப்பிலிருந்தவருக்கு வாக்கி டாக்கியில் ஒரு அழைப்பு வந்தது.

“ஸார் நம்ம ட்ராஃபிக் கான்ஸ்டபிள் பழனி கிட்ட இருந்து ஒரு இன்ஃபர்மேஷன் கெடச்சிருக்கு ஸார்.”

“சொல்லுங்க வேலு, என்ன இன்ஃபர்மேஷன்?”

“நாலு மணிக்குப் பக்கமா நிலக்கோட்ட ரோட்ல ஒரு மினி ஆம்புலன்ஸப் பாத்திருகாரு. ஆனா நம்ம ஆளுங்க இப்ப விசாரிச்சவர அங்க இருந்து யாரும் ஆஸ்பத்திரிக்குப் போகவும் இல்ல, ஆஸ்பத்திரில இருந்து யாரும் வீட்டுக்கு வரவும் இல்ல.”

“வேலு, இன்ஃபர்மேஷன் கன்ஃஃபார்மா?”

“நல்லா விசாரிச்சுட்டோம் ஸார்.”

“குட்... அந்த ஏரியால ஒரு வீடு விடாம சல்லட போட்டுத் தேடுங்க...”

வாக்கிடாக்கியில் கேட்டுக்கொண்டிருந்த கான்ஸ்டபிள் தயக்கத்தோடு, “ஸார் இங்க வீடுகள்ல தேட்றது பிரச்சன இல்ல, ஆனா ஊர ஒட்டியே காடு... நாம தேட்ற ஆளு காட்டுக்குள்ள ஓடியிருந்தா?...”

அவர் சந்தேகமும் சரியாகவே பட்டது. விஜயன் ஒரு நொடிகூட யோசிக்காமல் “ஊருக்குள்ள நீங்க பாருங்க. ஃபாரஸ்டுக்குள்ள நான் பாத்துக்கறேன்...”

என உத்தரவிட்டார்.

அமாவாசை இரவின் அடர்ந்த இருள் நிலக்கோட்டை கிராமத்தைச் சூழ்ந்திருக்க, போலிஸ்காரர்கள் ஒவ்வொரு சந்திற்குள்ளும் புகுந்து தேடத் துவங்கினார்கள். சில நிமிடங்களிலேயே அந்த சின்னஞ்சிறிய கிராமத்திற்குள் ஆம்புலன்ஸை ஒழித்து வைக்க முடியாதென்பதைப் புரிந்து கொண்டனர். வேலு தகவல் கொடுத்த சில நிமிடங்களிலேயே விஜயனும் அங்கு வந்துவிட்டிருந்தார். ஊரை ஒருமுறை சுற்றி

வந்துவிட்ட விஜயன் அங்கிருந்து காட்டிற்குள் வாகனங்கள் எதுவும் செல்ல வாய்ப்பில்லையென்பதை உறுதிப்படுத்திக் கொண்டார். போலிஸ்காரர்களிடமிருந்த பதற்றத்தைக் கவனித்த ஒரு முதியவர் “தீவிரவாதிய தேட்றதாட்டம் தேட்றாங்களே, என்ன ஏதுன்னு நம்ம கிட்ட கேட்டா சொல்ல மாட்டமா?” எனப் புலம்பினார். அவர் தன்னோடு இருக்கிறவர்களிடம் பேசிக்கொள்வதைக் கேட்ட விஜயன் கூட்டத்திலிருந்து ஒருவரை அழைத்தார்.

“ஐயா சொல்லுங்கய்யா...” அந்த ஆள் மரியாதையாக வந்து கைகட்டி நிற்க,

“நாங்க ஆளுங்க யாரையும் தேடல. ஒரு வண்டிய தேடறோம். ஆம்புலன்ஸ். பெரிய சைஸ் ஆம்புலன்ஸ் இல்ல. சின்னதா, ஆம்னி வேன் மாதிரி...”

விஜயன் கேட்க, கைகட்டி நின்ற ஆள் யோசனையோடு பின்னாலிருந்த தனது ஊர் ஆட்களைப் பார்க்க, அவர்களும் தெரியாதுப்பா என்றனர்.

“எங்க கான்ஸ்டபிள் சாய்ந்தரம் அந்த வண்டி இந்தப் பக்கமா வர்றதப் பாத்திருக்காரு... ஸோ வண்டி வந்தது கன்ஃபார்ம். ஆனா எப்ப போச்சு, அதுல யார் வந்தான்னு எங்களுக்குத் தெரியணும்..”

விஜயன் பொறுமையின்றிப் பரபரத்தார்.

“ஐயா, ஆம்பளைகள்லாம் பெரும்பாலும் தோட்ட வேலைக்குப் போயிட்டு இருட்டவும்தான் வருவோம். இருங்க வீட்ல இருக்க பொம்பளையாளுக கிட்ட விசாரிக்கிறோம்” என அந்தாள் அவசரமாக ஓடினான்.

களைத்துப்போன போலிஸ்காரர்கள் விஜயன் இருக்குமிடத்தை நோக்கி வந்தார்கள். விசாரித்தவரையில் பெண்களுக்கும் பெரிதாகத் தகவல் தெரிந்திருக்கவில்லை. தனக்குத் தேவையான தகவல் கிடைக்கும்வரை அங்கிருந்து நகரப்போவதில்லையென விஜயன் உறுதியாயிருந்தார். ஆண்களும் பெண்களுமாக

கவலையோடு போலிஸ்காரர்களைப் பார்த்துக்கொண்டிருக்க, அவர்களுக்குப் பின்னால் ஒளிந்து நின்ற சிறுவர்கள் சிலர் அவ்வப்போது விஜயனை எட்டிப் பார்த்தார்கள். அவர்களைக் கவனித்து விஜயன் நெருங்கி வரச் சொன்னார். மூன்று பேர் ஓடிவந்தார்கள். அவர் விசாரிக்கும் முன்பாகவே பத்து வயது மதிக்கத்தக்க சிறுவனொருவன் "ஸார் நீங்க சொன்ன வண்டிய சாய்ந்தரம் நாங்க பாத்தம் ஸார்..." ஆர்வமாய்ச் சொன்னான். "எங்க பாத்த? எத்தன மணிக்கு பாத்த?" விஜயன் பரபரத்தார். "ஸ்கூல் முடிஞ்சு வந்தப்ப... மூக்குப்பொடி சாமி ஆஸ்ரமத்துல இருந்து வண்டி வந்துச்சு..."

சிறுவன் சொன்னதைக் கேட்டதும் விஜயனுக்கு சர்வமும் அடங்கிப்போனது. தன் கண் முன்னாலிருந்த திரைகள் எல்லாம் வேகமாய் விலகுவதுபோலிருக்க, சுற்றியிருந்த போலிஸ்காரர்கள் அத்தனை பேரையும் மூக்குப்பொடி சாமியின் ஆஸ்ரமத்திற்குப் போகச் சொல்லி உத்தரவிட்டார்.

16

உடல் நோவோடு ஆஸ்பத்திரிக்குச் சென்ற தங்கம் எஸ்டேட்டுக்குத் திரும்பவில்லை. இனங்காண முடியாத புதிய வகையான காய்ச்சல் சேரம்பாடியைச் சுற்றிய கிராமங்களில் வேகமாக பரவத் துவங்கியிருப்பதாக வளவிலிருப்பவர்கள் அச்சத்தோடு பேசிக்கொள்ளத் துவங்கியிருந்தார்கள். தன்னைச் சுற்றி நடக்கிறவற்றை எல்லாம் புரிந்துகொள்ள முடியாத ராஜன் வளவிலிருந்தவர்கள் எவ்வளவு வற்புறுத்தியும் சொந்த ஊருக்குப்போக மறுத்துவிட்டான். ஆரம்ப சுகாதார நிலையத்திலிருந்த ஒவ்வொரு வீதிக்கும் வந்த மருத்துவப் பணியாளர்கள் நீரைக் கொதிக்க வைத்து அருந்துவதன் அவசியம் குறித்தும், காய்ச்சலுக்கான அறிகுறிகள் தென்பட்டால் உடனடியாக மருத்துவமனைக்குச் செல்ல வேண்டுமென்றும் அறிவுறுத்தினார்கள்.

“வைத்தியம் பாக்க முடிஞ்ச சீக்கா இருந்தா வைத்தியங்கிட்டப் போகலாம். இது அப்பிடியா? எந்த வைத்தியனுக்கும் கட்டுப்படாது, எந்த வைத்தியத்துக்கும் கட்டுப்படாது. அதுவா ஆடி ஓஞ்சாதான் ஆச்சு,” என முருகன் சோர்வோடு சொல்லிக் கொண்டார்.

“ண்ணா, இங்க நெலவரம் ஒண்ணும் சரியா இல்லிங்ணா... நீங்க வந்தாத்தான் ஒரு முடிவெடுக்க முடியும்.”

எஸ்டேட்டைச் சுற்றின கிராமங்களில் வேகமாக நோய் பரவிக் கொண்டிருப்பதையும் கோவிலை இடம் மாற்றுவதன் அவசியத்தைப் புரியவைக்க வேண்டியும் ராஜன் முதலாளிக்கு போன் செய்தான்.

“ஏன் என்னாச்சு ராஜா?”

“புதுசு புதுசா காச்சல் வருதுங்க. தொத்து வியாதியாம். இதுக்கு முந்தி அம்மன இடம் மாத்தணும்னு பேசினப்பவும் இப்பிடித்தான் ஆச்சாமாம்.”

“ஓ அப்பிடி ஏதாச்சும் ஆகணும்னா எனக்குத்தான் ஆகணும். ஊர்க்காரனுகளுக்கு சீக்கு வந்தா அதுக்கு வேற ஏதாச்சும் காரணமா இருக்கும். ஆஸ்பத்திரிக்குப் போயி பாக்கச் சொல்லு. எதாச்சும் கதையக் கட்டிவிட்டு அடுத்தவன் தலையில மொளவா அரைக்கிறதே இவிங்களுக்கு வேலையாப் போச்சு...”

என எரிச்சலோடு பேசிய மொதலாளி பாதியிலேயே இணைப்பைத் துண்டித்துவிட்டார்.

“சுத்த அறிவுகெட்ட தாயோலியா இருப்பானாட்ட இருக்கு.” ராஜன் புலம்ப, முருகன் எதுவும் பேசாமல் வீட்டிலிருந்து வெளியேறிச் சென்றார்.

ஆஸ்பத்திரியிலிருந்து ஊருக்கு அழைத்துச் செல்லப்பட்ட தங்கம் இறந்துபோனான் என்ற செய்தி கிடைத்தநாளில் ராஜன் கட்டுப்படுத்த முடியாத கோபத்தில் கெஸ்ட் ஹவுஸையும் தோட்டத்தையும் சுற்றிச் சுற்றி வந்துகொண்டிருந்தான். அவனது பதற்றத்தையும் ஆத்திரத்தையும் பார்த்து வளவிலிருந்தவர்கள் ‘இந்தப்பய ஏன் நம்ம பேச்சக் கேக்க மாட்றான்,’ என கவலைப்பட்டார்கள்.

அடர்ந்த இருளில் அச்சம் அதிகரிக்கத் துவங்கியது. அருகாமை கிராமங்களில் பாதி இரவுகளில் மரணித்தவர்களுக்காக எழும் அழுகுரல்கள் வளவிலிருந்தவர்களைத் தூங்கவிடவில்லை.

முருகன் நேரங்காலம் பார்க்காமல் முழுக்க பிரார்த்தனையிலேயே இருந்தார். வளவிலிருந்த இரண்டு சிறுவர்களுக்கும் ஒருநாள் மாலை காய்ச்சல் தொற்றிக்கொள்ள எஸ்டேட் முதலாளிகளைச் சபித்தபடியே அந்தச் சிறுவர்களின் பெற்றோர்கள் ஆஸ்பத்திரிக்கு ஓடினார்கள்.

அந்த மக்கள் படும் துன்பங்களைக் கண்டு பொறுக்க முடியாத ராஜன் நிம்மதியிழந்தான். தேயிலைக் கொழுந்துகள் முற்றி பறிக்கப்படாமல் வீணாகிப் போகத் தொடங்கியதோடு தோட்டங்களில் களையும் அதிகரிக்கத் தொடங்கியது. எதைப்பற்றியும் கவலைப்படாமல் முதலாளியின் கட்டளையின்படி கோயமுத்தூரிலிருந்து வந்த ஆட்கள் கோயிலை இடம் மாற்றுவதற்கான வேலைகளைத் துவங்கியிருந்தனர். முருகனும் வளவிலிருந்த சிலரும் வேலைத்தடத்திற்குச் சென்று சத்தம் போடத் துவங்கினார்கள்.

“ஏப்பா நீங்கள் லாம் மனுசய்ங்க தான? இங்க என்ன நடந்துட்டு இருக்குன்னு தெரியுமா தெரியாதா உங்களுக்கு?”

என்று கேட்ட முருகனை ஏறிட்ட ஒரு வேலையாள் “ண்ணோவ், என்ன நடக்குது ஏது நடக்குதுன்னெல்லாம் எங்களுக்குத் தெரியாது. நாங்க எல்லாருமே குழிதோண்டற வேலைக்கிப் போறவங்க. நல்ல சம்பளம் தர்றதா சொன்னதால என்ன ஏதுன்னு கேக்காம வந்துட்டோம்,” என பவ்யமாய்ச் சொன்னார்.

“மொதல்ல வேலைய நிறுத்திட்டு ஊருப்பக்கமாப் போங்க. ஊரச் சுத்தி இப்பவே ஏகப்பட்ட சாவு. இப்ப நீங்க இதுல கைவெச்சா உங்களுக்குத்தான் அதிக கெடுதல் வரும்...” முருகன் எச்சரிப்பதுபோல் சொல்ல, வேலையாட்கள் பயந்துவிட்டனர்.

“அட்வான்ஸ் வாங்கிட்டமேண்ணா...” ஒருவன் தயங்கினான்.

“உங்க நல்லதுக்குத்தான் யா சொல்லுறேன். புரிஞ்சுக்கங்க.” முருகன் அக்கறையோடு சொல்லிவிட்டு கையெடுத்துக் கும்பிட்டார். வேலையைத் தொடர்வதா வேண்டாமா என்கிற குழப்பத்தோடு அவர்கள் அங்கிருந்து நகர்ந்து சென்று தனியாகப் பேசினார்கள்.

தூரத்தில் ராஜன் தேயிலைத் தோட்டத்திற்குள் குறுக்கும் நெடுக்குமாய் ஓடுவதுபோல் தெரிய, முருகன் சந்தேகத்தோடு தன்னோடு இருந்தவர்களிடம் “ஏய் இந்தப் பயலுக்கு என்னப்பா ஆச்சு? இப்பிடி வெறி புடிச்சமாதிரி ஓடிக்கிருக்கான்,” எனக் கேட்டார். முருகனோடு இருந்தவர்கள் முருகனைக் கவனமாகப் பார்க்க அவன் கையில் கெரசின் இருப்பதும் அவன் செடிகளுக்கு நடுவே கெரசினை ஊற்றுவதும் தெரிந்தது. “ண்ணோவ்... செடிக்குள்ள பூராம் சீமெண்ணைய ஊத்திட்டு இருக்கான்...” என ஒருவர் அலறினார். முருகனுக்கு பிசிறு தட்ட “ஏய் ராஜா, அவசரப்படாத பொறுடா...’ எனக் கத்தியபடியே ராஜனை நோக்கி ஓடினார். அவருக்குப் பின்னாலேயே அவரது ஆட்களும் ஓட, வேலைக்கு வந்தவர்கள் மிரண்டுபோய்ப் பார்த்தார்கள். முருகனும் மற்றவர்களும் ராஜனை நெருங்கிச் செல்வதற்கு முன்பாகவே ராஜன் நெருப்பைப் பற்ற வைத்தான். பசுமை படர்ந்த அந்தக் குன்றின் மையமாயிருந்த தேயிலைச் செடிகள் படாரெனப் பற்றிக்கொண்டு எரிய முருகனும் மற்றவர்களும் மிரண்டு நின்றார்கள். தேயிலைத் தோட்டம் பற்றியெரிவதை ராஜன் வெறியோடு நின்று பார்த்துக்கொண்டிருந்தான்.

★★★

காப்பித் தோட்டங்களும் வாழைத் தோட்டங்களும் சூழ்ந்த பகுதியில் முதிர்ந்த மரங்களுக்கு நடுவிலிருந்தது மூக்குப்பொடி சாமியாரின் ஆசிரமம். தட்டோடு வேயப்பட்ட கேரளக் கட்டிடத்தைப்போல் எளிய முறையிலிருந்த நான்கைந்து குடியிருப்புகள் நடுவே ஒரு தியான மண்டபம். விஜயன் தன் டீமோடு அங்கு நுழைந்தபோது ஆஷ்ரமம் அமைதியில் உறைந்து கிடந்தது. ஆசிரமத்தில் வளர்க்கப்பட்ட நாய்கள் போலிஸ்காரர்களைப் பார்த்துக் குரைக்க, சாமியாரின் உதவியாளர்கள் இரண்டுபேர் அவசரமாய் வந்தார்கள்.

“யாரு ஸார் என்ன வேணும்?”

என்றபடியே வந்தவர்கள் போலிஸ்காரர்களைப் பார்த்ததும் அமைதியாகி கையெடுத்துக் கும்பிட்டனர். ஒருவன் குரைத்துக் கொண்டிருந்த நாய்களை அமைதிப்படுத்தினான். விஜயன் மட்டும் அங்கு நிற்க, மற்ற போலிஸ்காரர்கள் எல்லாம் ஆஷ்ரமத்தைச் சுற்றித் தேடத் துவங்கினார்கள்.

“என்னாச்சு ஸார்? என்ன தேடுறீங்க?”

ஒருவன் நிதானமாக விஜயனிடம் கேட்டான். “சாமியார் எங்க? நீங்க ரெண்டு பேரும் யாரு?”

விஜயன் சந்தேகத்தோடு அவர்களிடம் விசாரித்தார்.

“நாங்க அவரோட உதவியாளர்கள்.”

“உதவியாளர்னா?”

“சிஷ்யர்கள்னு சொல்லலாம் ஸார்?”

“ஓ... சரி அவர் எங்க?”

“அவர் இப்ப இங்க இல்ல, நீங்க ஏன் அவரக் கேக்கறீங்க?”

விஜயனுக்கு ஆத்திரம் கிளம்பியது.

“நான் கேள்வி கேட்டா நீ எங்கிட்ட பதில் கேள்வி கேக்கறியா? அவர் எங்கன்னு சொல்லுய்யா?”

“ஸார், எதுக்கு இப்ப ஆத்திரப்படறீங்க? என்ன விஷயம்னு நிதானமா சொன்னீங்கன்னா சரியான பதில் கிடைக்கும்.”

“உங்கிட்ட வெட்டி நாயம் பேசறதுக்குத்தான் இவ்ளோ தூரம் வந்திருக்கேன் பாரு... இன்னிக்கி சாய்ந்தரம் இங்க ஆம்புலன்ஸ் வந்துச்சா?”

விஜயன் மிரட்டும் தொனியோடு கேட்க, இரண்டு பேரில் ஒருவன் “ஆமா “ சாதாரணமாகச் சொன்னான்.

“அந்த ஆம்புலன்ஸ் ல யார் வந்தா? ஆம்புலன்ஸ் எங்க இருந்து வந்துச்சு?”

சாமியாரின் சீடர்கள் ஒருவரை ஒருவர் பார்த்துக்கொண்டு மௌனமாய் நின்றார்கள். விஜயனுக்கு சந்தேகம் அதிகரிக்க,

அவர்களை அடித்துவிடும் மூர்க்கத்தோடு நெருங்கினார். அவரது முகத்தில் தெரிந்த மாற்றத்தைக் கவனித்த சீடனொருவன் “ஸார் பொறுங்க. யாரும் ஆம்புலன்ஸ்ல வரல. இங்க இருந்தவங்கள ஆஸ்பத்திரிக்குக் கூட்டிட்டுப் போகத்தான் ஆம்புலன்ஸ் வந்துச்சு...” என்றதும் விஜயன் தடுமாறி நின்றார்.

“ஏன் யாருக்கு என்னாச்சு?”

“சாமிக்குத்தான் உடம்பு சரியில்ல. அவருதான் ஆம்புலன்ஸ்ல போனது.”

அவர்கள் சொல்வது நம்பும்படியாக இல்லை. இரண்டு பேரின் முகத்திலும் எந்த உணர்ச்சிகளும் இல்லாமல் இருந்ததால் அவர்கள் பொய் சொல்கிறார்கள் என்று உறுதியாக நம்பினார். அவரது அமைதியைக் கவனித்து சீடன் “உங்களுக்குச் சந்தேகம்னா வைதேகி ஹாஸ்பிட்டலுக்கு போன் பண்ணி கேளுங்க.” என்றபடியே முன்னிலும் இயல்பாக கைகட்டி நின்றான்.

ஆசிரமத்திற்குள் தேடுதல் வேட்டை நடத்திய போலிஸ்காரர்கள் வெறுங்கையோடு திரும்ப, கான்ஸ்டபிளில் ஒருவரை அழைத்த விஜயன் “வைதேகி ஹாஸ்பிட்டலுக்கு போன் பண்ணி மூக்குப்பொடி அங்க இருக்காரான்னு செக் பண்ணுங்க.” என்று உத்தரவிட, கான்ஸ்டபிள் அவசரமாக தனது மொபைலை எடுத்து மருத்துவமனைக்கு அழைத்தார். அழைத்த வேகத்தில் மருத்துவமனையில் பதில் கிடைக்க, அவர் ஏமாற்றத்தோடு விஜயனிடம் “ஆமா ஸார், அங்கதான் அட்மிட் ஆகியிருக்காராம்.” என்றார்.

தான் திசைதிருப்பப்பட்டுவிட்டோமோ என்கிற ஏமாற்றத்தோடு விஜயன் வண்டியை நோக்கி நடந்தார். வினோதினியை மீட்க முடியுமென்கிற நம்பிக்கை கொஞ்சம் கொஞ்சமாய் அவரிடமிருந்து தகர்ந்துபோகத் துவங்கியது. அங்கிருந்து தன் டீமோடு நீலகிரிக்குத் திரும்பியவருக்கு வினோதினி கூடலூரின் எல்லையைத் தாண்டியிருப்பாளென்கிற நம்பிக்கை வந்திருக்கவில்லை. இன்னொருபுறம் மூக்குப்பொடியின் ஆசிரமும், சீடர்களும் அவருக்கு ஆழமான சந்தேகத்தை

ஏற்படுத்திவிட்டிருந்தது. ஷாஜியிடமிருந்து வந்த தொடர் அழைப்புகளை என்ன பதில் சொல்வதெனத் தெரியாமல் தவிர்த்து வந்தார்.

அடர்ந்த இரவு ஊரைச் சூழ்ந்திருக்க, வாகனப் போக்குவரத்துகள் குறைந்துபோய் சாலைகள் அமைதியாகியிருந்தன. தெருவிளக்கினடியில் கொட்டப்பட்ட குப்பைகளை மேய்ந்து கொண்டிருந்த எருமை மாடுகள் போலிஸ் ஜீப்பின் சத்தம் கேட்டு ஒரு நொடி திரும்பிப் பார்த்துவிட்டு மீண்டும் குப்பைகளைத் தின்னத் துவங்கின. ஸ்டேஷனுக்குச் செல்ல துணிச்சல் இல்லாமல் விஜயன் கூடலூரின் வெவ்வேறு பகுதிகளில் சுற்றிக் கொண்டிருந்தார். பதினொரு மணியைக் கடந்த நிலையில் டி.எஃப்ப். ஓவிடமிருந்து ஓர் அழைப்பு வந்தது. சோர்வோடு விஜயன் அழைப்பை ஏற்க,

“ஸார் உடனே கிளம்பி பகவதி கோயில் பக்கமா வாங்க.”

அவரின் குரல் பரபரப்போடு ஒலிக்க, “ஸார் ஒரு நிமிஷம் கூடலூர் சுத்தி ரெண்டு மூணு பகவதி கோயில் இருக்கு, எங்க வரணும்?” விஜயன் கேட்க,

“ஊட்டி போற வழில... எங்க ஃபாரஸ்ட் கண்ட்ரோல்ல இருக்க கோயில்...” என்று சொல்லிவிட்டு டி.எஃப்ப்.ஓ இணைப்பைத் துண்டித்தார்.

ஆளற்ற சாலையில் விரைந்த விஜயனின் வாகனம் அடுத்த சில நிமிடங்களிலேயே பகவதி கோயிலை அடைந்தது. டி. எஃப்ப். ஓவும் அவரது உதவியாளர் ஒருவரும் பதற்றத்திலிருப்பதைக் கவனித்தபடியே விஜயன் நெருங்கினார். “ஸார் ஏதாச்சும் மிஸ்ட்ரியான ஆக்டிவிட்டிஸ் இருந்தா அலார்ட் பண்ணச் சொன்னீங்கள் ல... நான் விசாரிச்சுட்டு இருந்தேன். அப்பத்தான் இருட்டற நேரமா யாரோ சிலர் இந்தப் பக்கம் வந்ததா நம்ம கார்ட் ஒருத்தர் சொன்னாரு. அங்க பாருங்க...”

என அவர்கள் ஓர் இடத்தில் டார்ச்சால் வெளிச்சம் அடித்தார்கள், ஒரு இளம் பெண்ணின் உடைகள் கசங்கிப்போய்க் கிடந்ததைப் பார்த்து விஜயன் அதிர்ந்துபோனார்.

17

அரசாங்கத்திடமிருந்து மாடு வாங்கிய எல்லோருமே இப்போது தாஸிடம் கடன்பட்டவர்களாய் மாறியிருந்தார்கள். "கொஞ்சம் அரிசியும் பருப்புமிருந்தா நாம கஞ்சி காய்ச்சி குடிச்சிடறோம், இந்த மாடுகளுக்குத்தான் கடலப்புண்ணாக்கு எள்ளுப் புண்ணாக்குன்னு எத்தினி வாங்க வேண்டி இருக்கு பாரு..." எனப் புலம்பியபடியே மசினகுடியிலிருந்து தீவனங்களை வாங்கி வந்தார்கள்.

"குதிர(யானை?) வாங்க காசிருக்கு, தொறட்டி வாங்க காசில்லாமப் போச்சுங்கற கதையா ஆகிருச்சு நம்ம நெலம..." என பண்ட்டா அலுத்துக் கொள்ள, 'மாட்ட குடுக்கறோம் மயித்தக் குடுக்கறோம்னு நம்மள கடங்காரனுங்கள ஆக்கிட்டானுங்க.' என இன்னொரு பெரியவரும் அவரோடு சேர்ந்துகொண்டார். மலைகளையும் மரம் செடிகொடிகளையும் வேடிக்கை பார்த்துப் பழகிய பணியர் பாடி (கிராமம்) சிறுவர்களுக்கு எந்த உணர்ச்சிகளையும் காட்டாமல் அசைபோட்டபடி நிற்கும் மாடுகள் புதிய வேடிக்கையாய் மாறியிருந்தன. வெயில் நகரும்போது அதற்கேற்றாற்போல் நிழலை நோக்கி உடலை நகர்த்திக்கொள்வதை வைத்துதான் அந்த மாடுகள் உயிருள்ள

பிராணி என்பதை உணரமுடியும். மற்ற நேரங்களில் வால்களை அசைப்பதற்குக்கூட சோம்பேறித்தனம் கொண்டவையாய் நிற்கும்.

ஊரில் குமரன் கோயில் பண்டிகை விழா தடல்புடலாக நடந்துகொண்டிருந்தது. வருடத்தின் பெரும்பாலான நாட்கள் வெளியூர் ஆட்கள் எவரும் இங்கு வருவதில்லை. அன்னாடம் பார்க்கும் முகங்கள், ஒரே மாதிரியான வேலை, ஃபாரஸ்ட்காரர்கள், பவர் ஸ்டேஷன் ஊழியர்கள் இவ்வளவுதான் அந்த ஊர். ஆனால் இந்தப் பண்டிகை நாட்களில் மட்டும் எங்கிருந்தெல்லாமோ ஆட்கள் வந்து கூடுவார்கள். இடிந்துபோன பழைய குவார்ட்டர்ஸிற்குப் பின்னாலுள்ள மைதானத்தில் பண்டிகைக்கான மேடைகளும் அலங்காரங்களும் போடப்பட்டிருக்கும். மைதானத்திலிருந்து ஊருக்குச் செல்லும் வழியில் கோயில் இருந்ததால் எல்லா வீதிகளில் இருந்தும் ஆட்கள் வந்து கூட ஏதுவாய் இருக்கும். பண்டிகைகளில் கலந்துகொள்ள யாருக்கும் எந்தத் தடையும் இல்லாதபோதும் பணியர்கள் ஊர்க்காரர்களோடு கலக்காமல் விலகியே இருப்பார்கள். காட்டு வேலை தவிர்த்து வேறு எதற்காகவும் ஊர் ஆட்களோடு கலந்துபேசக் கூடாதென்பது அவர்களின் நிலைப்பாடு.

ஊர்க்காரர்கள் பண்டிகை நெருங்குவதற்கான காலத்தை மாதங்களை வைத்துக் கணக்கிட்டால் பணியர் பாடியில் மரங்களையும் பறவைகளையும் வைத்துதான் கணக்கிடுவார்கள். ஜூலை மாதத்திற்குப்பிறகு இரண்டாவது கோடைகாலம் போல் வெயில் உக்கிரமேறத் துவங்கும்போது ஊரைச் சுற்றி வழக்கமாக அலையும் பறவைகளின் வரத்து குறைந்து மலைக்கூட்டத்தின் தெற்குப் பக்கமாய்ச் செல்லும். மோயாரின் துணையாறாக தெங்குமரஹடாவை நோக்கிச் செல்லும் சிற்றாறை நோக்கி பறவைகள் படையெடுக்கும். பறவைகள் இடம்பெயரும் போது பணியர் பாடியிலும் நீர் இருப்பு குறைந்துவிடும்.

“நாமதான் இப்பிடியே கெடக்கோம், நம்ம பாடிக்கு வெளிய இருக்க உலகம் எவ்வளவோ மாறிடுச்சு...” என நான்கு

திசைகளிலும் சென்று வந்த இளைஞர்கள் கவலையோடு சொன்னால், “இந்தக் காட்டையும் மலையையும் முழுசா பாத்திருப்பிங்களாடா நீங்கள் லாம்... எல்லாமே மாறிட்டுத்தான் இருக்கு. வருஷத்துல சரிபாதி நாள் மழ பெஞ்சுட்டு இருந்த பூமி இன்னிக்கி இப்பிடி மாறிப்போச்சு. எங்க சின்ன வயசுல வானம் தெரியாத அளவுக்கு வளந்திருந்த மரத்தையெல்லாம் பொழைக்க வந்தவங்களும் அவங்களுக்கு வேண்டியவங்களும் வெட்டி வித்துட்டாங்க. இப்பப் பாரு, இந்த மலைல இருந்து அந்த மலைல இருக்க எல்லாத்தையும் பாக்கலாம் போல... வெளிய உலகம் மாறிடுச்சேன்னு கவலப்படற உனக்கு, உன் எடம் முழுசா ஒண்ணுமில்லாமப் போயிட்டு இருக்குன்னு கவல இல்ல. நாளைக்கி இந்த பாடில இருக்க ஜனத்துக்கு ஒரு நல்லது கெட்டதுன்னா நீங்க எப்பிடி டா பாத்துக்குவிங்க.?’ என பண்ட்டா கவலையோடு கேட்பார். இதனாலேயே இளைஞர்கள் பண்ட்டா இருக்கையில் பெரிதாக வார்த்தைகளை விடுவதில்லை. அவர்களில் அனேகரும் படித்திருந்தபோதும் அவர்களுக்குச் சரியான வேலைகள் கிடைத்திருக்கவில்லை. ”நம்மளவிடவா இந்த காட்டுக்கார ஆபிசருங்களுக்கு காட்டத் தெரிஞ்சிரப் போகுது. வெளியாளுக இத்தன பேருக்கு வேல கொடுக்கற மாதிரியே அதுல படிச்ச நம்ம பயக ரெண்டு பேருக்கும் வேல குடுக்கலாம் ல...’ என பெரியவர்கள் கவலைப்படுவதுண்டு. அந்த இளைஞர்கள் பலமுறை முயன்றும் வெவ்வேறு காரணங்களுக்காக அவர்களுக்கு வேலை மறுக்கப்பட்டிருந்தது.

வயதான பணியர்களைப் போல் இல்லாமல் இளைய தலைமுறையினர் ஊர் மக்களோடு நல்லது கெட்டதுகளில் இயல்பாகக் கலந்துபோகத் தொடங்கியிருந்தார்கள். பண்டிகை நாட்களில் ஆடல் பாடல் பார்ப்பது அவர்களுக்கு இருந்த மிகப்பெரிய கொண்டாட்டங்களில் ஒன்று. இதனாலேயே கடைசிநாள் திருவிழாவிற்கு ஆர்வமாய்க் காத்திருந்தார்கள். மாலை நேரத்தோடே எல்லா வேலைகளையும் முடித்துவிட்டு இளைஞர்களும் அவர்களோடு சில பெண்களும் திருவிழா மைதானத்திற்கு வந்து சேர்ந்தார்கள். எட்டு மணிக்குத்

துவங்குவதாக இருந்த நிகழ்வு எட்டரைக்குப்பின் துவங்கியபோது ஊர் மொத்தமும் அங்கு திரண்டு ஆராவாரம் செய்துகொண்டிருந்தது. சுற்றிலும் வனமென்பதால் குறைந்த டெசிபலில் தான் பாடல் சத்தம் இருக்க வேண்டுமென்கிற கட்டுப்பாடு உண்டு. அவ்வப்போது ஆர்வமிகுதியில் சில இளைஞர்கள் பாடலில் சத்தத்தைக் கூட்ட பெரியவர்கள் சத்தம் போட்டு உடனடியாகக் குறைத்தார்கள். கொண்டாட்டமாக நிகழ்ச்சி முடிந்து பணியர் பாடிக்கு ஆட்கள் திரும்பியபோது பனிரெண்டு மணியை நெருங்கியிருந்தது. டார்ச் லைட்டின் வெளிச்சப் புள்ளிகள் அணைந்து எல்லோரும் குடிசைக்குத் திரும்பியபின் சிறுநீர் கழிக்கச் சென்ற பெண்ணொருத்தி எதையோ கண்டு அதிர்ந்து கத்தினாள்.

★★★

ஷாஜி சொன்ன அடையாளங்களை வைத்துப் பார்க்கையில் அந்த உடை வினோதினியுடையது என்பது உறுதியாக,

விஜயன் “கான்ஸ்டபிள் உடனே ஸ்டேஷனுக்கு ஃபோன் பண்ணி அடிஷனல் ஃபோர்ஸ் அனுப்பச் சொல்லுங்க. நாம தேடிட்டு இருக்க ஆள் இந்த ஏரியாலதான் எங்கியோ இருக்கனும். சீக்கிரம்...” என அவசரப்படுத்தினார். டி.எஃப்.ஓ அவசரமாக இடைமறித்து,

“ஸார் நைட் டைம்ல ரிசர்வ்ட் ஃபாரஸ்ட் குள்ள போகக்கூடாது ஸார். ஏதாச்சும் இஷ்யூ ஆகிட்டா எல்லாருக்கும் நான் பதில் சொல்லணும்.” எனப் பதறினார். “ஸார், சீரியஸ்னஸ் புரியாம பேசாதிங்க. பதினேழு வயசுப் பொண்ணக் காணாம், இதுக்கு முன்ன இந்த மாதிரி காணாமப் போன ஒரு பொண்ணுகூட இதுவரைக்கும் திரும்பல...” என விஜயன் சத்தமாகச் சொல்ல, டி.எஃப். ஓ மட்டுமில்லாமல் அங்கிருந்த அத்தனை பேருமே அதிர்ந்துபோனார்கள். விஜயன் அங்கு நிற்கப் பொறுமையின்றி வேகமாய் முன்னோக்கி நடந்தபடியே “டாக் ஸ்குவாடையும்

கையோட வரச் சொல்லுங்க...” என வரிசையாக உத்தரவுகளை வழங்கிக் கொண்டிருந்தார்.

மோப்பநாய் சகிதமாக நிறைய காவல்துறையினர் அந்தக் காட்டிற்குள் நுழைந்தபோது ஆழ்ந்த இருட்டில் உறைந்துபோயிருந்த காட்டினுள் ஹெட் லைட்டின் மஞ்சள் நிற வெளிச்சங்கள் ஊடுருவிச் சென்றன. காற்றில் பேயாட்டம் போட்ட மரங்களின் மூர்க்கத்தையும் சடாரென தூரத்தில் தாவியோடும் மிருகங்களின் அதிர்வுகளையும் பொருட்படுத்தாமல் மோப்ப நாயும் போலிஸ்காரர்களும் தீவிரமாகத் தேடினார்கள். நேரம் செல்லச் செல்ல பனியின் அடர்த்தியும் கூடியது. வெறிகொண்டு ஓடிய மோப்பநாய் ஒரு நீர் நிலைக்கு அருகாமையில் நின்று மூச்சுவாங்கத் துவங்கியது. பிறகு சில அடிகள் இடதுபுறமாக ஓடிச்சென்று மண்ணிற்குள் முகத்தை நுழைத்து வாரத் துவங்க, போலிஸ்காரர்கள் அவசரமாக அந்த இடத்தை தோண்டத் துவங்கினார்கள். ஈர மணலோடு ரத்தத்தின் வாடையும் அதிகரிக்க, மணற்குவியலுக்குள் இலையில் மடிக்கப்பட்ட இரண்டு காதுகளையும், ஒரு நாக்கையும் பார்த்து அத்தனைபேரும் மிரண்டுபோனார்கள். ரத்தம் உறையாத இளம் பெண்ணின் காதுகள். ஹெட் லைட்களின் வெளிச்சம் ஒரே இடத்தில் குவிந்து வினோதமானதொரு சூழலை உருவாக்கியிருக்க, இலையைக் கையில் ஏந்தியிருந்த போலிஸ்காரன் கைகள் அதிர விஜயனிடம் நீட்டினான். அவர் கையில் வாங்கிக் கொண்ட அடுத்த நொடி குமுறிக் குமுறி வாந்தியெடுக்கத் துவங்கிய போலிஸ்காரரை இரண்டுபேர் வேறுபக்கமாக அழைத்துச் சென்றார்கள். மோப்ப நாய் ஆங்காரம் குறையாமல் குறைத்துக்கொண்டிருக்க, விஜயனுக்கு அருகிலிருந்த டி.எஃப்.ஓ அருகில் வந்து “என்ன ஸார் இது?” எனப் பதறினார்.

பொழுது மெல்லத் துவங்கியபோது தொலைந்துபோன வினோதினியின் காதுகளையும் நாவையும் மட்டும் தந்துவிட்டு அவளைக் குறித்த வேற தகவல்களைத் தருவதில்லை என்கிற இறுக்கத்தோடு உறைந்துபோயிருந்தது காடு. போலிஸ்காரர்கள்

சோர்ந்துபோய் கூடலூர் திரும்பியபோது விஜயன் முதல்முறையாக தான் தோற்றுப்போயிருப்பதை உணர்ந்தார். வீட்டிற்குச் செல்ல மனமில்லாமல் மைசூர் செல்லும் சாலையிலிருந்த ஒரு தேநீர்க் கடையில் வாகனத்தை நிறுத்தியவர் மனதிலிருக்கும் வேதனையை எல்லாம் கரைத்துவிடும் பதற்றத்தோடு புகைத்துக்கொண்டிருந்தார். ஒரு போலிஸ்காரர் சூடான தேநீரை வந்து நீட்ட, வாங்கி நிதானமாகக் குடிக்கத் துவங்கினார். ஏதோ யோசனையிலிருந்தவர் கான்ஸ்டபிளை அருகில் அழைத்து 'நேத்து ஹாஸ்பிடல்ல சாமியார் இருக்காருன்னு போன்லதான சொன்னாங்க. நம்மாளுங்க யாரும் நேர்ல பாக்கலை ல...? என சந்தேகமாகக் கேட்டார். கான்ஸ்டபிள் இல்லையெனத் தலையாட்ட, தேநீரை அப்படியே வைத்துவிட்டு, "வைதேகி ஹாஸ்பிட்டலுக்குப் போவோம் வாங்க..." என அவசரப்படுத்தினார். கூடலூர் நகரத்தை நோக்கி அவர்களின் வாகனம் விரையத் துவங்க, அடுத்த நாளுக்கான முதல்வெளிச்சக் கீற்று மெல்ல எட்டிப் பார்க்கத் துவங்கியது.

18

சேரம்பாடி காவல்நிலையத்தில் பரபரப்பு அடங்கியிருக்கவில்லை. எஸ்டேட்டில் வேலை செய்த ஆட்கள் கடுங்குளிரையும் பொருட்படுத்தாமல் ராஜனை விடுவிக்கச் சொல்லிப் போராடிக் கொண்டிருந்தார்கள். ஒரு கான்ஸ்டபிள் வெளியே வந்து "இங்க நின்னு கத்திட்டு இருக்கறதுல எந்த யூஸும் இல்ல. போயி நல்ல வக்கீலப் பாருங்க." என்று எரிச்சலோடு சொன்னார். "ஐயா எந்தத் தப்பும் பண்ணாத பயல எதுக்குப் புடிச்சிட்டு வந்தீங்க? மொதல்ல அவன வெளிய விடுங்க..." முருகன் ஆத்திரமாகக் கேட்டார்.

"ஆமாய்யா... எங்களுக்கு இங்க வேலவெட்டி இல்ல பாரு, அவனக் கூட்டிட்டு வந்து ஓடிப்புடிச்சு வெளயாடப் போறோம். டீ எஸ்டேட்டுக்கு தீ வெச்சிருக்கான். கம்ப்ளைண்ட் வந்திருக்கு. அரெஸ்ட் பண்ணி இருக்கோம். எதுவா இருந்தாலும் கோர்ட்ல பாத்துக்க" என்றபடியே போலிஸ்காரர் உள்ளே எட்டிப் பார்த்துவிட்டு "ஒழுங்கா நீங்களே போயிருங்க, இன்னும் கொஞ்ச நேரம் இங்க நின்னா அந்த எஸ்.ஐ வெறியேறி உங்க அத்தனபேரையும் தூக்கி லாக்கப்ல வெச்சு மிதிச்சாலும் மிதிச்சிருவான்.." என சத்தமில்லாமல் சொன்னார். "அந்தப் பய இல்லாம போகமுடியாதுங்க..."

முருகன் மறுபடியும் சத்தமாகச் சொல்ல, உள்ளேயிருந்த எரிச்சலோடு வெளியே வந்த எஸ்.ஐ. முருகனை ஓங்கி அறைந்தார். பொறி கலங்கிப்போன முருகன் தடுமாறிக் கீழே விழப்போக, ஒருவன் பிடித்துக்கொண்டான். “கொட்டைலயே மிதிச்சு நசுக்கி விட்றுவேன். ஒழுக்கமா சொன்னா போக மாட்டீங்களோ... வெண்ணெய்களா... போங்கடா...” அவர் குரலிலிருந்த வெறியைக் கண்டு அச்சங்கொண்ட ஆட்கள் மெல்ல கலைந்துபோகத் துவங்கினார்கள். “மண்டைல ரெண்டு போட்டு தொரத்தி வுடாம நின்னு கொஞ்சிட்டு இருக்க... நல்ல போலிஸ்காரன்யா நீ...” என எஸ்.ஐ. கான்ஸ்டபிளை முறைத்துவிட்டுச் சென்றார்.

முதலாளியின் புகாரில் கைது செய்யப்பட்ட ராஜனை செமத்தியாக அடித்துத் துவைத்திருந்தார்கள். ஈரவாடை அப்பிய லாக்கப் ரூமில் உடலெங்கும் ரத்தம் கண்டிப்போய் மயங்கிக் கிடந்த ராஜனை எழுப்பித் தண்ணீர் கொடுக்கக் கூட ஒருவரும் முன்வந்திருக்கவில்லை.

வக்கீலின் உதவியுடன் ராஜனை மீட்க அவனது அப்பாவுக்கு நான்கு நாட்களாகிப் போனது. முகத்திலிருந்த வீக்கம் குறைந்திருக்கவில்லை. உடலெங்கும் காயங்கள். வலது காலை ஊன்றி நடக்கமுடியாதபடி வலி மிகுந்திருந்தது. வளவிலிருந்தவர்கள் ஆம்னி வண்டியை ஏற்பாடு செய்து ராஜனை அவனது ஊருக்கு அனுப்பிவைத்தார்கள். கண்ணீரோடும் மனதில் துயரோடும் ராஜன் அவர்களுக்கு விடைகொடுத்தான்.

“ராஜா எங்களுக்காகக் கவலப்படாத. பகவதி இருக்கா.. எம்புட்டுக் கோவமிருந்தாலும் அவ இந்த ஏழ சனத்துக்காக மனசு இறங்குவா... அப்பாவி சனத்தையெல்லாம் சாகக் குடுத்துட்டா அப்பறம் சாமி எதுக்கு? நீ தைரியமா போ... நீ எங்க இருந்தாலும் நல்லா இருக்கணும்.” முருகன் அவனை ஆசிர்வதித்து அனுப்பினார். நீண்ட நாட்களுக்குப்பின் ஊருக்குத் திரும்பியிருந்த ராஜனுக்கு மலைமுகடுகளின் வெப்பக்காற்று மனதிற்கும் உடலுக்கும் இதமாயிருந்தது.

★★★

விஜயன் வைதேகி மருத்துவமனையில் நுழைந்தபோது அதிகாலையின் வெளிச்சம் பிரகாசமாய் நிலத்தில் விழுந்தது. தூங்கி வழிந்த மருத்துவமனையில் ஒரு சில பணியாளர்கள் மட்டுமே நடமாடிக் கொண்டிருந்தனர். முன்னறையின் ஒரு மூலையில் போடப்பட்டிருந்த பெஞ்சில் படுத்துக்கிடந்த ஆள் விஜயன் வருவதைக் கண்டு பரபரப்பாக எழுந்து வந்தான்.

“வணக்கம் ஸார்…”

உறக்கச் சடவோடிருந்த முகத்தைத் துடைத்துக்கொண்டு வணக்கம் வைத்தான்.

“மூக்குப்பொடி சாமி எங்க இருக்காரு?”

அவசரமாகக் கேட்ட விஜயனைப் புதிராகப் பார்த்த மருத்துவமனை ஊழியன் “மேல வி.ஐ.பி ரூம்ல இருக்காரு ஸார்…” என கம்மலான குரலில் சொன்னான். கான்ஸ்டபிளை முந்திக் கொண்டு வேகமாகப் படியேறினார். இடதுபுறமாக இருந்த அறையின் கதவு பாதி திறந்திருக்க, உள்ளிருந்து சன்னமான ஒலியில் ஓங்காரம் எதிரொலித்தது. விஜயனது நடையில் வேகம் குறைய, மெல்ல அறைக்கு வெளியிலிருந்து எட்டிப் பார்த்தார். ஜன்னலுக்கு அருகில் தரையில் விரிக்கப்பட்டிருந்த காவித் துண்டில் அமர்ந்து மூக்குப்பொடி சாமியார் தியானத்திலிருந்தார். அறையின் இன்னொரு மூலையில் நின்றிருந்த அவரது சிஷ்யன் ஆள் நடமாட்ட சத்தம் கேட்டு எட்டிப் பார்க்க, விஜயன் ஏமாற்றத்தோடு நின்றுகொண்டிருந்தார்.

சாமியாரின் சிஷ்யன் பாத சத்தமெழாதபடி மெதுவாக நடந்து விஜயனிடம் வந்தான்.

“என்ன ஸார் இவ்ளோ தூரம்?”

அவன் கேள்வியிலிருந்த சந்தேகங்கள் இவரை ஊடுருவிச் செல்ல, விஜயன் சுதாரித்துக் கொண்டார். “ஒண்ணுமில்லிங்க. சாமிக்கு உடம்பு சரியில்லன்னு கேள்விப்பட்டேன். அதான் எப்பிடி இருக்காருன்னு பாத்துட்டுப் போகலாம்னு வந்தேன்…” விஜயனின் கண்கள் மட்டும் அறைக்குள் சாமியரைக் கண்காணித்தன.

“பயப்படற மாதிரி ஒண்ணுமில்ல ஸார். தொடர்ச்சியா ரெண்டு மூணு வாரம் பூஜை. சாமி எதுவுமே சாப்ட்றது இல்ல. காலை ல ஒரு டம்ளர் பால், நைட்டு ஒரு டம்ளர் பால். இது மட்டுந்தான். அதனாலேயே வீக் ஆகிட்டாரு. நேத்து சாய்ந்தரம் மயங்கி விழுந்துட்டதால அவசரமா கூட்டிட்டு வந்து அட்மிட் பண்ணினோம்.”

“இப்போ அவருக்கு ஓகே தான? ரெண்டு வார்த்த பேசமுடியுமா?”

விஜயன் உத்தரவுக்குக் காத்திராமல் தனது ஷூக்களை அவிழ்த்துவிட்டு அறைக்குள் நுழைய, சிஷ்யன் சங்கடத்தோடு சாமியாரை நெருங்கினான். தியானத்திலிருந்த சாமியாரின் காதுகளில் சிஷ்யன் மென்குரலில் முனக, அவர் மெல்ல கண் திறந்தார். அமைதி தவழும் முகம், எந்த உணர்வுகளையும் வெளிப்படுத்தாதவராய் விஜயனைப் பார்த்தவர் அறையின் ஒரு மூலையிலிருந்த நாற்காலியில் அமரச் சொல்லி கைகாட்டினார். விஜயன் கான்ஸ்டபிளை வெளியே நிற்கச் சொல்லிக் கைகாட்டிவிட்டு நாற்காலியில் அமர்ந்தார்.

“எதும் முக்கியமான விஷயமா ஐயா...”

அமர்ந்த நிலையிலேயே சாமியார் உடலை இலகுவாக்கிக் கொண்டு கேட்டார். சுற்றிவளைக்க விரும்பாதவராய் விஜயன் “ஆமாங்க... ராஜனோட கொலை ல எங்களுக்கு எந்த துப்பும் கிடைக்கல, எனக்கு உங்களோட உதவி வேணும்.” படபடவென சொல்லி முடிக்க, சாமியார் சிரித்தபடி அவரைப் பார்த்தார்.

“அதுக்காக இவ்ளோ காலைல தேடி வரமாட்டீங்க இன்ஸ்பெக்டர்... வேற ஏதோ இருக்கு. தயங்காம கேளுங்க...”

சாமியார் விஜயனின் கண்களை ஊடுருவினார். தியானத்திலும் பயிற்சியிலும் அமைதி கூடிய அவரது கண்களை எதிர்கொள்ள முடியாத விஜயன் பார்வையை விலக்கியபடி “அது வந்துங்க..” என தடுமாறினார். குரலில் சடாரென அச்சமும் தயக்கமும் கூடிவிட தடுமாற்றத்தை சமாளிக்க ஓரிருமுறை தொண்டையை செருமிக் கொண்டார். அந்தக் குளிரிலும் உள்ளங்கை வியர்க்க பேண்ட்டில் அழுத்தமாக துடைத்துக்கொண்டவர் சாமியாரைப்

பார்க்காமலேயே "நேத்து ஒரு பொண்ணு காணாமப் போயிட்டா, அவ இன்னும் கிடைக்கல, ஆனா ஃபாரஸ்ட்ல அவளோட துணிமணியும் சில உடல் உறுப்புகளும் மட்டும் எங்களுக்கு கிடைச்சிருக்கு."

கேட்டு முடிக்க, சாமியார் பொறுமையாக எழுந்தார். "அதனால என்னய சந்தேகப்படறீங்களா?"

அவர் இப்படிக் கேட்டபோது குரலில் சிறிதளவுகூட அச்சமில்லாததை விஜயன் கவனிக்க மறக்கவில்லை. "அப்பிடி இல்லங்க... ஆனா தடயங்கள் கிடச்ச ஃபாரஸ்டுக்குப் பக்கத்துல உங்க ஆஷ்ரமம் இருக்கு. அதான்.."

சாமியார் தன்னை நெருங்கிவருவதால் விஜயனும் எழுந்து நின்றுகொண்டார்.

"எல்லாரையும் சந்தேகப்படறதுதான் உங்க உத்யோகத்துக்கு நல்லது. நீங்க ஆஷ்ரமத்துல சோதன எதும் போடனும்னா போடுங்க. காட்டுக்குள்ள போறதுன்னாலும் நம்ம ஆளுங்கள அனுப்பி வெக்கிறேன்."

"இல்லங்க... நான் ஏற்கனவே ஆஷ்ரமத்துக்குப் போயிட்டுத்தான் வரேன். சும்மா உங்களப் பாத்துட்டுப் போகலாம்னுதான் இப்ப வந்தேன்."

கூடுதலாக என்ன பேசுவதெனத் தெரியாமல் விஜயன் தயங்கினார். அவரது தலையில் கைவைத்து ஆசிர்வதித்த சாமியார் "நீங்க தேட்ற எல்லா கேள்விக்கும் சீக்கிரமே பதில் கிடைக்கும். நம்பிக்கையோட இருங்க." விஜயன் தன் தலையில் வைத்திருக்கும் அவரது கையையும் அவரையும் பார்த்தான். தன்னை உற்றுநோக்குகிறான் என்றதும் கைகளை எடுத்துக்கொண்ட சாமியார்.

"குதிரவண்டில கட்டியிருக்க குதிரைய கவனிச்சிருக்கீங்களா விஜயன்?" எனக் கேட்டார்.

"ஏன் கேக்கறீங்க?"

"அந்தக் குதிரைக்கு கண்ண மறச்சி வெச்சிருப்பாங்க. ரோட்டத்

தவிர வேற பக்கமா பாக்கக் கூடாதுன்னு. நீங்களும் இப்ப அந்தக் குதிர மாதிரிதான் ஓடிட்டு இருக்கீங்க...”

விஜயனுக்கு அவர் என்ன சொல்ல வருகிறார் என்பது உறைக்க மெதுவாக அவரிடமிருந்து விலகி “நீங்க உடம்ப பாத்துக்கங்க ஐயா... நான் சும்மா விசாரிச்சுட்டுப் போகலாம்னுதான் வந்தேன்...” என்றபடியே அங்கிருந்து வெளியேறினார்.

காரில் வீட்டிற்குத் திரும்பியபோது கண்கள் கட்டப்பட்ட குதிரையாய்த் தன்னை உணர்ந்தவர் சன்னல் வழியாக சாலையின் வலது புறமும் இடது புறமும் திரும்பிப் பார்த்தார். காலத்தையும் இப்படி முன்பின்னாக பார்க்க முடிந்தால் எத்தனை வசதியாயிருக்குமென மனம் ஏங்கியது? மனதின் ஒரு பாதி ராஜனின் சாவிற்குப் பின்னாலிருந்த மர்மத்தையும் இன்னொரு பாதி தொலைந்துபோன பெண்களுக்குப் பின்னாலிருக்கும் மர்மத்தையும் தேடித் திரும்பியது. சோர்வோடு அலைபேசியை எடுத்து ‘இந்த முறையும் தோற்றுவிட்டேன் ஷாஜி. என்னை மன்னித்துவிடு’ என ஷாஜிக்கு குறுஞ்செய்தி அனுப்பினார். தன்னை இத்தனை எளிதில் தோற்கடித்தவனை எப்படியும் பிடித்தே ஆகவேண்டுமென்கிற வெறி அவருக்குள் கொழுந்துவிடத் துவங்கியது.

உடையைக் களைந்து படுக்கச் சென்ற விஜயனின் உடலில் களைப்பு மிகுந்திருந்தது. படுக்கையில் சாய்ந்து கண் மூடியதுமே வினோதினியின் அறுபட்ட காதுகளின் நினைவு வர, சடாரென மிரண்டு எழுந்தார். முன்னறையில் அவரது மனைவி பிள்ளைகளை பள்ளிக்கூடத்திற்கு விரட்டிக் கொண்டிருந்தார். பேச்சு சத்தத்தை பொருட்படுத்தாமல் மீண்டும் படுத்துக் கொண்டவரின் காதுகளில் ‘ம்மா என்னோட நோட்புக்க காணாம்மா...’ என மகன் சத்தமாய்க் கேட்பதும், “வெச்ச இடத்துல தேடுடி... எங்கியாச்சும் வெச்சுட்டு அம்மா இதக் காணாம் அதக் காணம்னு குதிக்கிற... உங்கப்பா மாதிரி...” என அவரது மனைவி சொன்னதும் எதிரொலித்தது. விஜயனின் மூளையில் பொறிதட்ட படுக்கையிலிருந்தபடியே மேசையில் வைத்த செல்பேசியை எடுத்தார். சேரம்பாடி ஸ்டேஷன் எஸ்.

ஐ யை அந்த அதிகாலையிலேயே எழுப்பினார்.

“மார்னிங் ஸார்..” என எஸ்.ஐ யின் குரல் விரைப்பேற, “மார்னிங்.. அர்ஜெண்ட்டா ஒரு இன்ஃபர்மேஷன் வேணும். அன்னிக்கி ராஜன் பத்தி ரிப்போர்ட் குடுத்தீங்கள்ல...”

”ஆமா ஸார்.”

“அந்த எஸ்டேட் ஓனர் ராஜன் மேல குடுத்த கேஸ ஏன் வாபஸ் வாங்கினாருன்னு தெரியுமா?”

எதிர்முனையில் சிலநொடி அமைதிக்குப்பின் “ஸார். அதுல நிறைய மிஸ்ட்ரி இருக்கு ஸார்... இதுவரைக்கும் க்ளியர் இன்ஃபர்மேஷன் இல்ல. ஒரு நாள் டைம் குடுங்க ஸார். விசாரிச்சு சொல்றேன்...”

“இல்ல... நானே இன்னிக்கி சாய்ந்தரம் அங்க வரேன்...”

என்று சொல்லிவிட்டு விஜயன் அழைப்பைத் துண்டித்தார். தன்னைச் சுற்றி நிகழ்ந்துகொண்டிருக்கும் மர்மத்தின் வேர் எத்தனை ஆழத்தில் பதுங்கியிருந்தாலும் அதனை முழுமையாகத் தோண்டி எடுத்துவிடுவதென உறுதிகொண்டபடியே உறங்க கண்மூடினார்.

19

அரசாங்கம் கொடுத்த மாடுகளில் ஒன்று நோய்வாய்ப்பட்டு விழுந்து கிடந்தது, வாயில் நுரை தள்ளிப்போய் கிடக்கும் அதனைச் சரி செய்ய இளைஞர்கள் சிலர் மசினகுடியிலிருந்து மாட்டு டாக்டரை அழைத்து வந்தார்கள். மாட்டின் வயிற்றையும் பின்புறத்தையும் தொட்டுத் தடவிப் பார்த்தவர் அதற்கு ஒவ்வாமை ஏற்பட்டிருப்பதைத் தெரிந்துகொண்டார்.

"தீவனம் நிறைய வெச்சீங்களா?"

என்று கேட்டபடியே உறையணிந்த கையால் மாட்டின் ஆசனவாயை சோதித்துப் பார்த்தார்.

"எங்களுக்கு அளவெல்லாம் தெரியாதுங்க. காலை ல சாய்ந்தரம்னு ரெண்டு வேள வெப்போம்..." என்றபடியே மாட்டை வளர்த்தவர் தீவனம் வைத்த பெரிய ஈயப் பாத்திரத்தைக் காட்டினான். "இவ்ளோ லாம் கொடுக்கக் கூடாது. அளவாத்தான் குடுக்கணும். இத சும்மாவாச்சும் நடக்க வெக்கிறீங்களா? இல்ல சாணிப் பிள்ளையார் மாதிரி இப்பிடியேதான் நிக்கிதா?"

"வம்பா இழுத்தாலும் வராதுங்க... சும்மா இந்தப் பக்கம் கொஞ்ச தூரம், அந்தப் பக்கம் கொஞ்ச தூரம். அவ்ளோதான். அப்பறம் வந்து இந்த சொவத்துல சாஞ்சு உக்காந்துக்கும்."

“ம்ம்ம். இனிமே அப்பிடி இருக்க விடாம கொஞ்சம் அதுக்கு நட குடுக்கற மாதிரி பாருங்க.”

என்றபடியே கையிலிருந்த உறையை அவிழ்த்துவிட்டு கைகளைக் கழுவிக் கொண்டார். தனது மருந்துப் பையிலிருந்து சில திரவ மருந்துகளை எடுத்துக் கொடுத்தவர் ”மாட்டுக்குத் தண்ணி வெக்கிறப்போ இத சேத்துக் குடுங்க. எதுக்கும் நான் ஒரு ஊசி போட்டுவிட்டுட்டுப் போறேன்...” என்றார். மாட்டை வளர்த்தவர் மருந்தை வாங்கிக்கொள்ள, மருத்துவர் பெரிய ஊசியில் மருந்தேற்றி மாட்டிற்குப் போட்டுவிட்டார். மாடு அப்போதும்கூட எந்த எதிர்வினையுமின்றி நின்றுகொண்டிருந்தது.

மருத்துவர் வந்து சென்ற இரண்டு நாட்களிலேயே அந்த மாட்டிடமிருந்து தொற்றுவியாதிபோல் மற்ற மாடுகளுக்கும் நோய் பரவத் துவங்கியது. ‘நாம உண்டு நம்ம வேல உண்டுன்னு இருந்தோம். நல்லது செஞ்சு நம்மள நட்டமா நிப்பாட்டப் போறம்னு இந்த மாட்ட தலையில கட்டிவிட்டானுங்களே...” என பெரியவர்கள் புலம்பினார்கள். மாடுகள் வேதனையில் அலறின. மருத்துவரின் மருந்துகளுக்குக் கட்டுப்படுவது போலில்லை. தீவணம் எடுப்பதை நிறுத்திக் கொண்ட முதல் மாடு இரண்டொரு நாட்களிலேயே செத்துப்போனது. அந்த மாட்டின் சாவில் மற்ற மாடுகளின் அச்சமும் அலறல்களும் அதிகரித்துவிட்டது.

இறந்து மாட்டை எப்படி புதைப்பதெனத் தெரியாமல் பணியர்கள் மலைத்துப்போய் நின்றிருக்கையில் மேற்கிலிருந்து புறப்பட்ட சாரல் மெல்ல அவர்களைத் தழுவி மழையாய் உருவெடுத்தது. உடலைக் கிழிக்கும் வல்லமையோடு கொட்டித் தீர்த்த மழையில் பெண்களும் குழந்தைகளும் குடிசைகளுக்குள் தஞ்சமடைய ஆண்கள் மாட்டை அடக்கம் செய்வதற்கான வேலைகளைத் துவங்கினார்கள்.

“ரொம்ப தூரமா இல்லாம ஊர் எல்லையிலயே குழி தோண்டுங்க..” என பண்ட்டா அறிவுறுத்தியிருந்ததால் ஆற்றுக்குச் செல்லும் இறக்கத்திலேயே மாட்டைப் புதைப்பதற்காக குழிதோண்டத் துவங்கினார்கள். அந்தச் சில நாட்கள்

மாட்டை வளர்த்த துயர் விலகாமல் அதனைப் பராமரித்தவன் அழுதுகொண்டிருந்தான்.

“ந்தா எதுக்குண்ணா அழுதுட்டு இருக்க, அதுக்குத்தான் இன்ஸூரன்ஸு குடுத்துருக்காங்கள்ல... காசு வாங்கிக்கலாம்..” என ஒரு வாலிபன் ஆறுதல் சொல்வதுபோல் சொல்ல, “முட்டாத் தாயோலி... அப்பனாத்தா செத்துதுக்கு அப்பறமாட்ட காசு கெடச்சாலும் இப்பிடித்தான் சொல்லுவியாடா...” அருகிலிருந்த பெரியவர் ஒருவர் சத்தம் போட அந்த இளைஞனின் முகம் வாடிப்போனது.

மழையில் நனைந்த நீண்ட மரக் கட்டைகளைச் சேகரித்து பெரியதொரு பாடைபோல் கட்டினார்கள். மாட்டின் உடலை மெல்ல நகர்த்தி அதில் வைத்தபோது பாடையைத் தூக்கமுடியாதென்கிற யதார்த்தம் புரிய, பாடை உடைந்துவிடாமலிருக்க இறுக்கமாக கட்டியவர்கள் வலிமையான கயிறுகளால் பிணைத்து குழியை நோக்கி இழுத்துச் சென்றார்கள். மழையின் உக்கிரம் அதிகரிக்க, நனைந்தபடியே நடந்தவர்கள் பேச்சற்றுப் போயிருந்தார்கள், வீடுகளுக்குள் கவலையோடு பார்த்துக் கொண்டிருந்த பெண்களுக்கு இழக்கக் கூடாதவொன்றை இழந்துவிட்ட வேதனை. நடப்பதைப் புரிந்து கொண்டதைப்போல் மற்ற மாடுகளும் ம்மாவ்வ்வ்... என கத்தத் துவங்கின. குழியை நெருங்கியபோது மாட்டை இழுத்துச் சென்றவர்களுக்கு நெஞ்சுக்குழிக்குள் மூச்சுக் கட்டிக் கொண்டது. அப்படியே நிறுத்திவிட்டு ஆழமாக மூச்சை இழுத்துவிட்டார்கள். குழியின் அருகில் நின்றிருந்த பண்ட்டா கண்ணைமூடி கூழியை வேண்டினார். மற்றவர்களுக்கு கேட்காத ஒலியில் வேண்டி முடித்தவர் “சரிப்பா இறக்கிவுடுங்க...” என்றார். மழையால் பிடிமானம் கிடைக்காமல் கயிறு வழுக்க, இழுக்க முயன்று தோற்று ஒருவன் கீழே விழுந்தான். அருகிலிருந்தவர்கள் தூக்கிவிட, மற்றவர்களும் சேர்ந்து மாட்டைக் கட்டியிருந்த கயிற்றைப் பிடித்து இழுத்தார்கள். சின்னதொரு குன்று சரிவதுபோல் அந்த மாடு குழிக்குள் சரிந்தபோது யாரும் எதிர்பாராதபடி இடியும் மின்னலும் வலுத்தது. பணியர்கள்

நடுங்கிப்போனார்கள். குழிக்குள் இறக்கப்பட்ட மாட்டின் உடலில் மழை பெரும் கருணையோடு கொட்டித் தீர்த்தது.

★★★

எஸ்டேட்டை வேறு ஆட்களுக்கு கைமாற்றியிருந்தார்கள் என்கிற தகவலை அறிந்துகொண்டபோது விஜயனுக்கு ஆச்சர்யமாக இருந்தது. சிறு துண்டு நிலத்துக்காக கோவிலையே இடம் மாற்றத் துணிந்த எஸ்டேட் முதலாளியால் எப்படி எஸ்டேட்டை விற்றுவிட முடிந்தது? உள்ளூர் போலிஸ்காரர்களிடம் விசாரித்துப் பிரயோஜனமில்லை என்கிற முடிவோடு விஜயன் எஸ்டேட்டை நோக்கிச் சென்றார். எந்தப் புதிர்களுக்கும் தன்னிடம் பதில் இல்லையென்பதுபோல் தேயிலைச்செடிகள் அமைதியாயிருந்தன. எஸ்டேட்டில் வேலை செய்துகொண்டிருண்டிருந்த பெண்கள் புதிதாக அங்கு வரும் ஆளை கவனித்தார்கள். தேயிலை பறித்துக்கொண்டிருந்த பெண்ணொருத்தி "என்னா ஸார் கெஸ்ட் ஹவுஸ் போகணுமா?" எனக் கேட்டாள்.

"ம்ம் ஆமா... இந்த எஸ்டேட்ல யாரு ரொம்ப வருஷம் வேல செய்ற ஆளு?"

விஜயன் அவளிடம் பதில் கேள்வி கேட்டார்.

"நாங்கள்லாம் புதுசு ஸார். அந்த வளவுல இருக்காங்கள்ல அவங்கதான் இங்க ரொம்ப வருஷம் இருக்க ஆளுங்க. அந்த வளவும் எஸ்டேட்டுக்கு சொந்தமானதுதான். எதுக்கு ஸார் கேக்கறீங்க?"

"ஒண்ணுமில்லம்மா... சும்மாதான்," என்றபடியே விஜயன் வளவை நோக்கி நடந்தார்.

ஊரை இரண்டாகப் பிரித்து ஓடும் சிறிய சாக்கடையில் கால்பட்டுவிடாமல் கவனமாக நடந்தவர் ஒரு வீட்டின் வாசலில் அமர்ந்திருந்த பெண்ணிடம் "வளவுல பெரியாளு யாரும்மா?" என்று கேட்டார். அந்தப் பெண் இவரை மேலும்

கீழமாய்ப் பார்த்துவிட்டு “அந்தா சோத்தாங்கை பக்கமா இருக்க மூணாவது வீட்டுல முருகன்னு வைத்தியர் இருப்பாரு. அவருதான் இங்க எல்லாம்.” என கைகாட்டினாள். விஜயன் அவளுக்கு நன்றி சொல்லிவிட்டு முருகன் வீட்டை நோக்கி நடந்தார்.

ரேடியோவில் ஒலித்த பாடலைக் கேட்டபடி மருந்துகளுக்கான மூலிகைகளைச் சிறிய கல் உரலில் இடித்துக்கொண்டிருந்த முருகன் ஆள் வரும் சத்தம் கேட்டு வேலையை நிறுத்தினார்.

“இங்க முருங்கன்ங்கறது?”

விஜயன் சந்தேகத்தோடு கேட்க “உள்ள வாங்க” என்றபடியே முருகன் வேஷ்டியில் கையைத் துடைத்துக் கொண்டார்.

“கொஞ்சம் ராஜனப் பத்திப் பேசணுமே...” என்றபடியே விஜயன் ஓரமாயிருந்த இரும்பு நாற்காலியில் அமர்ந்தார். முருகனின் முகம் வாடிப்போனது.

“நீங்க யாருங்கய்யா?”

“நான் கூடலூர் இன்ஸ்பெக்டர்.”

“ஓ... நல்ல பயங்க... அநியாயமா புலி அடிச்சு கொன்னுபுடுச்சு..’ முருகன் கவலையோடு சொல்ல, “அந்தப் பையன் எப்பிடிங்க?” தாமதிக்காமல் விஜயன் கேட்டார். “தங்கமான பையங்க. எங்களுக்காக முதலாளியாவே பகச்சுக்கிட்டான்...”

“அதுசரி உங்க விஷயத்துல அவ்ளோ பிடிவாதமா இருந்த முதலாளி ஏன் திடீர்னு எல்லாத்தையும் வித்துட்டாரு...”

விஜயன் தூண்டிலை வீசினார். முருகனின் முகபாவனைகள் மாறியது. மெல்ல சிரிக்கத் துவங்கினார். “பகவதி சாபம் ஸார்... இந்த நிலம், நீர், காத்து எல்லாத்தையும் வெச்சு காசு பணம் சம்பாதிச்சுக்கலாம். ஒரு நாளும் அது என்னதுதான்னு முடிவு பண்ணிட்டு அத்துமீறி நடக்கக் கூடாது. முதலாளி அத்துமீறினதுக்குத்தான அனுபவிச்சாரு...”

“ஏன் என்னாச்சு?”

விஜயன் ஆர்வம் தாங்காமல் கேட்க, முருகன் பேசுவதை நிறுத்திக்கொண்டார். “உங்களுக்கு விருப்பம் இல்லன்னா நீங்க சொல்ல வேணாம்.” அவரது மனவோட்டத்தைப் புரிந்துகொண்டு விஜயன் சொல்ல, “நான் சொல்றதுல பிரச்சன இல்லங்க. ஆனா யாரும் நம்ப மாட்டாங்க.. அதனாலயே நான் சொல்றதில்ல…”

“நான் நம்புவேன்… நீங்க சொல்லுங்க.”

முருகன் முன்பைப் போலவே கால்களை மடக்கி சரியானபடி அமர்ந்துகொண்டார். அவரது முகத்தில் தனித்துவமானதொரு மர்மம் வந்துவிட்டிருந்தது.

“ராஜன் ஊருக்குப் போனதுக்கு அப்பறம் பத்துப் பதினஞ்சு நாள் போயிருக்கும். கெஸ்ட் ஹவுஸ பாத்துக்க யாருமே வரலைன்னு முதலாளி பொண்டாட்டி புள்ளையக் கூட்டிக்கிட்டு வந்துட்டாரு….”

“அப்பறம்?”

“ரெண்டு மூணு நாள் ரொம்ப சாதாரணமாத்தான் சுத்திட்டு இருந்தாங்க. திடீர்னு ஒரு நா ராத்திரி முதலாளியோட மகனுக்கு தல திரும்பிக்கிருச்சு..”

“என்னாங்க சொல்றீங்க?”

“ஆமா ஸார். ராச்சாப்பாடு சாப்ட்டுட்டு இருந்த பையனுக்குத் திடீர்னு கழுத்து இழுத்துக்கிட்டு தல ஒருபக்கமா திரும்பிக்கிடுச்சு…”

“அய்யய்யோ அப்பறம் என்னாச்சு?”

“அப்பயே டாக்டரக் கூட்டிட்டு வந்தாங்க… என்னென்னவோ மருந்து மாத்திர குடுத்தும் கேக்கல, கொஞ்ச நேரத்துலயே மகளுக்கும் அதே மாதிரி தல திரும்பிக்கவும் முதலாளி அரண்டு போனாரு. ”

“எப்பிடிங்க இப்பிடி நடக்கும்?” விஜயன் நம்பமுடியாமல் கேட்டார்.

“நடக்கும் ஸார். ஆனா அதோட நிக்கல. ரெண்டு பிள்ளைகளும்

புரியாத மொழில ஏதேதோ அனத்த ஆரம்பிச்சிடுச்சுங்க. முதலாளியோட வீட்டம்மா அலறிக்கிட்டே கெஸ்ட் ஹவுஸுக்கு வெளில வந்து கத்திட்டு நிக்கிது... சத்தம் இங்க வரைக்கும் கேட்டதால நாங்கம் வீடுகளுக்குள்ள இருந்து எட்டிப் பாத்தோம்..."

"யாராச்சும் உதவிக்குப் போயிருக்கலாமே..."

"ம்ம்.. உதவிக்குப் போகத்தான் நாங்க உசுர வெறுத்து ஓடினோம். ஆனா... சடார்னு வானத்துல ஒரு கீறல்.. வெளிச்சம்... கண்ணைப் பறிக்கிற மாதிரி மின்னல். நாங்க ஓடிட்டே இருக்கோம். எங்களுக்கும் கெஸ்ட் ஹவுஸுக்கும் நடுவுல இடி விழுந்து தேயிலத் தோட்டம் பத்தி எரியுது..." முருகனின் குரலில் விபரீதங்களைப் பார்த்து மீண்டிருக்காத அதிர்ச்சி நிரம்பியிருந்தது.

"அதெப்படிங்க பச்சச் செடி பத்திக்கிட்டு எரியும்?" விஜயன் நம்பமுடியாமல் கேட்க, முருகன் சிரித்தார்.

"எரியும். பகவதி நெனச்சான்னா எரியும்..."

விஜயனுக்கும் இப்போது நடுக்கமாயிருந்தது.

"அப்பறம் என்னதாங்க ஆச்சு?"

முடிவைத் தெரிந்துகொள்ளும் பரபரப்போடு கேட்டார்.

"எந்த வைத்தியனும் பிள்ளைகள குணப்படுத்த முடியாதுன்னு புரிஞ்சப்பதான் அவருக்கு தான் செஞ்ச தப்பு என்னன்னு ஒறச்சிருக்கு. அத்தோட போனவருதான் திரும்பி வரவே இல்ல... அவரு ஆளுங்கதான் விக்கிறதுக்கான வேலையெல்லாம் பாத்தது."

முருகன் சொல்லி முடிக்க எல்லாவற்றையும் நம்பமுடியாத ஆச்சர்யத்தோடு இவர் கேட்டுக்கொண்டிருந்தார்.

"பேசிட்டே இருந்ததுல உங்களுக்கு டீ குடுக்க மறந்துட்டேன் பாருங்க.." என்றபடியே முருகன் எதிர்வீட்டை நோக்கி சத்தம் போட்டார்.

“ஏய் வசந்தா ரெண்டு வறக்காப்பி கொண்டு வா...”

விஜயனுக்கு ராஜனின் நினைவுவர, “கேக்க நெனச்சேன்... கொஞ்ச மாசத்துக்கு முன்னகூட ராஜன் இங்க வந்துட்டுப் போனாராம்மே... எதுக்கு வந்தாரு...?” முருகன் பார்வையை வேறுபக்கமாகத் திருப்பி “பயம்தான் ஸார் காரணம்...” என்றார்.

“பயமா? யாருமேல பயம்?”

“ஆமா... ராஜன் அப்ப பயந்திருந்தான்... கூளி எதுவும் செஞ்சிருவாளோன்னு பயம்...”

கூளி யார் என்ற கேள்வியும் ராஜன் பயந்ததற்கான காரணமும் தெரியாமல் விஜயனின் தலை சுழலத் துவங்கிட்டது.

20

சேரம்பாடியிலிருந்து திரும்பிய நாளில் இன்ஸ்பெக்டர் விஜயனுக்கு கடுமையான ஜுரம் கண்டது. ராஜன் வேலை செய்த எஸ்டேட்டையும் பகவதி கோவிலையும் சுற்றி வந்தவரால் வளவிலிருந்தவர்கள் சொன்னவற்றையெல்லாம் நம்பமுடியவில்லை. 'மனுஷருக்கு மேல தெய்வம்னு ஒன்னு இருக்கு ஸார். நாம அத மீறி ஒன்னும் செஞ்சுட முடியாது' என முருகன் சொன்னது மட்டும் மீண்டும் மீண்டும் காதில் ஒலித்துக் கொண்டிருந்தது. வினோத கனவுகள் கண்டு பாதி உறக்கத்தில் மிரண்டு எழுவார். சிறு வயதில் முதல் முறையாய் காட்டிற்குள் சென்றபோது இப்படியான உணர்வுகள் வந்ததுண்டு. இத்தனை வயதிற்குப்பின் எதைக்கண்டு அச்சப்படுகிறோம் என்பது தெரியாமலேயே நடுங்கினார்.

ராஜன் கூளிக்குப் பயந்து பகவதியிடம் பூசை வைக்க கேட்டு வந்தான் என்பதை அறிந்த முதல் சில நிமிடங்கள் விஜயனுக்கு எதுவும் பிடிபடவில்லை. கூளி யார் என்பதையும் அவள் எத்தனை சக்திவாய்ந்த தெய்வமென்பதையும் நினைவுபடுத்திக் கொள்ள அவர் தனது கடந்தகால நினைவுகளை மீட்டெடுக்க வேண்டியதாக இருந்தது. விஜயனின் அப்பாவிற்கு ஏராளமான

மாடுகளிருந்தன. சின்ன குன்னூரைச் சுற்றி அப்போது இத்தனை அட்டிகள் (கிராமங்கள்) இல்லை. அங்கொன்றும் இங்கொன்றுமாக சில அட்டிகளிருக்கும். பெரும்பாலான மக்கள் தோட்டங்களில் வேலை செய்கிறவர்களாக இருந்தார்கள். இதனால் நிறைய மாடுகள் வளர்க்கிறவர்கள் தூரத்திலுள்ள ஊர்களில் மாடுகளை வளர்க்க பட்டிகளை அமைத்திருந்தார்கள். விஜயன் வீட்டு மாடுகளுக்கு மோயாரில் தான் மாட்டு பட்டி இருந்தது. பேருந்து வசதிகள் எதுவுமில்லாத அந்தக் காலத்தில் அவர்கள் அட்டி இருக்கும் மலை முகட்டின் வழியாய் நடந்து மோயாருக்கு வருவார்கள். அடர்ந்த வனம் சூழ்ந்த அந்தப் பகுதியில் முப்பது நாற்பது மைல் நடந்து மோயாரிலிருக்கும் பட்டியை வந்தடைய ஒரு பகல் போதாது. காட்டை நன்கறிந்தவர்கள் மட்டுமே வழிமாறாமல் பயணிக்க முடியும்.

பத்து நாட்களுக்கு ஒருமுறைதான் அப்பா பட்டியிலிருந்து வருவார். ஓரிரு நாட்கள் இருந்துவிட்டு மீண்டும் பனி படர்ந்த அதிகாலையில் கிளம்பிவிடுவார். துறுதுறுப்பும் விளையாட்டுத்தனமும் நிரம்பிய விஜயனுக்கு அப்பாவோடு பட்டிக்குப் போகவேண்டுமென ஆசை. ‘என்னையும் கூட்டிட்டுப் போலாம் ல ப்பா...” என அடம்பிடிப்பான்.

“நீ சின்னப் பயப்பா... அவ்ளோ தூரம் எப்பிடி நடப்ப? அதுமில்லாம அங்க பத்து நாள் இருந்தயின்னா ஸ்கூலுக்கு எப்பிடிப் போறது?”

பலவகையான காரணங்களைச் சொல்லி அப்பா தவிர்த்துவிடுவார். காட்டுவழிப் பாதை முழுக்க இரண்டு மூன்று பேராய்ச் சேர்ந்துதான் செல்வார்கள். சமையலுக்குத் தேவையான ராகி மாவு, கொஞ்சம் காய்கறிகள் எல்லாவற்றையும் தலைச்சுமையாய்க் கட்டிக்கொண்டு வீட்டிலிருந்து கிளம்பி மலைமுகட்டைக் கடந்து செல்லும் வரை விஜயன் ஏக்கத்தோடு பார்ப்பான்.

பதின்மூன்று வயதில் நீண்ட விடுமுறை வந்தபோது “இப்பத்தான் லீவ் விட்றுக்காங்கள் ல... இப்பயாச்சும் என்னயக் கூட்டிட்டுப் போப்பா..” என அடம்பிடித்தான்.

“அடக் கிறுக்கா அங்க வந்து நீ என்ன செய்யப்போற? நாங்க மாடுங்களப் பாத்துக்கணுமேன்னு இருக்கறதால போறோம். நீயும் எதுக்கு அலையோனும்..” அப்பா மறுத்தார்.

“அதெல்லாம் முடியாது... நான் வருவேன்... இல்லன்னா இருட்டினதுக்கு அப்பறம் நீ போற காட்டுப் பாதையில நான் தனியா போயிருவேன்...” என்றபோது அவனது அப்பாவிற்கு கலக்கமாகிவிட்டது. அவன் செய்யக்கூடியவன் என்பதை அவரும் நன்கறிந்ததால் அடுத்தநாள் பட்டிக்குக் கூட்டிச் செல்வதாய் வாக்களித்தார்.

விடிந்தும் விடியாமல் வழக்கமாக அப்பாவோடு விஜயன் திருவிழாவிற்குச் செல்லும் உற்சாகத்தோடு கிளம்பியிருந்தான். சமையலுக்குத் தேவையான பொருட்களை எல்லாம் மூட்டை கட்டி எடுத்துக்கொண்டு அவர்கள் மலையை நோக்கி நடக்கத் துவங்கினார்கள். தேயிலைத் தோட்டத்திற்கு வேலைக்கு வந்தவர்கள் விஜயனும் பட்டிக்குப் போவதை ஆச்சர்யமாய் வேடிக்கை பார்க்க அவன் எல்லோருக்கும் டாடா காண்பித்தபடியே நடந்தான். தோட்டங்களைக் கடந்து காடு துவங்கிய இடத்தில் காற்றின் ஈரப்பதம் மாறியிருந்தது. ரோஸ்வுட் மரங்கள் நிறைந்த அந்தக் காட்டிற்கெனத் தனித்த மணமுண்டு. எடுத்து வைக்கும் ஒவ்வொரு அடியும் பூமியின் ஆழ்ந்த அமைதிக்குள் பயணிப்பதுபோல் ஒரு உணர்வை அவனுக்குக் கொடுத்தது. திரும்பிப் பார்த்தபோது ஊர் கொஞ்சம் கொஞ்சமாய் சிறிதாகிக்கொண்டே சென்று மலைமுகட்டை அடைந்தபோது சிறு புள்ளிகளாய்த் தெரியத் துவங்கியது.

பட்டி வந்து சேர்ந்தபோது விஜயனுக்கு கால்கள் வீங்கிவிட்டன. பாதி வழியிலேயே களைத்துப்போய் அழத் துவங்கிவிட்டான். ‘என்னால நடக்க முடியலப்பா நான் வீட்டுக்குப் போறேன்..’ என மரத்தடியில் உட்கார்ந்து அழுதவனை ஓங்கி அறைந்தார்.

“நான் அப்பவே சொன்னன் ல... என் பேச்சக் கேட்டியா? இப்ப இம்புட்டுத் தூரம் வந்ததுக்கு அப்பறம் எப்பிடிப் போறது? ஒழுங்கா எந்திரிச்சு வா...” அவனது கையைப் பிடித்திழுக்க, அவன் மறுப்பதுபோல் மரத்தை இறுகப் பற்றிக்கொண்டான்.

“விஜி சொல்றதக் கேளு.... எந்திரிச்சு பேசாம எங்கூட வா.,. எனக்குக் கிறுக்கு வந்துச்சுன்னா இங்கியே விட்டுட்டுப் போயிருவேன்..” என அவரது குரல் தடிக்க, “பரவால்ல இங்கியே விட்டுட்டுப் போ... நீ திரும்பி வர்ற வரைக்கும் இப்பிடியே இருக்கேன்..” மரத்தை விடாமல் அவன் சொல்ல, அப்பாவோடு வந்திருந்த அவரின் உறவினர் “சரியாப் போச்சு, இந்தக் காட்டுல புலியும் சிறுத்தையுமா இருக்கு. ஆளுங்க கூட்டமா போனாலே எப்ப எங்க இருந்து பாயும்னு தெரியாது, நீ தனியா இருந்தா அவ்ளோதான். அப்பா சொல்றதக் கேளுப்பா... இன்னும் கொஞ்ச தூரம் தான்... வா...” எனக் கெஞ்சினார். விஜயனுக்கு ஒருபுறம் அச்சமாக இருந்தாலும் இன்னொருபுறம் கால்வலி நகரவிடவில்லை.

“நீ விடு ஜெகதீசு... இவன் இங்கியே இருக்கட்டும் நாம போவோம்...” என்றபடியே அவனது கையை விட்டுவிட்டு அப்பா பாதையில் முன்னேறி நடக்க, அவரோடு வந்தவர்களும் தயக்கத்தோடு நடக்கத் துவங்கினார்கள். சூரிய வெளிச்சம் தயக்கத்தோடு எட்டிப் பார்க்கும் அந்தப் பாதையில் வெளிச்சம் குறைவாயிருந்ததால் சில நிமிடங்களிலேயே அவனை பயம் தொற்றிக்கொண்டது. இலைகளின் சரசரப்பொலியும் காற்றின் வேகமும் அச்சுறுத்த அப்பா சென்ற பாதையில் வேகமாய் எழுந்து ஓடத் துவங்கினான். ஒரு இறக்கத்தில் அப்பா அவனுக்காகக் காத்துக்கொண்டிருந்தார். அவரைப் பார்த்தபிறகுதான் அவனுக்கு உயிர் மீண்டது. ஓடிப்போய் கட்டிக்கொண்டான்.

மேட்டுப் பகுதியிலிருந்த பட்டிக்குள் நூற்றுக்கும் மேற்பட்ட மாடுகளிருந்தன. பட்டியை ஒட்டியே சிறியதாக இரண்டு மூன்று குடிசைகள். அதற்கு முன்பாக பெரிய கற்களை வைத்து உருவாக்கப்பட்டிருந்த கல் அடுப்பு. அட்டியிலிருந்ததை விடவும் குளிர் குறைவாக இருந்தபோதும், காடு அடர்த்தியாய் இருந்தது. தன்னை உற்றுநோக்கும் எவர் ஒருவரையும் அச்சுறுத்தும் அடர்த்தி அந்தக் காட்டிற்கு.

“என்னயக் கேக்காம பட்டிய விட்டு எங்கியும் போகக்கூடாது

விஜி, இது நம்ம அட்டிமாதிரி இல்ல. இந்தக் காட்டுக்குள்ள ஒரு தடவ வழிமாறி போயிட்டா கண்டுபிடிக்கிறது கஷ்டம், சரியா?”

அப்பா வந்தவுடனேயே சொல்ல, ‘சரிப்பா’ என தலையாட்டினான். மேட்டுப் பகுதியிலிருந்து சற்று தூரத்தில் மேலும் சில குடிசைகளிருந்தன. ஆதிவாசி மக்கள் வாழும் பகுதியது. அவர்கள்தான் பட்டியிலிருந்த மாடுகளைப் பராமரிக்கக் கூடியவர்களாய் இருந்தார்கள். கால்கள் வீக்கம் குறையாமலிருந்ததால் விஜயன் குடிசைக்குள் படுத்திருந்தான். குடிசைக்குள் இவனை எட்டிப் பார்த்தபடியே ஒரு ஆதிவாசி ”தம்பியக் கூட்டியாந்திங்களாக்கும்?” என விஜயனின் அப்பாவிடம் கேட்க, அவர் ‘ஆமா பண்ட்டா’ என்று சொல்லுவது காதில் கேட்டது. கறுத்து இறுகிய உடல்கொண்ட பண்ட்டா இடையில் அழுக்கேறிய துணியொன்றைச் சுற்றியிருந்தார். குளிரைப் பொருட்படுத்தி மேற்சட்டைகூட அணிந்திருக்காத அந்த ஆளுக்கு இருபத்தைந்து இருபத்தாறு வயதிருக்கலாம். வீங்கிப்போயிருந்த அவனது கால்களைப் பார்த்தவர் “அட கெரகமே நாப்பது மைல் நடந்து வரனும்னு வீம்பு புடிச்சியாக்கும்... இரு வரேன்...” என்றபடியே குடிசைக்கு வெளியே சென்று சில நிமிடங்களில் திரும்பினார். மூங்கில் குடுவையொன்றை எடுத்து வந்தவர் அதிலிருந்து எண்ணெயை ஊற்றி அவன் கால்களை உருவி விட்டார். கெண்டைக்கால் நரம்புகளுக்குள்ளிருந்து வலி வெளியேறி உடலை அதிரச் செய்ய ‘ஆ... அய்யோ அம்மா...’ என விஜயன் அலறினான்.

“ஒண்ணுமில்ல சாமி, அவ்ளோதான்... கொஞ்சம் பொறுத்துக்க..’ என்றபடியே பண்ட்டா இரண்டு கால்களையும் உருவிவிட்டார். சின்னஞ்சிறிய குடிசைக்குள் அடர்த்தியாய் நிரம்பிய எண்ணெய் வாசனை அவனது நாசியை நிறைத்தது. அவர் உருவிவிட்டபின் வலி குறைந்து ஆறுதலாயிருந்தது. “அப்டியே தூங்கி எந்திரிச்சா எல்லாம் சரியாப் போகும்.” என சிரித்தபடியே எழுந்து போய்விட்டார்.

உறங்கி எழுந்தபோது நீண்ட இரவு கடந்துபோயிருந்தது.

உக்கிரமாக வெயில் அடித்துக்கொண்டிருக்க, மாடுகள் இல்லாமல் பட்டி காலியாய் இருந்தது. குடிசைக்கு வெளியே அப்பாவும் அவரது உறவினரும் களி கிண்டி தயாராய் வைத்திருந்தார்கள். "எங்கப்பா மாடுங்களையெல்லாம் காணாம்..." என்றபடியே வந்த விஜயனிடன் "கால்வலி குறஞ்சிருச்சா சாமி..." என சிரித்தபடியே அப்பா கேட்டார். விஜயன் பட்டியைப் பார்க்க, "எல்லாத்தையும் மேச்சலுக்கு விட்றுக்கு... நீ சாப்டறியா?" என அப்பா கேட்டார். அவன் சரியென்றதும் ஒரு பித்தளைக் கும்பாவில் களியை வைத்து மோரை ஊற்றிக் கொடுத்தவர் அடுப்பில் உப்புக் கண்டங்களைப் போட்டு சுட்டெடுத்தார். இரைச்சியின் மணம் இதுவரை அவன் உணர்ந்ததைப் போல் இல்லாமல் வேறுமாதிரியாய் இருக்க, 'என்ன கறி இது? ஒரு மாதிரியா மணக்குது...' என ஆர்வமாய் எட்டிப் பார்த்தான். 'நீ மொதல்ல தின்னுபாத்துட்டு எப்பிடி இருக்குன்னு சொல்லு, என்ன கறின்னு அப்பறம் சொல்றேன்..' என்றபடியே இரைச்சியை அவனுக்குக் கொடுத்தார். மோரில் கரைத்த களிக்கு சுட்ட இரைச்சியின் ருசி அலாதியாய் இருந்தது. விஜயன் ஆர்வமாக இறைச்சியை சாப்பிட்டபடியே அப்பாவைப் பார்க்க "கடமான்... அதோட ருசி வேற எதுக்கும் வராது...' என்றார்.

மேய்ச்சல் முடிந்து மாடுகளைப் பட்டியில் அடைத்துவிட்ட வந்த பண்ட்டா இவனைப் பார்த்து சிரித்தார். விஜயன் உற்சாகமாக அவரைப் பார்த்துக் கையசைத்தான். அப்பா கரைத்து வைத்திருந்த மோரை எடுத்துக் கொடுக்க, பண்ட்டா மூச்சுமுட்ட குடித்து முடித்தான். லோட்டாவை விஜயனிடம் கொடுத்தவன் 'எங்க காடும் மலையும் புடிச்சிருக்கா?' எனக் கேட்க "ம்ம்ம்... ஆனா பயமா இருக்கு..." என விஜயன் சிரித்தான்.

"எதுக்கு பயம்?"

"இங்க நெறைய புலியும் சிறுத்தையும் இருக்காம், காட்டுக்குள்ள போனா தொலஞ்சு போயிருவம்னு அப்பா சொன்னாரு..."

அச்சம் மிகுந்த கண்களோடு விஜயன் சொல்ல, பண்ட்டா சிரித்தான்.

“புலியும் சிறுத்தையும் மட்டுமில்ல, நிறைய வனமோகினிங்களும் இருக்கு. ஆனா கூளிய மீறி யாரும் எதுவும் செய்ய முடியாது...”

விஜயன் ஆர்வம் மிகுந்த கண்களோடு “கூளி யாரு? பெரிய காவல்காரரா?”

எனக் கேட்டான்.

“அவ எங்க தெய்வம். இந்த மலையவும் மண்ணையும் காட்டையும் படச்சவ... எங்களுக்கு எதாச்சும் ஒன்னுன்னா அவதான் காவல்...”

“அதெப்படி உங்களுக்குப் பிரச்சனன்னா கூளிக்குத் தெரியும்...”

“கூளிக்கு எல்லாமே தெரியும். அவ எல்லாத்தையும் பாத்துட்டுத்தான் இருக்கா... அவ இடத்துல நின்னு கண்ணமூடி அவளக் கூப்பிட்டா அவ கண்டிப்பா வருவா...”

பண்ட்டா சொன்னதையெல்லாம் விஜயன் நம்பமுடியாமல் கேட்டுக்கொண்டிருந்தான்.

21

மாட்டின் இழப்பிலிருந்து மீளமுடியாதவர்களாய் பணியர்கள் முடங்கிப் போனார்கள். தோட்டத்து வேலைக்குச் செல்லாமல் ஊர் முழுக்க பாடியில் முடங்கிக்கிடந்தது. பசியில் குழந்தைகள் அழுதுகொண்டிருக்க, சிறுவர்கள் துயரம் தோய்ந்த பெரியவர்களின் முகங்களைக் கவலையோடு பார்த்துக்கொண்டிருந்தனர். ஆள் நடமாட்டமின்றி திடீரெனச் சூழ்ந்த குரூர அமைதி கண்டு பொறுக்காமல் நாய்கள் வெறியெடுத்துக் குரைத்தன. வேலைக்கு யாரும் வராததைக் கண்டு குழப்பமுற்ற தாசும் அவன் தம்பியும் பாடிக்கு வந்தனர். வெளியாட்கள் உள்ளே நுழையக்கூடாதென்னும் கட்டுப்பாட்டை மீறாமல் பாடிக்கு வெளியிலிருந்த அம்மன் கோவிலில் ஜீப்பை நிறுத்தி பண்ட்டாவின் பெயரைச் சொல்லி சத்தமாக அழைத்தார்கள். அமைதி ஒரு சாத்தானைப்போல் பணியர் பாடியின் குரலை ஆக்ரமித்திருக்க, தாஸின் குரலுக்கு ஒருவரும் பதில் எழுப்பாமலிருந்தனர். வீதியில் குரைத்துக்கொண்டிருந்த நாய்கள் எல்லாம் தாஸின் குரல் கேட்டு கோயில் நோக்கிய ஓடியபோது ஒரு குடிசையின் வாசலில் சோர்வோடு அமர்ந்திருந்த முதியவள் நாய்போன திசையில் எட்டிப் பார்த்தாள். தூரத்தில் தாஸின் ஜீப் கண்ணில்

தட்டுப்பட "ஏய் தாஸ் முதலாளி வந்திருக்காருப்பா... யாராச்சும் போயி என்ன ஏதுன்னு கேளுங்க..." என சத்தம் போட்டாள். ஒரு இளைஞனும் அவரது தந்தையும் அவசரமாய் சட்டையை அணிந்துகொண்டு அம்மன் கோவிலை நோக்கி ஓடினார்கள்.

"என்னாச்சு ஒருத்தரும் வேலைக்கி வரல..."

தாஸ் குழப்பத்தோடு கேட்டான்.

"சர்க்கார் குடுத்த மாட்டுல ஒண்ணு நேத்து செத்துப் போச்சிங்கண்ணா... இம்புட்டு காலமா நம்ம இந்த மாதிரி எதையும் வளத்தது இல்ல. திடுதிப்புனு இப்பிடி கூடயே இருந்துட்டு செத்துப்போகவும் யாருக்கு என்ன செய்றதுன்னு தெரியல..."

இளைஞனின் தந்தை சோர்வோடு சொல்ல, "ஓ... யாரு வூட்டு மாடு..?" என தாஸ் கேட்டான். "மருதையன் மாடுங்க..." என்றார்.

தாஸ் அவர்களின் மனநிலையைக் குலைக்க விரும்பாமல் "அப்பச்செரி இன்னிக்கி ஒரு நாள் விட்டுட்டு நாளைக்கி எல்லாரையும் வேலைக்கு வரச் சொல்லுங்க," என்றபடியே வண்டியிலேறியவன் "செலவுக்கு எதும் காசு வேணுங்களா?" எனக் கேட்க, பணியர்கள் இருவரும் யோசித்தனர். தாஸ் பையிலிருந்து கொஞ்சம் பணத்தை எடுத்துக் கொடுத்தான். "இத மருதையன் கிட்ட குடுங்க..." இளைஞனின் தந்தை பணத்தை வாங்கிக்கொண்டபின்னும் அவனையே பார்த்துக் கொண்டிருக்க, "ஏன் யோசிச்சிட்டு இருக்கீங்க, வேற எதும் வேணும்னா சொல்லுங்க ஒட்டுக்கா செஞ்சிடலாம்," என்று தாஸ் கேட்டான்.

"மாடு குடுக்கறப்பயே ஏதோ இன்ஷூரன்ஸு வேற இருக்கும்னு சொன்னாங்கண்ணா... அது என்ன ஏதுன்னு வெவரம் தெரியலீங்க..."

தாஸுக்கும் அப்போதுதான் இன்ஷூரன்ஸ் நினைவு வந்தது. வண்டியிலிருந்து இறங்கிக்கொண்டவன் தனது அலைபேசியை எடுத்துக்கொண்டு சிறிது தூரம் நடந்தான். நாய் குரைப்பின் சத்தத்தையும் ஆட்களின் பேச்சு சத்தத்தையும் கேட்டு

இன்னும் இரண்டு மூன்றுபேர் தாஸின் ஜீப் நின்ற இடத்திற்கு வந்தார்கள். அலைபேசியில் பேசிவிட்டுத் திரும்பிய தாஸ் “நான் மசினகுடி தாசில்தார் கிட்ட பேசிட்டேன். நீங்க அன்னிக்கி கூட்டியாந்திங்களே அந்த மாட்டு டாக்டர்கிட்ட மாடு செத்துப்போனதுக்கு ஒரு சர்டிஃபிகேட் வாங்கிட்டுப் போயி தாசில்தாரப் பாருங்க.. போறப்போ மருதையனோட ஆதார் கார்டையும் எடுத்துட்டுப் போகச் சொல்லுங்க...”

”ரொம்ப நன்றிங்கய்யா...”

தாஸ் ஜீப்பில் ஏறிக்கொள்ள அவர்கள் வண்டி மெதுவாக அங்கிருந்து கிளம்பிச் சென்றது. இன்ஷுரன்ஸ் விவரங்களைத் தெரிந்துகொண்ட பரபரப்பில் பணியர்கள் மருதையன் வீட்டை நோக்கி வேகமாய் நடந்தார்கள்.

★★★

பட்டியைச் சுற்றி காற்றின் திசைமாறத் துவங்கியது, பெரும் வேகமெடுத்து வீசும் காற்றைக் கண்டு அஞ்சிய மாடுகள் பெருங்குரலெடுத்து அலறின. உலர்ந்த இலைகளும் குச்சிகளும் காற்றில் அடித்து வரப்பட்டு பட்டியில் சுழல, மாடுகளை நெருங்க முடியாமல் பண்ட்டாவும் இன்னுமிரண்டு பணியர்களும் சத்தம் கொடுத்துக்கொண்டிருந்தார்கள். ஒவ்வொரு காலமாற்றத்தையும் முன்னறிவிப்பது இந்தக் காற்றுதான். காட்டில் வாழ்வதற்கான அடிப்படைத் தகுதி காற்றைத் தெரிந்திருக்க வேண்டும். நீண்ட நேரத்திற்குப்பின் காற்று ஓய்ந்தபோது நீண்ட அமைதி சூழ்ந்துகொண்டது. பட்டி அடித்திருந்த மரக்கட்டைகள் ஆங்காங்கே உடைந்துகிடக்க, பணியர்களோடு சேர்ந்து விஜயனின் அப்பாவும் அவரோடு இருந்தவரும் சரிசெய்துகொண்டிருந்தனர். பிற்பகலுக்கு மேல் வானம் திடீரென இருண்டு மழை பெய்வதைப்போல் மாறியபோதுதான் பட்டியிலிருந்தவர்கள் விஜயன் காணாமல் போனதைத் தெரிந்துகொண்டிருந்தார்கள். பண்ட்டா தேய்த்து

விட்ட தைலத்தால் அடுத்த நாளே கால்களில் வீக்கம் குறைந்து விஜயன் உற்சாகமாக ஓடி விளையாடத் துவங்கியிருந்தான். பட்டியை விட்டு எங்கும் செல்லக் கூடாதென அப்பா அவனை தன் கண்பார்வையிலேயே வைத்திருந்தார். காற்று அடிக்கத் துவங்கியிருந்த சிறிய இடைவெளியில் எங்கு சென்றிருக்கக் கூடும்? ஆளுக்கொரு திசையில் தேடத் துவங்கினார்கள். பணியர் குடியிருப்பு, பட்டியை ஒட்டின ஆலமரக் கோவிலென எங்கு தேடியும் அவனைக் கண்டுபிடிக்க முடியவில்லை என்றானபோது எல்லோருக்கும் பயம் தொற்றிக் கொண்டது. காவலுக்கு வைத்திருந்த நாயை அவிழ்த்துவிட அது காட்டை நோக்கிச் செல்லும் பாதையில் மூர்க்கமாய் குரைத்தபடி இறங்கியது.

விஜயனின் அப்பாவும் பண்ட்டாவும் காட்டிற்குள் இறங்கியபோதே சிறு தூறலாய்ப் பெய்த மழை வேகமெடுக்கத் துவங்கியிருந்தது. “இந்தக் காட்டுக்குள்ள அவன எப்பிடி கண்டுபிடிக்கப் போறோம் பண்ட்டா?” அப்பா கவலையோடு கேட்க, “கூளி வழிகாட்டுவா… நம்புங்க முதலாளி.” பண்ட்டா அவருக்கு முகம் கொடுக்காமல் நான்கு பக்கங்களிலும் பார்வையைச் சுழல விட்டான். மழையின் பெருஞ்சத்தத்தில் இருவருமே மிரண்டு போயிருந்தார்களெனினும் வெளிப்படுத்தியிருக்கவில்லை. மோயாரை நோக்கி இறங்கும் பாதையில் யானைக்கூட்டமொன்று அமைதியாய் நின்று கொண்டிருந்தது. அவற்றைக் கவனித்த பண்ட்டா “நாம வேற பக்கம் போவோம்...” எனத் திரும்பினான்.

“ஏன் பண்ட்டா யானையப் பாத்ததும் திரும்பற?”

“தம்பி இங்க இருந்திருந்தா இதுங்களப் பாத்து பயந்து ஓடியிருப்பான். அதுமில்லாம பக்கத்துல வேற யாரும் இல்லன்னா மட்டுந்தான் இதுங்க இப்பிடி அமைதியா நிக்கும். வாங்க…”

பாதையின் இன்னொரு திசையில் திரும்பி நடந்தான்.

‘இந்தப் பாத தெரியுமா உனக்கு? எங்க போற பாத இது?”

அவர் சந்தேகத்தோடு கேட்க, “இதும் ஆத்துக்குப் போற பாத

தானுங்க... இந்தக் காட்டுல எந்தப் பாததான் எங்களுக்கு மறக்கும். உடம்புல நரம்பு ஓடற மாதிரி இந்தக் காட்டோட வழித்தடமும், சீவிராசிக தடமும் பதிஞ்சு போயிருக்கு. தைரியமா வாங்க...” என பண்ட்டா சிரித்தான்.

முழுமையாக இருட்டத் துவங்கியிருந்தபோது மழை குறைந்திருந்தது. குளிரில் உடல் வெடவெடக்க இருவரும் நடக்க முடியாமல் ஒரு பாறையை ஒட்டிய குகையில் ஒதுங்கி நின்றனர். ”நானே என் புள்ளையக் கூட்டியாந்து தொலச்சிட்டனே...” விஜயனைக் கண்டுபிடிக்க முடியாத பதற்றத்தில் அப்பா சினுங்கத் துவங்க, தன் வேட்டியைப் பிழிந்து உதறிக் கொண்டிருந்த பண்ட்டா திரும்பி “சாமி சாமி எதுக்கு இப்ப அழுவறீங்க..? இது கூளியோட இடம். எங்க தெய்வம் யாருக்கும் எந்தக் கெடுதலும் செய்யாது. தைர்யமா இருங்க...” என்றபடியே வேட்டியை உடுத்திக் கொண்டான். மழையில் நனைந்த தலையை உலர்த்தியதால் சுருள் சுருளான அவன் தலைமுடி அடர்ந்து சிறிய காட்டைப்போலிருந்தது. விஜயனின் அப்பா அச்சத்தில் தடுமாறுவதைப் புரிந்துகொண்டவனாய் “நான் போற வேகத்துக்கு உங்களால வரமுடியாது, நீங்க இங்கியே இருங்க... நான் பையனோட வர்றேன்...” என்று சொல்லிவிட்டு குகையை விட்டு வெளியேறினான். “ஏய் என்னய தனியா விட்டுட்டு எங்க போற பண்ட்டா?” அவர் பதற, “தைரியமா இருங்க... பக்கத்துல மிருக வாட எதும் தெரியல... அதனால பயப்பட வேணாம். நான் வர்ற வரைக்கும் மூத்திரம் மட்டும் போயிராதிங்க. சீக்கிரமே வந்துடுவேன்” என்றபடி விறுவிறுவென அந்தப் பாதையிலிருந்து மறைந்தான்.

மழைக் காலத்தில் காட்டின் அத்தனை புலன்களும் திறந்துகொள்வதால் மரங்களும் செடிகளும் பறவைகளும் ரகசியம் பேசுவதைப்போலிருந்தது. கிளைகளிலிருந்து உதிரும் மழைநீர்த்துளிகள், ராப்பூச்சிகளின் சத்தமென ஒலிகள் காதுகளை நிறைக்க, “தம்பி... எங்க இருக்க?” என மெல்லிய குரலில் விஜயனை அழைத்தபடியே பண்ட்டா நடந்தான். சரிவு முடிந்து ஆற்றை நெருங்கிவிட்டிருப்பதைத் தெரிந்துகொண்டவன் சுற்றிலும் பார்வையைச் சுழலவிட்டான்.

அடர்ந்த இருளுக்குப் பழகிவிட்ட கண்களில் முதிய மரமொன்று தெரிந்தது. அந்தச் சரிவில் ஆள் ஒதுங்கும்படியான வேறு குகைகளோ மரங்களோ இல்லையென்கிற நினைப்போடு மரத்தை நோக்கி நடந்தான். மரத்தை நெருங்கிய வேளையில் மந்திகளின் சத்தம் கேட்க, சுதாரித்துக் கொண்டவன் வேகமாய் ஓட்டமெடுத்து மரத்தையடைந்தான். மேட்டுப்பகுதியைப் பார்த்தபடி மரத்தடியில் சுருண்டு கிடந்த விஜயன் எப்போதோ மயங்கிப் போயிருந்தான். ‘தம்பி... முழிச்சுப் பாரு... தம்பி...’ பண்ட்டா வேகமாக அவன் முகத்தில் தட்டி எழுப்ப முயல, அவன் நினைவு திரும்பாதவனாய்க் கிடந்தான். அவசரமாக அவன் ட்ரவுசரையும் சட்டையையும் அவிழ்த்து மழைநீரைப் பிழிந்துவிட்டு மீண்டும் அணிவித்தான். குளிரில் விறைத்துப்போன விஜயனின் உடல் நெருப்பாய்க் கொதிக்கத் துவங்கியது. அள்ளித் தோளில் போட்டுக்கொண்டு குகையை நோக்கி வேகமாய் ஓடினான்.

குகைக்குள் நடுக்கம் விலகாமல் குத்தவைத்து அமர்ந்திருந்த விஜயனின் அப்பா பண்ட்டா ஓடிவரும் சத்தம் கேட்டு அவசரமாய் எட்டிப் பார்த்தார். இருளைக் கிழித்துக்கொண்டு ஓடிவந்த பண்ட்டா, ‘வாங்க பட்டிக்குப் போவோம்...” என்றபடியே மேட்டுப் பகுதியை நோக்கி ஓடினான். அவன் தோளில் மயங்கிய நிலையில் கிடந்த விஜயனைப் பார்த்ததும் “அய்யயோ என் புள்ள என்னய விட்டுட்டுப் போயிட்டானே...” என அவர் அலறத் துவங்க, அந்த அலறல் காட்டின் பெருஞ்சலனத்தைக் களைத்தது. “கத்தாதய்யா மயிரு... உன் புள்ளைக்கு ஒண்ணும் ஆகல... நீ இன்னொரு சத்தம் போட்டயின்னா, நாம மூணுபேரோட பொணம் கூட யாருக்கும் கெடைக்காது...” பண்ட்டா திரும்பி மிரட்ட, விஜயனின் அப்பா ஒரு கையால் தன் வாயைப் பொத்திக்கொண்டார்.

பட்டிக்கு வந்து சேர்ந்தபோது முன்னிரவின் அடர்த்தியான இருள் சூழ்ந்துவிட்டிருந்தது. விஜயனைத் தேடி ஓய்ந்த பணியர்கள் அடுப்பில் நெருப்பை மூட்டி பண்ட்டாவிற்கும் விஜயனின் அப்பாவிற்கும் தேநீர் தயாரித்தார்கள். பயத்திலும் குளிரிலும் நடுக்கம் குறையாதவராய் விஜயனின் அப்பா

குடிசைக்குள் மகனுக்கு அருகிலேயே துடித்துக்கொண்டிருந்தார். பண்ட்டா விஜயனை மட்டும் அருகிலிருந்த குடிசைக்குத் தூக்கிச் சென்றான். விரிக்கப்பட்ட ஜமுக்காளத்தில் அவனைக் கிடத்திவிட்டு, வேகமாய் வெளியேறியவன் சில நிமிடங்களிலேயே கொஞ்சம் விதைகளையும் இலைகளையும் எடுத்து வந்தான். இலைகளை அவசரமாக நசுக்கி நீரோடு கலந்து விஜயனின் வாய்க்குள் சொட்டுச் சொட்டாய் விட்டான். படுத்திருந்த நிலையிலேயே விஜயனின் உடல் ஓரிரு முறை துடிக்க, பண்ட்டா பொறுமையாகக் காத்திருந்தான். துடிப்படங்கியதும் இன்னும் சில சொட்டுகள் மருந்தைக் குடிக்க வைத்தான். நான்கு முறை இப்படிச் செய்தபின் விஜயன் மெல்லக் கண்களைத் திறந்து பார்த்தான்.

பண்ட்டா இரண்டு உள்ளங்கைகளையும் நன்கு தேய்த்து விஜயனின் கன்னத்தில் வைத்தபடியே “தொரத்தி வந்த மோகினி, பேய் பிசாசு, எல்லாம் போயிரு... இது கூளியோட உத்தரவு...” என முனகினான். விஜயன் மலங்க மலங்க அவனைப் பார்க்க, பண்ட்டா “அமைதியா படுத்துத் தூங்கு தம்பி இனிமே ஒனக்கு ஒண்ணுமில்ல...” என அவனது காதுகளில் சொன்னான்.

22

நீண்ட வருடங்களுக்குப் பின் மோயாரின் எல்லைக்குள் நுழைந்தபோது விஜயனுக்கு சடாரென பால்ய காலத்தின் நினைவுகள் தொற்றிக்கொண்டன. சற்றைக்கு முன்னர் காட்டிலிருந்து மீண்டு வந்த சிறுவனிடமிருக்கும் சிலிர்ப்பைத் தன்னுடலில் உணர்ந்தார். காடும் மலைமுகடுகளும் மரங்களுமாய் நிரம்பியிருந்த பகுதி முற்றிலும் மாறிப்போயிருந்ததை ஆச்சர்யத்தோடு பார்த்தபடி பவர் ஸ்டேஷன் எல்லையை அடைந்தவர் எதிரில் தென்பட்ட ஆளொருவரிடம் “ஏம்ப்பா ஆதிவாசிங்க கிராமத்துக்கு எப்பிடி போகணும்?” என வழிகேட்டு நின்றார். அரசாங்க வாகனம், சீருடையிலில்லாத இன்ஸ்பெக்டரின் மழித்த முகம் எல்லாவற்றையும் கவனித்த வழிப்போக்கன் குரலில் மரியாதையை வரவழைத்துக் கொண்டவனாய் “இப்டியே சோத்தாங்கை பக்கமா திரும்பிப் போங்க ஸார். சிங்கிள் ரோட் தான். ரோட் முடியற இடத்துல பத்து இருவது குடிசைங்க இருக்கும். அதான் அவங்க கிராமம்” என்று சொல்லிவிட்டு வணக்கம் வைத்தான். விஜயன் வாகனத்தை அந்தச் சாலையில் மிதமான வேகத்தில் திருப்பிச் சென்றார்.

பவர் ஸ்டேஷன் குடியிருப்பு, மோயார் கிராமம் எல்லாவற்றையும் கடந்து சென்ற போலிஸ் வாகனத்தை ஊர் மக்கள் திகைப்போடு

பார்த்தார்கள். ஊரின் அமைப்பை உற்றுநோக்கியபடி சென்ற விஜயன் ஆதிவாசிகளின் எல்லையிலிருந்த பெரிய மரத்தின் முன்னால் திகைத்து வண்டியை நிறுத்தினார். காட்டில் மிரண்டு திரும்பிய இரவின் அடுத்த நாள் காலை பண்ட்டா இந்த மரத்தடியில் வைத்துதான் இவனுக்காக வேண்டினார். பூத்துக் காய்த்து உதிர்ந்து பல்வேறு பருவங்களைப் பார்த்துப் பழக்கப்பட்ட அந்த மரம் அந்த நிலத்தின் அசாத்தியமான உயிர்ப்பாய் உயர்ந்து நின்று கொண்டிருந்தது. செருப்பகளை வாகனத்திலேயே விட்டுவிட்டு இறங்கிவந்த விஜயன் பணிவோடு கூளியின் முன்னால் நின்று வணங்க, தூரத்தில் வந்து கொண்டிருந்த பணியர் இளைஞர்கள் இரண்டு பேர் ஆச்சர்யமாய்ப் பார்த்தார்கள். வணங்கியவரின் தோற்றத்தையும் அங்கு நின்றுகொண்டிருந்த போலிஸ் வாகனத்தையும் கவனித்தவர்கள் அவரை நோக்கி வேகமாய் நடந்து வந்தார்கள்.

“யாரு ஸார் நீங்க? இங்க எங்க அனுமதி இல்லாம சாமி கும்பிடக் கூடாது ஸார்...”

விஜயன் இளைஞர்களின் முகங்களைப் பார்த்து சிரித்தபடி “எனக்கும் இங்க சாமி கும்பிட உரிமை இருக்குப்பா. ஊர்ல பெரிய ஆளுக யார் இருகக?”

என்று கேட்டார். அவர்கள் தயக்கத்தோடு ஒருவரையொருவர் பார்த்துக்கொண்டபின் “பண்ட்டா இருக்காரு ஸார்... அவருதான் எங்க பாடில எல்லாம்...” என்றதும் விஜயனால் நம்பமுடியவில்லை. முப்பத்தைந்து வருடங்களுக்கு முன்னால் பார்த்த உருவம், இப்போது எப்பிடி இருப்பார்? தன்னை நினைவு வைத்திருப்பாராவென ஆர்வமும் கேள்விகளும் விஜயனுக்குள் பெருக, “சரி நடங்க நானும் அவரத்தான் பாக்கணும்.” என்றபடியே வேகமாக பாடியை நோக்கி நடந்தார்.

“எதும் பிரச்சனையா ஸார்? எதுக்கு அவரத் தேட்றீங்க?” பதற்றத்தோடு பின்னால் ஓடிவந்த இளைஞர்கள் கேட்க, “அதெல்லாம் ஒண்ணுமில்ல... அவர ரொம்ப வருசம் முன்னப் பாத்திருக்கேன். என்னயத் தெரியும் அவருக்கு” திரும்பிப் பார்க்காமல் பதிலளித்தபடியே வேகமாக நடந்தார்.

அம்மன் கோயிலுக்கு முன்னாலிருந்த மேட்டின் மரத்தடியில் அமர்ந்திருந்த பண்ட்டா தூரத்திலிருந்து ஒரு உருவம் தன்னை நோக்கி நடந்து வருவதைக் கவனித்து பார்வையைக் கூர்மையாக்கினார். பார்த்துக்கொண்டிருக்கும்போதே சடாரென வந்து சேர்ந்த காற்றைப்போல் விஜயன் அவருக்கு முன்னால் வந்து நின்றார். “என்னய யாவகம் இருக்கா பண்ட்டா?” என்று சிரித்தபடியே நெருங்கி வந்த விஜயனின் முகத்தில் தனக்கு அறிமுகமான மனிதர்களின் சாயல்களெதும் இல்லாததால் “ஆள் யாருன்னு தெரியலீங்களே?” என தயக்கத்தோடு இன்னும் நெருங்கிப் பார்த்தார். “எப்பிடி யாவகம் இருக்கும்? முப்பத்தஞ்சு வருசத்துக்கு மேல ஆச்சே. இங்க பட்டி போட்றுந்தாரே ராமலிங்கம், அவரோட பையன்...” விஜயன் சொல்லி முடிக்கும் முன்பாகவே பண்ட்டாவின் நியாபக அடுக்குகள் திறந்து நினைவுக்குவர, மட்டற்ற மகிழ்ச்சியோடு விஜயனின் கைகளைப் பற்றிக்கொண்டார். “நம்ம முதலாளி மகனாப்பா? ஆளே அடையாளம் தெரியல... கடைசியா இந்தக் காட்டுக்குள்ள இருந்து உங்களத் தூக்கிட்டு வந்தப்ப பாத்தது.. அதுக்கப்பறந்தான் நீங்க இங்க வர்றதே இல்லியே...” மேட்டிலிருந்து எழுந்துகொண்ட பண்ட்டா விஜயனின் கைகளைத் தொட்டுப் பார்த்தார். பிஞ்சு விரல்களும், மெல்லிய கைகளும் காணாமல்போய் அந்தச் சிறுவன் முரட்டு மனிதனாகியிருக்கிறான் என்பதை நம்பமுடியாத உணர்வை வெளிப்படுத்தியது அவரது கை.

“இவ்ளோ வருசத்துக்கு அப்பறமா என்னய நியாபகம் வெச்சி வந்திருக்கீங்க... ரொம்ப சந்தோசமா இருக்கு. எதாச்சும் குடிக்க வாங்கிட்டு வரச் சொல்லவா?”

“அதெல்லாம் வேண்டாம் பண்ட்டா... உங்க கிட்ட கொஞ்சம் பேசணும்...”

”சொல்லுங்க தம்பி...”

“இல்ல இங்க வேணாம், வாங்க நாம பவர் ஸ்டேஷன் பக்கமா போவோம். என் வண்டி இருக்கு, பேசிட்டு நானே இங்க வந்து விட்டுடறேன்...”

விஜயனோடு பேசும் ஆர்வத்தில் பண்ட்டா மறுபேச்சில்லாமல் அவரைத் தொடர்ந்து சென்றார்.

பவர் ஸ்டேஷன் ஊழியர்களுக்கான கெஸ்ட் ஹவுஸிற்குள் அழைத்துச் சென்ற விஜயனை பண்ட்டா புரியாமல் பார்த்தார். அங்கிருப்பவர்கள் வணக்கம் வைப்பதை எல்லாம் பார்க்கையில் விஜயன் ஏதோ பெரிய அதிகாரியாக இருக்கக்கூடுமென நினைத்துக் கொண்டார். இருவருக்கும் தேநீர் கொண்டுவந்து தந்த போலிஸ் கான்ஸ்டபிள் பண்ட்டாவை முறைத்துப் பார்த்துவிட்டுச் சென்றான். கையிலிருந்த தேநீரின் முதல் சில மிடறுகளை நிதானமாக அருந்தியபின் விஜயன் கோப்பையை மேசையில் வைத்தார்.

“இம்புட்டு வருசத்துக்கு அப்பறம் உங்கள பாக்கறோம்னு ஒரு பக்கம் சந்தோசமா இருந்தாலும் இன்னொரு பக்கம் சங்கடமாவும் இருக்கு பண்ட்டா...”

தேநீர் அருந்திக் கொண்டிருந்த பண்ட்டா விஜயனைப் பார்க்க, “ஒரு கொல விசயமா உங்க கிராமத்துல விசாரிக்கனும். உங்க ஊர்க்கட்டுப்பாடு எல்லாமே எனக்குத் தெரியும். அதான் வரும்போதே யாரப் பாத்து எப்பிடிப் பேசறதுன்னு தயக்கத்தோட வந்தேன். இப்ப உங்களப் பாத்ததுக்கு அப்பறந்தான் நிம்மதியா இருக்கு..”

“யாரு கொல தம்பி?”

“ராஜன்னு இந்த ஊர்ககரப் பய...”

விஜயன் சொன்ன பெயரைக் கேட்டதும் பண்ட்டாவின் முகம் சுருங்கிப்போனது. தேநீரைப் பாதியில் வைத்துவிட்டார்.

“ஏன் தம்பி எங்க ஆளுங்களப் பாத்தா கொல செய்ற ஆளுகள மாதிரியா தெரியுது...” கோபத்தை சிரமத்தோடு கட்டுப்படுத்திக் கொண்டிருப்பது அவரது குரலில் வெளிப்பட விஜயன் அவசரமாக மறுத்து “ச்ச ச்ச நான் கேக்க வந்தது அதில்ல பண்ட்டா, அந்தப் பையன் உங்க ஊர் பொண்ணு யாரையோ லவ் பண்ணி இருக்கான். அதான்...”

மனதிலிருந்த சொற்கள் நாவைக் கடந்து வெளியேறத் தடுமாறி சிதறிப்போக, பண்ட்டா தேநீர்க் கோப்பைகள் வைக்கப்பட்டிருக்கும் மேசையை வெறித்துக் கொண்டிருந்தார்.

“தப்பா நெனச்சுக்காதிங்க பண்ட்டா... அந்தப்பய சாவுக்கான காரணத்த கண்டுபிடிச்சே ஆகனும். அப்பிடி கண்டுபிடிச்சா மட்டுந்தான் காணாமப்போன பதினஞ்சு பதினாறு பொண்ணுங்களுக்கு என்னாச்சுன்னு தெரியும். அதனாலதான் இம்புட்டுத் தூரம் தேடிவந்தேன்...”

பண்ட்டாவின் முகத்தை நம்பிக்கையின்றி விஜயன் பார்த்துக் கொண்டிருக்கையிலேயே பண்ட்டா நீண்டதொரு பெருமூச்சை விட்டார்.

“ம்ம்ம்.. நெசந்தான் தம்பி... அந்தப் பையன் எங்க ஆளுக பொண்ணு கூட சினேகமா இருந்துச்சு.”

“யார் அந்தப் பொண்ணு? அந்தப் பொண்ணு இப்ப எங்க இருக்கு?”

பண்ட்டாவிற்குச் சொற்கள் தொலைந்துபோய் அழுகை முட்டியது. எவ்வளவு முயன்றும் அடக்க முடியாதவராய் சினுங்கி அழத் துவங்கியவரின் கைகளை விஜயன் பதறிப்போய் பற்றிக்கொண்டான்.

“அய்யய்யோ எதுக்கு இப்ப் அழுவுறீங்க?”

“அது என் பேத்தி தம்பி... என் பேத்தி..”

எந்த உணர்வுகளையும் எளிதில் வெளிப்படுத்திடாத அந்த மனிதர் பேத்தியை நினைத்து சினுங்கியழ, விஜயனுக்கு மேற்கொண்டு விசாரிப்பதா வேண்டாமாவென சங்கடமாய்ப்போனது...

“பூ மாதிரி என் காலுக்குள்ளயே வளந்து பிள்ள, இந்தப்பய கூட பழகுச்சேன்னு கண்டிச்சு வேற ஆளுக்கு கெட்டிவெச்சேன்....”

சினுங்கல் கதறலாகி உடைந்து அழ, விஜயன் அவரைச் சமாதானப்படுத்த தடுமாறினான்.

“வீம்பு புடிச்சவ, கெட்டிக் கொடுத்த கொஞ்ச நாள்லயே நாண்டுக்கிட்டு தொங்கிட்டா... போச்சு... அதோட எல்லாம்

போச்சு... என் குலம் தழைக்கல தம்பி... என் குலம் தழைக்கல...” உடல் குலுங்க அழுதவரின் தோள்களை ஆறுதலாகப் பற்றிக் கொண்ட விஜயன் எதுவும் பேசாமல் உறைந்துபோய் நின்றார்.

அழுதுகொண்டிருந்தவரை தனியே விட்டுவிட்டு அறையிலிருந்து வெளியேறிய விஜயனுக்கு மேற்கொண்டு அவரை விசாரிக்க மனமில்லை. வெளியிலிருந்த கான்ஸ்டபிளை அழைத்தவர் “பாபு, இவரக் கூட்டிட்டுப் போயி அவங்க கிராமத்துல விட்றுங்க..” என்று சொல்ல, “ஐயா நல்லதுங்கய்யா” என்றபடியே கான்ஸ்டபிள் உள்ளே சென்றார். சோர்ந்து போனவராய் வந்த பண்ட்டாவை எதிர்கொள்ள முடியாமல் “பண்ட்டா உங்களப் பாக்கப் போறமேனு கொஞ்சநேரத்துக்கு முன்ன சந்தோசப்பட்டேன். இப்போ உங்கள கஷ்டப்படுத்திட்டமேன்னு சங்கட்டமா இருக்கு. தப்பா நெனச்சுக்காதீங்க. என் வேல அப்பிடி..” என்றவர் பையிலிருந்து கொஞ்சம் பணத்தை எடுத்து நீட்டினார். “உங்களுக்கு எதாச்சும் செய்யனும்னு தோணுச்சு. ஆனா இப்ப என்னசெய்றதுன்னு தெரியல... இத வெச்சுக்கங்க பண்ட்டா...”

விஜயனின் கையிலிருந்த பணத்தைப் பார்த்த பண்ட்டாவின் முகத்தில் கண்ணீர் வறண்டு உப்புக்கோடு திரண்டிருந்தது. மென்மையா சிரித்தவர். “எனக்கெதுக்கு தம்பி இந்தக் காசும் பணமும்... இம்புட்டு மதிப்பு குடுத்து பேசினீங்களே இதுவே போதும். எங்க ஆதிவாசிங்க கிட்ட மதிப்பு குடுத்துப் பேசின முதல் போலிஸ் நீங்கதான்..” என பணத்தை வாங்க மறுத்தார்.

“ஏன் பண்ட்டா போலிஸுக்கு உங்ககூட என்ன சிக்கல்?”

“எங்கள அடிச்சா கேக்க யார் இருக்கா சொல்லுங்க? வீரப்பன புடிக்கறோம்னு வந்தாங்க. நாம நிக்கற இதே இடத்துலதான் ஆபிசருங்க கேம்ப் இருந்துச்சு. எத்தன அடி எத்தன ஒத.... எங்க கிராமத்துல இருக்க ஒவ்வொரு ஆளோட உடம்புலயும் போலீஸ் அடிச்ச தழும்பு மாறாம இருக்கு தம்பி... வீரப்பனால எங்களுக்கோ எங்க காட்டுக்கோ எந்தக் கெடுதலும் இருந்ததில்ல. ஆனா அவனப் புடிக்கணும்னு வந்த உங்க ஆளுகளாலதான் காடும் நாங்களும் நாசமா போனோம்...”

என்றவர் தள்ளி நிற்கும் கான்ஸ்டபிள் தன்னை முறைப்பதை அறிந்துகொண்டு பேச்சை நிறுத்திக் கொண்டார். வாசலை நோக்கி சில அடிகள் நடந்தவர் திரும்பி “அந்த தம்பிய என் பேத்திகூட பழகவேணாம்னுதான் சொன்னேன். மத்த எந்தக் கெடுதலும் நெனைக்கல...” என ராஜனுக்காக பரிதாபப்பட்டார். விஜயன் சுதாரித்து பண்ட்டாவை நெருங்கி வந்து “நீங்க செஞ்சிருக்க மாட்டீங்கன்னு தெரியும் பண்ட்டா, ஆனா அவென் சாகறதுக்கு கொஞ்ச நாள் முன்ன கூளியப் பாத்து பயந்திருக்கான். அதுக்காக மந்திரிச்சு தாயத்துக் கட்டச் சொல்லி வேற ஊர் சாமியாடியப் போயிப் பாத்திருக்கான். அதனால்தான் இங்க யாருக்காச்சும் வெவரம் தெரியுமான்னு தேடி வந்தேன்..” என்று பரபரப்போடு அவரது முகத்தைப் பார்த்தார்.

அமைதியாக யோசித்த பண்ட்டா, “அந்தப்பய கனவுல வந்தது கூளி இல்ல தம்பி, என் பேத்தி. செத்துப் பேயாப் போனாலும் அவன் கூடத்தான் போவேன்னு சொல்லுவா... இந்த ஊர் எல்லைக்கு அவன் வராத வரைக்கும் அவ நெனப்பு இல்லாம இருந்திருப்பான். இங்க வந்ததும் ஏதோ கோளாறா ஆகி இருக்கும்..” என்றதும் விஜயனுக்கு உடல் அதிர்ந்து. “புரியல பண்ட்டா..” என்று சொல்லும்போதே அச்சத்தில் உள்ளங்கை வியர்க்க, யாரும் கவனிக்காதவாறு பேண்ட்டில் துடைத்துக் கொண்டார்.

“எங்க பொண்ணுங்ககூட வெளியாளுங்கள ஏன் பழக விட்றதில்லன்னா, இந்தப் பிள்ளைங்க ஒருத்தர நெனச்சுட்டா லேசுல மனச மாத்திக்காதுங்க. அதனாலதான் எங்க பொம்பளைங்க செத்ததுக்கு அப்பறம் அவங்கள சாமியாக் கும்பிட்டு எங்க கூடயே வெச்சுட்டு இருக்கோம்.”

விஜயனுக்கு எல்லாம் புரிந்தது போலவும் எதுவும் புரியாதது போலவுமிருக்க, அந்த இடத்திலிருந்து தப்பித்து ஓடிவிட்டால் போதுமென கிறுக்குப் பிடிக்கத் துவங்கியது.

23

ஓம் காளி நமஹ; ஓம் மாகாளி நமஹ;
ஓம் ஜெய காளி நமஹ; ஓம் உக்கிர காளி நமஹ;
ஓம் உத்தண்ட காளி நமஹ; ஓம் ஓங்கார காளி நமஹ;
ஓம் ஆங்கார காளி நமஹ; ஓம் ருத்ர காளி நமஹ;
ஓம் நீலி நமஹ; ஓம் சூலி நமஹ;

மச்சிக்கொல்லி கிராமத்திலிருந்து கேரளாவின் வனப்பகுதிக்குச் செல்லும் பாதையில் காட்டிலாகா அதிகாரிகளின் வண்டிகளும் காவல்துறை வாகனங்களும் விரைந்துகொண்டிருந்தன. அதிகாலையில் தோட்ட வேலைகளுக்குச் செல்கிறவர்கள் பள்ளிக்குச் செல்லும் சிறுவர்களென மக்கள் மிரட்சியோடு வாகனங்களை வேடிக்கப் பார்த்துக் கொண்டிருக்க, காட்டிற்குள் செல்ல முயன்ற இளைஞர்களை காவல்துறையினர் எல்லையிலேயே தடுத்து திருப்பியனுப்பிக் கொண்டிருந்தார்கள். வெளி உலகின் எந்த பார்வைகளும் பரபரப்புகளும் இத்தனை காலத்தில் எட்டியிருக்காத சின்னஞ்சிறிய கிராமத்திற்குள் நுழைந்த பரபரப்பு அம்மக்களைக் கலவரப்படுத்தியிருந்தது.

“எல்லாம் அவரவரு வேலையப் பாருங்க, அதிகாரிங்க வழக்கமா ஒவ்வொரு ஏரியாவா செக் பன்ற மாதிரிதான் இப்பவும் செக்

பன்றாங்க. யாரும் கூட்டம் போட்டு உங்க வேலையவும் கெடுத்துக்கிட்டு எங்க வேலையவும் கெடுக்காதீங்க.... போங்கய்யா...”

ஒரு போலிஸ்காரர் மென்மையான குரலில் திரும்பத் திரும்பச் சொல்லிக்கொண்டிருந்தார்.

விஜயனுக்கு இன்னும் உறக்கம் கலைந்திருக்கவில்லை, செய்தி கேள்விப்பட்டபோது, பொழுது விடிந்திருக்கவில்லை. அதனாலேயே நம்பமுடியாமல் ஒன்றிற்கு இரண்டுமுறை “கன்ஃபார்ம்தானா?” எனக் கேட்டுக்கொண்டவர் கையோடு ஷாஜியையும் அலைபேசியில் பிடித்து “உடனே கிளம்பி கூடலூர் வாங்க ஷாஜி” என அவசரப்படுத்தினார். ஒரு வழக்கில் எந்தவொரு நிமிடத்தில் வேண்டுமானாலும் துப்புக் கிடைக்கலாம், அதனால் தான் போலிஸ்காரர்களின் கண்களும் காதுகளும் இருபத்தி நான்கு மணிநேரங்களும் விழிப்போடிருக்க வேண்டியிருக்கிறது. சூரிய வெளிச்சம் தயங்கித் தயங்கி வந்து கொண்டிருக்க, இன்னும் பனி விலகாத வனப்பாதையில் விஜயனின் வண்டி மிதமான வேகத்தில் விரைந்துகொண்டிருந்தது. அவர்களுக்கு முன்னால் ஃபாரஸ்ட் ரேஞ்சர் ஒருவர் இருசக்கர வாகனத்தில் பாதை காட்டுவதற்காக சென்றுகொண்டிருந்தார். காட்டிற்குள் சில நிமிடங்கள் பயணித்தபின் அதுவரை நீண்டிருந்த பாதை முடிந்து ஆட்கள் நடந்து செல்லும் அளவிலான காட்டுப்பாதை கண்முன்னால் விரிந்தது. ஏற்கனவே நின்றுகொண்டிருந்த வாகனங்களைக் கடந்து விஜயன் ரேஞ்சர் காட்டிய பாதையில் நடந்தார். ஆளுயரச் செடிகள், உயரமான மரங்கள், திடீரென ஆட்களின் நடமாட்டம் கண்டு மிரண்டுபோய் அலறும் பறவைகளென அந்த வனம் திகைப்படைந்திருந்தது. மரத்தின் செவிகள் இந்த திடீர் இரைச்சலை சகிக்காது மூடிக் கொண்டன, வனத்தின் கண்கள் விபரீதங்களைக் காணும் திராணியின்றி கண்களை மூடிக் கொண்டன. எதையும் பேச மாட்டேனென்கிற உறுதியோடு பறவைகள் அலறியபடி அங்கிருந்து பறந்து செல்லத் துவங்கின. சிறிது தூரம் நடந்தபிறகு பாதையை ஒட்டி சின்னதொரு

குட்டையும் அதனைச் சூழ்ந்து பெருமரங்களுமிருந்தன. மரத்தின் தூர்களை எளிதில் கண்டுவிடமுடியாதபடி மண்ணோடு பிணைந்துபோயிருக்க, எவ்வளவு அண்ணாந்து பார்த்தாலும் உச்சியைப் பார்க்க முடியாத கர்வத்தில் மரங்கள் விண்ணை நோக்கி நின்றன. “கொஞ்சம் சகதியா இருக்கும் பாத்து வாங்க ஸார்...” என்றபடியே ரேஞ்சர் நடையின் வேகத்தைக் குறைத்தார். குட்டை முடியுமிடத்தில் வனத்துறை அதிகாரிகள் பேயறைந்ததுபோல் நின்றிருக்க, எல்லோரிலும் பதற்றமாய் டி.எஃப்.ஓ நின்றிருந்தார். விஜயனைப் பார்த்ததும் பதற்றம் அதிகமாகி நெருங்கி வந்தவர், “ஸார் நீங்க பயந்தத விட ரொம்ப கொடூரமா என்னென்னமோ நடக்குது ஸார்...” என உடலதிரச் சொன்னார்.

“பதட்டப்படாதீங்க ஸார். பாடிய எங்கன்னு காட்டுங்க...”

“அய்யயோ நான் வரமாட்டேன். அதோ இருக்குல்ல அந்த ரெண்டாவது மரம். அந்த மரத்தடிக்குப் போங்க...”

கைநீட்டி அடையாளம் காட்டிய டி.எஃப்.ஓ அங்கிருந்து விலகி ஓடிவிட்டார். அவர் கைகாட்டிய திசையில் மெல்ல நடந்த விஜயன் மரத்தடியை நெருங்கியதும் அதிர்ச்சியில் உறைந்துபோய் விட்டார். இத்தனை வருட வாழ்வில் ஒருபோதும் எதிர்கொள்ளாத சூழலது. எல்லா மரங்களுக்கும் மையமாயிருந்த இரண்டாவது மரத்தில் சிதைக்கப்பட்ட பெண்ணுடல் ஒன்று கட்டப்பட்டிருந்தது. கண்களும் காதுகளும் மூக்கும் வெட்டி எடுக்கப்பட்ட அந்த நிர்வாண உடலில் பூசை முடிக்கப்பட்டதன் அடையாளமாய் மஞ்சளும் குங்குமும் அப்பியிருக்க, உட்கார்ந்த நிலையில் அவளது கண்களும் மூக்குமிருந்த இடத்தில் எறும்புகளும், பூச்சிகளும் அப்பியிருக்க வாய் அகோரமாய் திறந்துகிடந்தது. விஜயன் மெல்ல ஒவ்வொரு அடியாய் நடந்து அந்த உடலை நெருங்க, அமர்ந்த நிலையிலிருந்த அந்தப் பெண்ணின் யோனி வாசலில் சாமந்திப் பூக்கள் வைக்கப்பட்டிருந்தன. அவளுக்கு முன்பாக நிலத்தில் காளிகா தேவி மந்திரத்திற்கான சக்கரம் வரையப்பட்டிருந்தது. இறந்து ஒரு வார காலம் ஆனதற்கு அடையாளமாய் கடுமையான

நாற்றம் அந்தப் பகுதியைச் சூழ்ந்திருந்தது.

இரண்டு வட்டங்கள், அதனை பிணைக்கும் நாற்கோண கோடுகள். மொத்தமாய் பதினாறு கட்டங்கள்.

நிம் ஓம் எம்
மம் ஓம் யும்
ம்க ஓம் கிம்
கிம் ஓ தம்

சம்மாரி

ஸிமசிநசிநிம்

மடா அஸ்ஸி
எரினி லாசை
கௌரி விகாரி
சங்காரி

கட்டங்களில் எழுதப்பட்ட மந்திரங்களைக் கவனமாய் வாசித்தவர் தனது அலைபேசியில் மந்திரச் சக்கரத்தின் ஒவ்வொரு கட்டத்தையும் படமெடுத்துக் கொண்டார். அச்சமும் அதிர்ச்சியும் ஒருபுறம் அவரை நிலைகுலையச் செய்திருந்தபோதும் இன்னொருபுறத்தில் சின்னதொரு ஆதாரத்தைக் கூட விட்டுவிடக் கூடாதென்கிற கவனத்தோடு ஒவ்வொன்றையும் கவனித்துப் படமெடுத்தார். அவரோடு வந்திருந்த இரண்டு போலிஸ்காரர்கள் வாந்தியெடுத்துக்கொண்டிருக்க, விஜயன் திரும்பி அவர்களை முறைத்தார். “யோவ் போங்கய்யா அங்கிட்டு... க்ரைம் சீன்ல எப்பிடி பிஹேவ் பண்றதுங்கற அறிவில்ல. லூசுத் தாயோலிங்களா...” முகத்தைக் கடுமையாக வைத்துக்கொண்டு திட்ட, போலிஸ்காரர்கள் அவசரமாய் விலகிச் சென்றுவிட்டனர். சக்கரத்திற்கும் அவருக்குமிடையில் மூன்றடி இடைவெளியும், கொலைசெய்யப்பட்ட பெண்ணிற்கும் அவருக்கும் ஐந்தடி இடைவெளியுமிருக்க அதைத் தாண்டிச் செல்லாமல் அங்கிருந்தே அந்தப் பெண்ணையும் படமெடுத்தார். மரத்தைச் சுற்றியும் மந்திரச் சக்கரத்தைச் சுற்றியும் குங்குமத்தில் நிரப்பி அறுத்தெடுக்கப்பட்ட எலுமிச்சம் பழத் துண்டுகள்

சிதறிக் கிடக்க, அந்தப் பெண்ணித் தலையில் கோழியின் தலையொன்று ரத்தக்கறையோடு வைக்கப்பட்டிருந்தது. ஒன்றுக்கு இரண்டுமுறை எல்லாவற்றையும் சரிபார்த்துக் கொண்டவர் அங்கிருந்து நகர்ந்து பழைய இடத்திற்கு வந்தார்.

“இமிடியட்டா ஃபாரன்சிக்ல இருந்து வரச் சொல்லுங்க. அதோட முக்கியமா இந்த ப்ளாக் மேஜிக் பத்தி தெரிஞ்ச யாரையாச்சும் புடிங்க.”

எதிரிலிருந்த கான்ஸ்டபிள்களுக்கு அவசரமாய் உத்தரவுகளைப் பிறப்பித்துக்கொண்டிருந்தார். அங்கிருந்து தப்பித்தால் போதுமென்கிற பதற்றத்தோடு உத்தரவை வாங்கிக்கொண்ட கான்ஸ்டபிள்கள் சல்யூட் அடித்துவிட்டுக் கிளம்பினார்கள்.

“ஸார், எங்க ரேஞ்சர் ரெண்டு பேர இங்க விட்டுட்டுப் போறேன். நீங்க எதுவா இருந்தாலும் அவங்க மூலமா கோ ஆர்டினேட் பண்ணிக்கோங்க. இங்க நடக்கறதையெல்லாம் பாக்கற துணிச்சல் எனக்கில்ல.”

டி.எஃப். ஓ அவசரமாய் விஜயனிடம் விடைபெற்றுக்கொண்டு சென்றார். வேண்டாவெறுப்பாய் மாட்டிக்கொண்ட எரிச்சலில் இரண்டு ரேஞ்சர்களும் அந்த இடத்திலிருந்து கூடுமானவரை தள்ளி நின்றுகொண்டனர். விஜயனின் ஓட்டுனர் தயக்கத்தோடு நெருங்கி வந்தார்.

“ஸார் நீங்களும் ஏன் இங்க நிக்கறீங்க? நம்மாளுங்க வர்ற வரைக்கும் கொஞ்சம் விலகியே இருப்போம் ஸார். இந்த மாதிரி காரியம்லாம் லேசானதில்ல. எந்த நிமிசமும் எதிர்ல நிக்கிற ஆள அடிச்சிரும்...” கண்களில் அச்சம் உருளச் சொன்னவரை விஜயன் முறைத்தார்.

“என்னய்யா போலிஸ்காரன் நீ.... பொணவாடைக்கி எந்த நிமிஷம் வேணும்னாலும் எதாச்சும் அனிமல்ஸ் இங்க வரலாம். டெட் பாடிய அட்டாக் பண்ணிட்டா இந்தக் கேஸ்ல நாம ஒரு மயிரும் புடுங்க முடியாது...”

மிரண்டுபோன ஓட்டுநர் ஒருநொடி தயக்கத்திற்குப்பின் “ஸார் நீங்க சொல்ற மாதிரி பொணவாடைக்கி அனிமல்ஸ் வர்றதா

இருந்தா நாம வர்றதுக்குள்ள அட்டாக் பண்ணி இருக்குமே ஸார்." என்று சொல்ல விஜயனும் அப்போதுதான் சுதாரித்தார். எந்த மிருகங்களும் நெருங்க முடியாதபடி எது தடுக்கிறது. திரும்பி அந்த மரத்தைப் பார்த்தபோது மந்திரச் சக்கரமும் மரத்தைச் சுற்றி வீசியெறியப்பட்டிருந்த கோழியின் சதைகளும் புரிந்துகொள்ள முடியாத சில சமிக்ஞைகளை அவருக்குத் தந்தன.

இரண்டு மணிநேரத்திற்குப்பின் சூரிய வெளிச்சம் மிகுந்த கருணையோடு குட்டையில் பட்டு ஜொலித்துக்கொண்டிருக்க, ஃபாரன்சிக் ஆட்கள் மும்முரமாய் அந்தப் பகுதி முழுக்க வலம் வந்துகொண்டிருந்தனர். அந்த மரத்தைச் சுற்றி இருபது அடிக்கு வட்டமாக குச்சிகள் அடித்து வேறு யாரும் உள்ளே செல்லாதபடி வேலியமைத்தனர். இளம் பெண்ணொருத்தி கொலை செய்யப்பட்ட பெண்ணின் உடலிலிருந்து தேவையான சாம்பிள்களை எடுத்துக் கொண்டிருக்க, எல்லோருக்கும் தலைமையாய் இருந்தவர் விஜயனிடம் பேசிக்கொண்டிருந்தார்.

"பாடியோட கண்டிஷன் பாக்கறப்போ இந்தப் பொண்ணு கொலசெய்யப்பட்டு ஒரு வாரம் இருக்கலாம்னு தோணுது. கண் காது மூக்குன்னு புலனுறுப்புகளத் தவிர்த்து வேற எதையும் சிதைக்காதத வெச்சுப் பாக்கறப்போ இந்தக் கொல செஞ்சவனோட மோட்டிவ் ஏதோ சடங்குக்காக இந்தப் பொண்ணப் பயன்படுத்தினதா இருக்கனும்."

அவர் சொல்லச் சொல்ல விஜயனோடு இருந்த ஒரு ஹெட் கான்ஸ்டபிள் எல்லாவற்றையும் எழுதிக் கொண்டிருந்தார்.

"என்னால ஒன்ன மட்டும் உறுதியாச் சொல்லமுடியும் விஜயன், இந்தக் கொல பண்ணவனுக்கு இது முதல் கொலையுமில்ல, கடைசிக் கொலையுமில்ல. ஏதாச்சும் தேவைக்காக, இல்ல பகைக்காகக் கொல்றவங்களையெல்லாம் ஏதோவொரு தருணத்துல நாம கண்ட்ரோல் பண்ணிடலாம். ஆனா இந்த மாதிரி கொல பண்ற ஆளுங்க டேஞ்சர். செஞ்சவன் யாரா இருந்தாலும் சீக்கிரம் புடிக்கப்பாருங்க..."

எச்சரித்துவிட்டு அவர் செல்வதற்கும் ஷாஜி வந்து சேர்வதற்கும் சரியாய் இருந்தது. “என்னாச்சு ஸார், இவ்ளோ உடனே கிளம்பி வரச் சொன்னீங்க?” என ஷாஜி முழுதாகக் கேட்டு முடிக்கும் முன்பாகவே விஜயன் கைநீட்டிய திசையில் திரும்பிப் பார்த்து அதிர்ச்சியில் அலறிவிட்டான். அந்தப் பெண் இருந்த மரத்தை நோக்கி ஓடப்போனவனை விஜயன் சடாரென வளைத்துப் பிடித்தார். “நோ ஷாஜி... க்ரைம் சீன்... அவசரப்படாதீங்க... ப்ளீஸ்...” தன் மொத்த பலத்தையும் செலுத்தி அவனை நிறுத்த ஷாஜி தாங்கொண்ணா வேதனையில் அழத் துவங்கினான். “ஸார் இந்தப் பொண்ணு...” அவனால் வார்த்தைகளைத் தெளிவாக உச்சரிக்கமுடியவில்லை. “ஆமா வினோதினிதான்...” அவர் சொல்லி முடிக்க அவன் தலையில் அடித்துக்கொண்டான்.

“எப்பிடியும் உயிரோட மீட்டுடலாம்னு சொல்லிட்டு இருந்தனே இனி அவங்க அம்மாவ எப்பிடி ஸார் நான் ஃபேஸ் பண்ணுவேன்... அய்யோ கடவுளே...” அவன் அழும் சத்தம் மட்டும் அந்தக் காட்டிற்குள் பேரொலியாய் எதிரொலித்துக் கொண்டிருந்தது. ஹெட் கான்ஸ்டபிள் விஜயனை நெருங்கி “ஸார் பாடிய இங்க இருந்து எடுத்துடலாமா? ரிசர்வ் ஃபாரஸ்ட் மதியத்துக்கு மேல தண்ணி குடிக்கிறதுக்கு அனிமல்ஸ் வரும்னு ரேஞ்சர் சொல்றாங்க...” என கிசுகிசுக்க, “ப்ளாக் மேஜிக் தெரிஞ்ச யாரையாச்சும் கூட்டிட்டு வரச் சொன்னனே என்னாச்சு..” என விஜயன் கடுகடுத்தார். “வந்துட்டாரு ஸார். இருங்க கூப்டறேன்..” என கான்ஸ்டபிள் ஓடினார்.

குள்ளமாய் சந்தனப்பொட்டுடன் வந்த பெரியவர் “நமஸ்காரம் ஸார்” என்றார். அவரை ஒருமுறை ஏற இறங்கப் பார்த்த விஜயன் “அந்தச் சக்கரம் என்னுன்னு பாத்துச் சொல்லுங்க...” என்று கைகாட்டினார். பெரியவர் விஜயன் காட்டிய திசையில் நடந்து மரத்தை நெருங்கினார். மந்திர சக்கரத்தையும் மரத்தைச் சுற்றி வீசப்பட்டிருந்த இரைச்சித் துண்டுகளையும் கவனமாய்ப் பார்த்துத் திரும்பியவர் “இதுக்குப் பேரு மாகாளி மந்திரச் சக்கரம் ஸார். குட்டிச்சாத்தான்களையும் பேய்களையும் பிசாசுகளையும் இந்த மந்திரத்தால வசப்படுத்திக் கட்டுப்படுத்த

முடியும். மரத்தச் சுத்தியும் மந்திரிச்சதாலதான் சவத்த எந்த மிருகமும் நெருங்காம இருந்திருக்கு. ரொம்ப வருசம் இதுல அனுபவம் உள்ள ஆளுங்களால மட்டுந்தான் இந்த மாதிரியான காரியத்தையெல்லாம் செய்யமுடியும்" என்று சொல்லிவிட்டு கூடுதலாக ஒரு வார்த்தையும் பேசாமல் அவர் வேகமாய் அங்கிருந்து கிளம்பிச் சென்றார்.

24

பெருமழையால் கூடலூர் மொத்தமும் முடங்கிப்போனது. கூடலூரிலிருந்து கேரளாவிற்குச் செல்லும் சாலையும், மைசூர் சாலையும் தற்காலிகமாக மூடப்பட்டிருக்க, ஏராளமான இடங்களில் ஏற்பட்ட நிலச்சரிவால் காயம்பட்ட மக்கள் அரசு மருத்துவமனையில் சிகிச்சைக்காக அனுமதிக்கப்பட்டிருந்தனர். வீட்டிற்குள் முடங்கிக் கிடந்த மக்களிடம் மச்சிக்கொல்லியில் கிடைத்த வினோதினியின் பிணம் கடுமையான அச்சத்தை உருவாக்கியிருந்தது. நாளின் பெரும்பகுதி நேரம் மின்சாரம் துண்டிக்கப்பட்டிருந்ததால் சாவின் நெடியை ஒவ்வொரு மனிதனும் நெருக்கமாக உணரத் துவங்கியிருந்தனர்.

ஷாஜி இன்னும் அதிர்ச்சியிலிருந்து மீளாதவனாய் இருந்தான். வினோதினியின் பெற்றோர்கள் அவளது உடலை வாங்கிச் செல்வதற்காக வந்திருந்தனர். அவர்களை நேருக்கு நேர் எதிர்கொள்ளும் திராணியின்றி மருத்துவமனையின் ஒரு அறையில் முடங்கிக் கிடந்தவனைத் தேடி வந்த விஜயன் "ஷாஜி, நாமளே ஒடஞ்சு போயிட்டா பொண்ணப் பெத்தவங்களுக்கு யார் ஆறுதல் சொல்றது? தயவு செஞ்சு எந்திரிச்சு வாங்க..." அவரது குரலுக்கு செவிசாய்த்தவனாய் கைகளை மட்டும் உயர்த்தி தன்னால் வரமுடியாதென்றான். விஜயன் நெருங்கி

அவனது தோள்களை ஆறுதலாகப் பற்றினார். "எனக்கு உங்களோட உணர்வுகளப் புரிஞ்சுக்க முடியுது. ஆனா ஒரு விஷயத்த நல்லா புரிஞ்சுக்கங்க. இழப்புக்காக வருத்தப்படறத எதுத்து ஃபைட் பண்ண வேண்டியது முக்கியம்." அவரை நிமிர்ந்து பார்த்த ஷாஜி "இனி என்ன செஞ்சு என்ன ஸார்? நம்மளால அந்தப் பொண்ண உயிரோட காப்பாத்த முடியலையே..." கண்ணீரோடு சொன்னான்.

"உண்மதான். ஆனா இனிமே யாரும் கடத்தப்படாம தடுக்க முடியும். மத்த விஷயத்த லாம் நாம அப்பறம் பேசுவோம். நீங்க எந்திரிச்சு வந்து அந்தப் பொண்ணோட பேரண்ட்ஸ் கிட்டப் பேசுங்க..." என அவனை வற்புறுத்தி இழுத்துச் சென்றார்.

அழுது களைத்துப்போய் மருத்துவமனை வறாண்டாவில் ஆதரிக்க ஒருவருமில்லாமல் முடங்கிக் கிடந்த வினோதினியின் பெற்றோர் ஷாஜியைக் கண்டதும் மறுபடியும் பெருங்குரலெடுத்து அழுதனர். உடலிலுள்ள சக்தியை எல்லாம் திரட்டி அழுவதுபோன்ற வைராக்யத்துடன் கதறியவர்களை இரு கைகள் விரித்து அணைத்துக்கொண்ட ஷாஜி பேச்சற்றவனாகிவிட்டான். மருத்துவமனை ஊழியர் ஒருவர் "போஸ்ட்மார்ட்டம் முடிஞ்சிருச்சு நீங்க எடுத்துட்டுப் போகலாம்.." என்று தயங்கியபடியே அவர்களிடம் சொல்ல, ஷாஜி வருவதாகத் தலையசைத்தான். மின்சாரம் திரும்பியிருக்காத அகால இரவிலும் கூடலூர் மக்கள் அனேகம் பேர் மருத்துவமனை வளாகத்தில் திரண்டுவிட்டனர். களைப்பில் சோர்ந்து போன உள்ளூர் பத்திரிகையாளர்கள் பரபரப்படைந்து கேமராவை ஆன் செய்து செய்தியைச் சொல்லத் துவங்கினார்கள்.

"தற்போது நாம் பார்த்துக்கொண்டிருக்கிறோம், வினோதினியின் உடல் போஸ்ட்மார்ட்டம் முடிந்து அவரது பெற்றோரிடம் ஒப்படைக்கப்பட உள்ளது. இவரைப் போலவே தொலைந்துபோய் இன்னும் தகவல் கிடைக்காத பதினைந்து பெண்கள் குறித்த விவரங்கள் எதுவும் கிடைக்கவில்லை என காவல்துறையினர் சொல்லி வருகிறார்கள். மூன்று மாநிலங்களின் எல்லையான கூடலூரில் நிகழ்ந்துள்ள இந்தச் சம்பவத்தின் பின்னணியில்

இருப்பவர்களை விரைந்து கண்டுபிடிக்க மூன்று மாநில காவல்துறையும் தீவிரமாகப் பேச்சுவார்த்தை நடத்தி வருகிறார்கள்."

செய்தி சொல்லிக்கொண்டிருந்தவனின் முதுகுக்குப் பின்னால் மருத்துவமனை ஊழியர்கள் வினோதினியின் உடலை ஆம்புலன்ஸ் நோக்கி எடுத்துச் செல்ல, திரண்டிருந்த மக்கள் கூட்டம் பெருங்குரலில் அழத்துவங்கியது.

நீலகிரி மாவட்ட போலிஸ் வட்டாரத்தில் எப்போதுமில்லாத பரபரப்புத் தொற்றிக் கொண்டது. இதுபோன்ற தொடர் குற்றச்செயல்களை இதற்குமுன் எதிர்கொண்டிராத அந்த மலைத்தொடரிலிருந்த கிராம மக்கள் தங்களுக்குள் எழுந்த அச்சங்களை எல்லாம் கதைகளாய்ப் பேசிக்கொண்டிருந்தனர். எஸ்.;பி அலுவலகத்திற்குள் விஜயன் நுழைந்தபோதே ஒருவித வெப்பம் எல்லோருக்குள்ளும் தொற்றிக்கொண்டது.

"எல்லாரும் கொஞ்சம் வெளில இருங்க..."

கடுகடுப்போடு எஸ்.பி உத்தரவிட அங்கிருந்தவர்கள் விறைப்பான முகத்தோடு அவசரமாய் வெளியேறினார்கள். எந்த நிலையிலும் நிதானத்தைத் தவறவிடக்கூடாதென்கிற உறுதியோடு விஜயன் நின்றிருந்தார்.

"என்னய்யா செஞ்சுட்டு இருக்கீங்க? உன் கண்ட்ரோல்ல இருக்க ஏரியால இவ்ளோ பெரிய க்ரைம் நடந்திட்டு இருந்திருக்கு. இன்னும் ஒரு சின்ன லீட் கூடவா உனக்குக் கெடைக்கல.." எஸ்.பி ஆத்திரத்தோடு கத்தினார். விஜயன் எதுவும் பேசாமல் அமைதியாய் நிற்க, "உங்கிட்டத்தான்யா கேக்கறேன்." எஸ்.பி மீண்டும் சத்தம் போட, "நிதானமா மரியாதயா கேட்டீங்கன்னா நான் பேசறத கேக்கற மனநிலை இருக்கும், இல்லன்னா நீங்க மட்டுந்தான் பேசிட்டு இருப்பீங்க," விஜயன் சலனமே இல்லாமல் சொன்னார். விஜயன் யாருக்கும் வளைந்துகொடுக்காத ஆள் என்பதோடு வேலையிலும் கடுமையானவர் என்பது நினைவுக்குவர, எஸ்.பி. சிரமப்பட்டு தன்னை இயல்புநிலைக்குக் கொண்டு வந்தார்.

“சரி சொல்லுங்க விஜயன், இந்தக் கேஸ்ல என்ன லீட் கெடச்சிருக்கு..”

விஜயன் இந்த வழக்கின் குழப்பமான அத்தனை முடிச்சுகளையும் நினைவுக்குக் கொண்டுவந்து மனதிற்குள் வரிசைப்படுத்திக் கொண்டார்.

“இதுவரைக்கும் காணாமப் போன பொண்ணுங்களத் தேடித்தரச் சொல்லி அஃபிஷியலா கேரளா போலிஸ்ல இருந்து நம்மகிட்ட கேட்கல ஸார். ஷாஜின்னு ஒரு ரிப்போர்ட்டர் சில வாரங்களுக்கு முன்ன என்னத் தேடி வந்தாரு. அவருதான் காணாமப் போன பொண்ணுங்களப் பத்தின டீடைல்ஸ் கலெக்ட் பண்ணி வெச்சிருந்தவரு. அவரு குடுத்த தகவல்களையெல்லாம் வெச்சு நாங்க தேடிட்டு இருந்த நேரத்துலதான் இந்த வினோதினி கடத்தப்பட்ட செய்தி கெடச்சது, அதுவும் அவர் சொல்லித்தான். இதுல இன்னொரு முக்கியமான விஷயம் என்னன்னா காணாமப் போன பொண்ணுங்களுக்கும் காட்டுல புலி அடிச்சு செத்த ராஜனுக்கும் ஏதோவொரு வகைல தொடர்பு இருந்திருக்கு...”

விஜயன் தயக்கத்தோடு சொல்ல, எஸ்.பி அதிர்ந்துபோனார்.

“விஜயன், என்ன திடீர்னு இவ்ளோ பெரிய குண்டத் தூக்கிப் போட்றீங்க...”

“உண்மதான் ஸார். ராஜனோட சாவுக்கு யார் காரணமோ அவந்தான் இந்தப் பொண்ணுங்க கடத்தப்பட்டதுக்கும் காரணம்.”

எஸ்.பியிடம் பதற்றம் தொற்றிக்கொள்ள அவர் குழப்பத்தோடு யோசிக்கத் துவங்கினார்.

“சரி ராஜனோட மர்டர் இன்வஸ்டிகேஷன் என்னாச்சு?”

“தப்பான கேள்வி ஸார். கடத்தப்பட்ட இத்தன பொண்ணுங்களோட உடல் எதுவும் கெடைக்காதப்போ இந்தப் பொண்ணோட உடல் மட்டும் ஏன் நம்மளுக்குக் கிடைக்கணும்? இதான் இந்தக் கேஸுல நீங்க கேக்க வேண்டிய முக்கியமான கேள்வி...”

விஜயன் சொன்னபோதுதான் எஸ்.பிக்கும் உரைத்தது. இத்தனை திட்டமிடல்களோடு குற்றங்களைச் செய்துவருகிறவன் இந்தமுறை மட்டும் எப்படி தவறு செய்வான்?

“எஸ், உங்களோட கேள்விதான் சரி... ஏன் அந்தப் பொண்ணோட உடல் நம்மளுக்குக் கிடைக்கனும்?” குழப்பத்தோடு விஜயனைப் பார்த்தார்.

“கிரிமினல் நம்மளுக்கு சவால் விட்டிருக்கான் ஸார்...”

“புரியல விஜயன்...”

“ராஜன் கேஸ்ல ஒரு பக்கம் குற்றவாளிய நெருங்கிட்டு இருக்கறப்பவே கடத்தப்பட்ட பொண்ணுங்களையும் நாம தேடுவோங்கறத அவன் எதிர்பாக்கல. அதனாலதான் கொலசெய்யப்பட்டு ஒருவாரம் ஆனதுக்கு அப்பறம் அந்தப் பொண்ணோட உடல எடுத்து காட்டுக்குள்ள வெச்சிருக்கான்.”

விஜயன் ஒரு ரிப்போர்ட்டை எடுத்து எஸ்.பியின் முன்னால் வைத்துவிட்டு “இது போஸ்ட் மார்ட்டம் ரிப்போர்ட் ஸார், இத படிக்கிறத விட டாக்டர் சொல்லிக் கேட்டுட்டா நல்லதுன்னு நெனைக்கிறேன்.”

“உடனே வரச் சொல்லுங்க...”

எஸ்.பி உத்தரவிட, விஜயன் தனது அலைபேசியில் மருத்துவரை அழைத்தான். “ஸார் உள்ள வாங்க...” அவன் பேசிமுடித்து இணைப்பைத் துண்டித்த அடுத்த நொடி மருத்துவர் பரபரப்போடு உள்ளே வந்தார். முடியற்ற அவர் தலையில் குளிர் காலத்தையும் மீறி பதற்றத்தில் வியர்த்திருந்தது.

“சொல்லுங்க டாக்டர்...” விஜயன் அவருக்கு வழிவிட்டு ஒதுங்கி நின்றார்.

“இந்தப் பொண்ணக் கடத்தினவன் முதல்ல அவளோட காதுகளையும் நாக்கையும் மட்டுந்தான் அறுத்தெடுத்திருக்கான். அந்தக் காயத்துக்கு மருந்து எதும் போடாம அதே நிலையிலயே கை கால எல்லாம் கட்டி வெச்சிருக்கான்..”

"ஏன் அப்பிடி செய்யணும்?" எஸ்.பி குறுக்கிட "அவென் வழக்கமா செய்றா சடங்குகளா இருக்கலாம். ஆனா இந்த முற போலிஸ் வெரட்டி வர்றாங்கன்னு தெரிஞ்சதால உடனே கொல்லாம டைவர்ட் பண்ணி விட்றதுக்காக வெய்ட் பண்ணி இருக்கான்." என்று மருத்துவர் அழுத்தம் திருத்தமாகச் சொன்னார். எஸ். பியும் பார்த்துக்கொள்ள மருத்துவர் தயக்கத்தோடு, "அந்த வலியில இருந்த பொண்ண இருபத்தி நாலு மணிநேரம் கழிச்சு கழுத்த நெரிச்சுக் கொல செஞ்சிருக்காங்க... அது மட்டுமில்லாம அவ இறந்ததுக்கு அப்பறம் அந்தப் பொண்ணு கற்பழிக்கப்பட்டிருக்கா... அதும் ஒரு ஆள் இல்ல.. ரெண்டு மூணு பேரால..."

"வாட் த ஃபக்..." எஸ்.பி அதிர்ச்சியில் சத்தமாய் கத்த, விஜயன் சிரமத்தோடு தன்னைக் கட்டுப்படுத்திக் கொண்டு "பொண்ணுங்க கடத்தப்பட்டதோட நோக்கம் நிச்சயம் வேற ஏதோதான் ஸார். இந்தக் கற்பழிப்பும் அதுக்குப் பிறகான நாடகமும் நம்மள டைவர்ட் பண்ணி முட்டாளாக்கறதுக்கு. குற்றவாளி நம்மளுக்கு விட்டிருக்க இன்னொரு முக்கியமான க்ளூ, அவன் ப்ளாக் மேஜிக் ல எக்ஸ்பர்ட்."

விஜயன் தனது மொபைலில் இருந்த படங்களை எல்லாம் காட்ட, எஸ்,பி திகிலோடு ஒவ்வொன்றையும் நகர்த்திப் பார்த்தார்.

"மாகாளி மந்திரம்... அதுக்கான சக்கரம், பேய்களையும் குட்டிச் சாத்தான்களையும் கட்டுப்படுத்தி தனக்குத் தேவையானத எல்லாம் சாதிச்சிக்கறத்காக செய்ற சடங்கு..." எஸ்.பி அருவருப்போடு அந்தப் படங்களிலிருந்து பார்வையை விலக்கி, "இந்த மாதிரி அயோக்கியத்தனத்தை எல்லாம் யாருய்யா செய்றது?" என்று கேட்க, "செய்ற ஆளவிட, செய்யச் சொல்ற ஆளுங்கதான் ஸார் ஆபத்தானவனுங்க. பெரிய பெரிய அரசியல்வாதிங்க, தொழிலதிபருங்க சிலருக்கு இந்த மாதிரி சடங்குகள் ல நம்பிக்கை இருக்கு. இதச் செய்றது மூலமா பேரும் புகழோட வாழலாம்னு நம்பறாங்க, அதுக்காக லட்சக்கணக்குல செலவு பன்றாங்க..."

கதையைப்போல் விஜயன் சொல்லி முடிக்க, ஒரு முடிவுக்கு வந்தவராய் எஸ்.பி. "விஜயன் உடனே ஒரு ஸ்பெஷல் டீம் ஃபார்ம் பண்ணுங்க. இதுக்குப் பின்னாடி இருக்கறது எவனா இருந்தாலும் நாம விடக்கூடாது," என உத்தரவிட, "எஸ் ஸார்." என விஜயனும் உறுதியோடு சொன்னார். அதேநேரம் கதவைத் திறந்துகொண்டு அவசரமாக உள்ளே வந்த எஸ்,பியின் உதவியாளர் "எக்ஸ்க்யூஸ்மி ஸார்... ஒரு நிமிஷம் பொறுங்க.." என்றபடியே தொலைக்காட்சிக்கு உயிர் கொடுத்தார். ஒரு செய்தித் தொலைக்காட்சியில், "கேரளாவில் மர்மமான முறையில் இளம்பெண்கள் கடத்தப்பட்ட அதிர்ச்சி ஓய்வதற்கு முன்பாகவே கூடலூரின் எல்லையோர கர்நாடக மாநிலப் பகுதியில் இன்று இரண்டு இளம் பெண்கள் அடையாளம் தெரியாத நபர்களால் கடத்தப்பட்டுள்ளனர்," எனச் செய்தி வாசிப்பவளின் குரல் பேரிடியாய் இறங்க, அந்த அறையிலிருந்தவர்கள் அதிர்ச்சியில் உறைந்துபோயினர்.

25

மோயாரிலிருந்து மசினக்குடிக்கு இழப்பீடு வாங்குவதற்காக அலைந்ததில் மருதையனுக்கும் பண்ட்டாவுக்கும் செருப்பு தேய்ந்ததுதான் மிச்சம். ஒவ்வொரு முறையும் ஏதாவதொரு காரணத்தைச் சொல்லி அடுத்தமுறை வந்து பார்க்கச் சொல்வார்கள். இப்படி அலைய வைப்பதற்குப் பின்னால் கையெழுத்துப் போடும் ஆபிசர்மார்கள் காசு எதிர்பார்க்கிறார்கள் என்பதை தாமதமாகத்தான் புரிந்து கொண்டார்கள். "சர்க்காரு வேலைக்குப் போனாலும் இந்தாளுங்களோட பிச்சக்காரத்தனம் போகாது. பீயில அரிசி கெடந்தாலும் பெறக்கி தின்னுடுவானுங்க மருதையா..." என பண்ட்டா வெறுப்போடு புலம்பினார். மாடு வளத்த கடனைத் தீர்க்கும் முன்பாகவே அது செத்த கடன், செத்த கடனைத் தீர்க்கும் முன்பாக இழப்பீட்டுத் தொகைக்கான கடனென தாஸிடம் வாங்கிய கடன் தொகை அதிகரித்தபடியே இருந்தது.

மருதையனின் மாடு நோயுற்று இறந்த சில நாட்களிலேயே பாடியிலிருந்த மற்ற மாடுகளும் சீக்கு வந்து சோர்வடையத் துவங்கின. மருத்துவர் வந்து பார்த்துச் செல்வதும் மருந்து கொடுப்பதும் எந்த பலனையும் தந்திருக்கவில்லை. மருதையனைப் போலவே மற்றவர்களும் தாஸிடம் கடன் கேட்டு நின்றார்கள்.

இத்தனை காலத்தில் அந்தப் பட்டியிலிருந்தவர்கள் எவரும் யாரிடமும் கடன் கேட்டு நின்றதில்லை. தங்களிடம் இருப்பதைக் கொண்டு எளிமையாக வாழ்ந்து வந்தவர்களுக்கு இந்த மாடு பெரும் சுமையாய் மாறிவிட்டிருந்தது. “எப்பிடியும் சர்க்காரு குடுக்கற காசு வந்துரும்...” என நம்பிக்கையோடு சொல்லிக் கொண்டிருந்த மருதையன் தொடர் அலைச்சல்களுக்குப் பிறகான ஏமாற்றத்தில் அப்படிச் சொல்வதை நிறுத்திவிட்டான். இரண்டு மூன்று வாரங்களில் அடுத்த இரண்டு மாடுகளும் இறந்துபோக, அவர்களும் மருதையனைப் போலவே தங்களது அடையாள அட்டைகளோடு மசினிகுடிக்கு வண்டியேறினார்கள்.

“இவனுங்க இப்பிடி மாடு குடுத்து நம்மள லோல் பட வெச்சதுக்குப் பதிலா நேரா காசையே குடுத்திருக்கலாம். அத வெச்சினாலும் நம்மளுக்குத் தேவையானத செஞ்சிருக்கலாம்.” என ஊர்ப் பெரியவர்கள் புலம்பினார்கள். ஒவ்வொரு மாடும் இறந்துபோகும்போது, அந்த ஊரை துர்சகுனம் நெருங்கி வருவதாய் ஊர்மக்கள் அச்சப்படத் துவங்கினார்கள். ஒவ்வொரு மாடும் இறக்கையில் பண்ட்டா தனது மாட்டை கவலையோடு பார்ப்பார். தேமேவென குடிசையின் முன்னாலிருக்கும் மரத்தில் கட்டப்பட்ட அந்த மாடு, வானத்தின் சாட்சியாகவும் பூமியின் சாட்சியாகவும் நான் இன்னும் உயிரோடிருக்கிறேன் என்பதற்கு அடையாளமாய் எப்போதாவது ம்மோவ்வ் என கத்தும். மற்ற நேரங்களில் எதையாவது அசைபோடும் அதன் தலையை வைத்து அந்த மாட்டிற்கான நாள் இன்னும் குறிக்கப்படவில்லையென பண்ட்டா நிம்மதியடைவார்.

ஊர்க்கூட்டத்தில் மாடு வளர்த்தவர்கள் மட்டுமில்லாமல் மற்றவர்களும் சலசலக்கத் துவங்கினார்கள்.

“கூளிக்கு பூச போடனும் பண்ட்டா, இதே மலைல நாம வளக்காத மாடா? இப்ப என்னடான்னா இந்த மாடுக வந்ததும் தெரியல, போனதும் தெரியல. நம்மள பயமுறுத்தி இந்த இடத்த விட்டுத் தொரத்தனுங்கறதுக்காக சர்க்காரு ஆளுக இதையெல்லாம் செய்றாங்க போல...”

என ஒரு பெரியவர் சொல்ல, இடைமறித்த இளைஞன்

“அன்னிக்கே நாங்க சொன்னோம், இந்த மாடெல்லாம் நம்மளுக்கு வேணாம். பட்டாவக் கேட்டு சண்ட போடுவோம்னு... நீங்கதான் இன்னும் கொஞ்சம் பொறுத்துப் போவோம்னு சொல்லி எங்க எல்லாரையும் அடக்கிட்டீங்க..” என ஆத்திரமடைந்தான்.

“ஏய் தம்பி, எங்களுக்குத் தெரியாத நல்லது கெட்டதுகளையெல்லாமா நீ பாத்துட்ட? நாம மட்டும் எதுத்து சண்ட போட்டா இதான் சாக்குன்னு மொத்தமா தூக்கிட்டுப் போயிருவானுக... வீரப்பனத் தேட்றம்னு வந்த எஸ்.டி.எஃப் என்னெல்லாம் செஞ்சானுங்கன்னு உனக்குத் தெரியாது, உங்கப்பனக் கேளு நெறைய சொல்லுவான்...”

பண்ட்டா அந்த இளைஞனைப் பார்த்து கடுமையாகச் சொல்ல, எல்லோரும் அமைதியாகினர். கடந்த காலத்தின் ரணங்களை நினைவுபடுத்திக் கொள்ள விரும்பாதவர்களைப்போல் உறைந்துபோயிருந்தார்கள். ஊர் மக்களை கலவரப்படுத்தக் கூடாதென்கிற நினைப்பில் சுதாரித்துக் கொண்ட பண்ட்டா, “செரி நீங்க சொல்ற மாதிரி சீக்கிரமே கூளிக்கு ஒரு பூச வெச்சிரலாம்... யாரும் எதையும் நெனச்சுப் பயப்படாம இருங்க...”

என்று சொல்லி சமாதானப்படுத்திக் கூட்டத்தை முடித்து வைத்தார்.

நீண்ட அலைச்சல்களுக்குப்பின் இன்று பணத்தை வாங்கிவிட்டு ஊருக்குத் திரும்புவதற்காக பேருந்திற்கு நின்றிருந்தார்கள். இப்பவோ அப்பவோவென மருதையனின் பாதத்தைப் பற்றியிருந்த அவனது ஒரு செருப்பு அறுந்து தொங்கியது. அதைத் தரையோடு இழுத்தபடியே அவன் நடக்க, ‘செரி இம்புட்டு ஆகிப்போச்சு அந்த செருப்ப தூர எறிஞ்சுட்டு புதுசா ஒன்னு வாங்கேன்...’ என பண்ட்டா சொல்ல, மருதையன் தயங்கினான். “அட அதென்ன லட்சரூவாயா ஆகிரும்... போடா.. மொதல்ல செருப்ப மாத்து..” இந்தமுறை பண்ட்டா கோவமாகச் சொல்ல, பேருந்து நிறுத்தத்திற்கு அருகிலிருந்த செருப்புக்கடைக்கு மருதையன் சென்றான். காலுக்குப் பொருத்தமான பேரகன்

செப்பலோடு கடையை விட்டு வெளியே வந்தபோது 'பண்ட்டா இன்னிக்கி கூளி பூச வெச்சுக்கலாம்னு சொல்லி இருந்த... ஆனா இங்கியே நேரமாகிருமாட்ட இருக்கு..." எனத் தங்கியபடிச் சொன்னான். பண்ட்டா கண்களைச் சுருக்கி வானத்தைப் பார்க்க, இருட்டுவதற்கு இன்னும் நிறைய அவகாசமிருக்கிறது என்பதன் அடையாளமாய் உக்கிரமான பிற்பகல் நேரத்து வெயில் சூழ்ந்திருந்தது. 'பூசய நல்லபடியா நடத்திரலாம், ஒன்னும் கவலப்படாத' என்ற பண்ட்டா ஊருக்குச் செல்வதற்கான பேருந்து வருவதைக் கவனித்து, மருதையனை வரச்சொல்லிக் கையசைத்துவிட்டு நடந்தார்.

வானம் இருட்டி நட்சத்திரங்கள் வெளிவரத் துவங்கிய நேரத்தில் பூசைக்கான பொருட்களோடு ஊர் மக்கள் கூளியின் கோயில் முன்னால் திரண்டிருந்தனர். இருட்டின் நிசப்தம் அச்சுறுத்துவதாயிருக்க, யாரும் யாருடனும் பேசிக் கொள்ளாதவர்களாயிருந்தார்கள். ஒருவன் உடுக்கை அடிக்கத் துவங்க, ஊர் மக்கள் அமைதியாய் கண்மூடி பிரார்த்திக்கத் துவங்கினார்கள். குளித்து முடித்து ஈர உடலோடு வந்த பண்ட்டா நிதானமாக பூசையைத் துவங்கினார். காட்டு மலர்களைத் தூவி, கூளியை வேண்டி மந்திரங்களை உச்சரிக்கத் துவங்கியவர், நறுக்கிய எலுமிச்சம் பழங்களை குங்குமத்தில் ஒற்றி வெவ்வேறு திசைகளில் வீசியெறிந்தார். உடுக்கை ஒலியின் வேகம் அதிகரித்து, கூடியிருந்தவர்களின் நரம்புகளை முறுக்கேற்ற, பண்ட்டாவின் குரலும் ஓங்கி ஒலிக்கத் துவங்கியது. சாட்டையால் தன்னைத்தானே அடித்துக் கொண்டு அலறத் துவங்கினார். அவரது குரல் முற்றாக மாறி யாரும் கேட்டிராத மொழிகளைப் பேசத் துவங்கியது. பத்துப் பதினைந்து ஆட்கள் அவருக்குள் நுழைந்துவிட்டதுபோல் பல குரல்கள் வெளிப்பட்டன. ஊர்மக்கள் அச்சம் நிரம்பிய கண்களோடு அவரைப் பார்க்க, அந்த பாடியில் தனக்கு முன்னாலிருந்த அத்தனை தலைவர்களின் ஆவியையும் பண்ட்டா அழைத்தார்.

கூளியின் மரம் சலசலக்கத் துவங்கியது. பறவைகள் வெகுதொலைவிற்கு பறந்துபோய்விட்டன. காற்று மிக மோசமாய்

வீசிக்கொண்டிருக்க, மரக்கிளைகளினூடே அரூவங்கள் தோன்றி மறைந்தன. பண்ட்டாவின் ஆட்டத்தில் உக்கிரமேறிக் கொண்டிருக்க, பூசைக்காக களிமண்ணில் செய்து வைத்திருந்த மாட்டு பொம்மைகள் உடையத் துவங்கின. திடீரென ஊரை நோக்கி ஓடிய பண்ட்டா ஊரின் நான்கு மூலைகளையும் சுற்றி வந்தார். அவரது அலறல் நின்றிருக்கவில்லை, தூரத்து மலைகளில் எதிரொலித்த அந்த அலறல்களைக் கேட்டு காட்டு மிருகங்கள் அச்சத்தோடு பதில் குரல் எழுப்பின. ஊரைச்சுற்றி ஓடி களைத்துப்போய் ஓரிடத்தில் அவர் மயங்கிவிழ, கூளியின் முன்னால் அச்சத்தோடு நின்றிருந்த பெரியவர்களில் சிலர் பூசையிலிருந்த மாட்டு பொம்மைகளை மட்டும் எடுத்துக்கொண்டு பண்ட்டா மயங்கிய இடத்தை நோக்கிச் சென்றனர். மலைமுகட்டிலிருந்து ஆற்றிற்கு இறங்கும் வழியில் ஒரு மரத்தடியில் அந்த பொம்மைகளைக் குழிதோண்டி புதைத்தவர்கள், மயங்கிக் கிடந்த பண்ட்டாவை எழுப்பி வீட்டிற்கு அழைத்துவந்தார்கள். ஊர் ஆட்கள் தங்களது வீடுகளுக்குத் திரும்பியிருக்க, ஒரு பெரியவர் பண்ட்டாவின் குடிசையில் விளக்கை ஏற்றிவைத்தார். நடக்க முடியாமல் வந்த பண்ட்டா குடிசை வாசலில் கிடந்த கட்டிலில் சரிந்து படுக்க, அவரை அழைத்து வந்தவர்களில் ஒருவரைத் தவிர மற்றவர்கள் அங்கிருந்து புறப்பட்டார்கள். காற்றில் கையை அசைத்து தனக்கு அருகிலிருந்தவனை பண்ட்டா வரச் சொன்னார்.

“என்னாச்சு பண்ட்டா...?”

“போயி என் மாட்டுக்கு என்னாச்சுன்னு பாரு...”

பண்ட்டாவின் குரல் சன்னமாக ஒலிக்க, அருகிலிருந்த பெரியவர் பதற்றத்தோடு குடிசைக்குப் பின்னாலிருந்த மரத்தடிக்குச் சென்றார். பெரும் பாறையை உருட்டிவிட்டதுபோல் விழுந்து கிடந்த மாட்டின் வாயில் நுரைதள்ளிப்போய் அது செத்துப்போயிருந்தது.

★★★

குண்டல்பேட் பகுதியில் இரண்டு இளம் பெண்கள் காணாமல் போன செய்தி காட்டுத் தீயெனப் பற்றி எரிந்துகொண்டிருக்க, நீலகிரி மாவட்ட எஸ்.பி என்ன நடவடிக்கை எடுப்பதெனத் தெரியாமல் திகைத்து நின்றார்.

“ஏற்கனவே கேரளா ஸ்டேட் போலிஸ் காணாமப் போன பொண்ணுங்களப் பத்தி இன்வஸ்டிகேட் பண்ணச் சொல்லி நம்மள குடச்சல் குடுத்திட்டு இருக்காங்க. இப்ப புதுசா இதுவும் சேந்துகிடுச்சா?”

ஒரு டி.எஸ்.பி முனகிக்கொண்டே எஸ்.பி அலுவலகத்திலிருந்து வெளியேறினார்.

“விஜயன், இமிடியட்டா எதாச்சும் பண்ணுங்க. இந்தவாட்டி கடத்தப்பட்ட பெண்ணுங்கள நாம உயிரோட மீட்கலைன்னா நம்ம மானம் போயிரும்...”

எஸ்.பி. அவரை அவசரப்படுத்த, “கொஞ்சம் பொறுமையா இருங்க ஸார். எங்கியோ பிசிறடிக்கிற மாதிரி தோணுது...” என விஜயன் மட்டும் நிதானமாகச் சொன்னார்.

“யோவ் சீரியஸ்னஸ் புரியாம பேசிட்டு இருக்க.”

எஸ்.பி ஆத்திரமாகச் சொல்லிக் கொண்டிருக்கும்போதே இடைமறித்த விஜயன் “எனக்கு இந்தக் கேஸோட சீரியஸ்னஸ் தெரிஞ்சதால தான் ஸார் நிதானமா இருக்கேன். கொஞ்சம் யோசிச்சுப் பாருங்க, நீலகிரி டிஸ்ட்ரிக் முழுக்க நாம ஒரு ஆளத் தேடிட்டு இருக்கோம். இதுவரைக்கும் கெடச்ச டீடைல்ஸ் வெச்சு பாக்கறப்போ அந்த ஆளுக்கு குறஞ்சது அம்பது வயசுக்கு மேல். நாம தேடி அவன நெருங்கிட்டோம்னு தெரிஞ்சதால தான் கடத்தின பொண்ணு அவனே காட்சிப்படுத்தறான். இந்த நேரத்துல உடனடியா இன்னும் ரெண்டும் பொண்ணுங்கள கடத்துவாங்கறது லாஜிக்கா தப்பா இல்ல?”

விஜயன் சொன்னதைக் கேட்ட எஸ்.பி யும் யோசிக்கத் துவங்கினார்.

“கடத்தப்பட்ட பொண்ணுங்களப் பத்தின முழு விவரமும்

கிடைக்கட்டும் ஸார், நாம அடுத்த ஸ்டெப் எடுப்போம்."

என்றபடியே விஜயன் அந்த அறையிலிருந்து வெளியேறி கேண்டினை நோக்கி நடந்தார்.

குண்டல்பேட் காவல் நிலையத்திலிருந்து அழைத்த இன்ஸ்பெக்டர் எல்லையோரப் பகுதியில் எங்கெல்லாம் தேடவேண்டுமெனச் சொல்லிக் கொண்டு வந்தார்.

"ஒரு நிமிஷம் ஸார்." சிரமப்பட்டு அவர் பேசுவதை நிறுத்தி "முதல்ல எனக்குச் சில விஷயங்கள க்ளாரிஃபை பண்ணுங்க..." என்ற விஜயன் கடத்தப்பட்ட பெண்களைக் குறித்து விசாரிக்கத் துவங்கினார்.

"காணாமப் போன பொண்ணுங்க ரெண்டு பேரப் பத்திச் சொல்லுங்க."

"ராதிகா வயசு 19 காலேஜ் ஸ்டூடண்ட், ஆஷா வயசு 21 ஒரு தனியார் கம்பெனில அக்கவுண்டண்ட்..."

"ரெண்டு பேருக்கும் அறிமுகம் இருக்கா?"

"இல்ல..."

"இரண்டு பேரும் கடத்தப்படறதுக்கு நடுவுல எவ்வளவு நேரம் இடைவெளி இருந்துச்சு..."

"ஒன்றரை மணி நேரம்..."

"ஓகே... வேற ஏதாச்சும் அந்தப் பொண்ணுங்களுக்கு காமன் அடையாளம் இருக்கா.."

"என்ன மாதிரி கேக்கறீங்க ஸார்?"

"லைக் அவங்களுக்கு பார்வைக் குறைபாடு, இல்ல வாய்பேச முடியாதவங்களா இருக்கலாம்..."

"அந்த மாதிரிலாம் இல்ல ஸார். ரெண்டு பேருமே நார்மல்..."

ஒரு முடிவுக்கு வந்தவராய் விஜயன் "ஸார், அப்டின்னா நீங்க தப்பான ஆள தப்பான திசைல தேடிட்டு இருக்கீங்க..."

“வாட் யூ மீன் விஜயன்?”

“ஏற்கனவே இருக்க கிரிமினலோட ஷேடோவ யூஸ் பண்ணிக்கிட்டு வேற யாரோ இந்த ரெண்டு பொண்ணுங்களையும் கடத்தியிருக்காங்க. ஏன்னா இதுக்கு முன்ன பொண்ணுங்களக் கடத்தினவனுக்கு கடத்தறதுக்கு ஒரு நோக்கம் இருந்துச்சு. முக்கியமா அவனுக்கு பிசிகலி சேலஞ்ச்டான பொண்ணுங்க மட்டுந்தான் டார்கெட். அதுமில்லாம ஒரே நேரத்துல ரெண்டு பொண்ணுங்கள அவன் கடத்தவும் மாட்டான். அதனால கன்ஃபார்மா இது வேற ஆளோட வேலதான். நீங்க தேடிட்டு இருக்க டைரக்‌ஷனுக்கு ஆப்போசிட் டைரக்‌ஷன்ல அவன் தப்பிச்சுட்டு இருப்பான். ஸோ, கர்நாடகாவோட மத்த டிஸ்ட்ரிக்ட் போலீஸ உடனே அலார்ட் பண்ணுங்க...”

விஜயன் சொன்னதை நம்பமுடியாமல் கேட்டுக்கொண்டிருந்த குண்டல்பேட் இன்ஸ்பெக்டர் ‘எப்பிடி ஸார் அவ்ளோ ஷ்யூரா சொல்றீங்க...?” எனக் கேட்க, விஜயன் சிரித்தபடி “ஏன்னா நான் தேடிட்டு இருக்க கிரிமினல் என் முதுகுக்குப் பின்னாலேயேதான் இருக்கான். இப்ப என் ஷேடோவோட விளையாடறதுதான் அவனோட டார்கெட் வெளிய போகமாட்டான். நீங்க தேடுங்க... நானும் என் சைட்ல என்ன ஹெல்ப் பண்ணணுமோ பண்றேன்” என்று சொல்லிவிட்டு விஜயன் தேநீரைக் குடிக்கத் துவங்கினார்.

26

திருவிழாக் கூட்டம் கூடலூரின் சாலைகளில் நிரம்பி வழிந்தது. கண்ணுக்கெட்டிய தூரம் வரையிலும் மனிதத் தலைகள். மேளச் சத்தமும், ஆடல் பாடலுமாய் பக்தர்களின் ஊர்வலம் நீண்ட பகலை அபகரித்துக் கொண்டிருக்க, பாதுகாப்பு பணியிலிருந்த காவலர்களுக்கு வாக்கி டாக்கியின் மூலமாக விஜயன் உத்தரவுகளைப் பிறப்பித்துக் கொண்டிருந்தார். நம்போலக் கோட்டை வேட்டைக் கருமன் கோவிலுக்குச் செல்லும் வழியின் முக்கிய சந்திப்பில் விஜயன் தனது வாகனத்தை நிறுத்தி ஊர்வலத்தை ஒழுங்கு செய்து கொண்டிருந்தார்.

“ஐயா ஊட்டி ரோட் வழியா எம்.பி வந்துட்டு இருக்காரு... ட்ராஃபிக் க்ளியர் ஆகிட்டா பத்து நிமிசத்துல அங்க இருப்பாருங்கய்யா... ஓவர்...”

வாக்கி டாக்கியில் ஒலிக்க, விஜயன் வாக்கியை ஆன் செய்து “நீங்க எம்.பி வண்டிக்கு மட்டும் ரூட் க்ளியர் பண்ணிவிட்டுட்டு மத்தவங்கள எல்லாம் செக் பண்ணி அனுப்புங்க... ஓவர்...” என விஜயன் உத்தரவிட, “ஐயா நல்லதுங்கய்யா...” என ஒரு காவலரின் பதில் குரல் வந்து அடங்கியது. ஊர்வலத்தில் திரண்டிருந்த மக்களிடமிருந்து வெளிப்பட்ட வெக்கையால்

ஐப்பசி மாதத்துக் குளிரையும் மீறி புழுக்கமெடுத்தது. நெற்றியிலும் கழுத்திலும் வழிந்தோடிய வியர்வையை கைக்குட்டையால் விஜயன் துடைத்துக் கொண்டார். “இதுக்கு முன்னல்லாம் இந்தக் கோயில் திருவிழாவுக்கு எம்.பி வந்ததில்லையே, இப்ப என்ன புதுசா வர்றாரு?” என விஜயன் எரிச்சலோடு தனக்கு அருகிலிருந்த கான்ஸ்டபிளிடம் கேட்க, “ஐயா நாலு மாசத்துல எலெக்ஷன் வருதே...” என கான்ஸ்டபிள் பவ்யமாய்ச் சொல்ல, விஜயன் சிரித்துவிட்டார். தூரத்தில் சைரன் சத்தம் கேட்டதும் விஜயன் அவசரமாக ஊர்வலத்தை விலக்கி எம். பியின் வாகனம் செல்ல வழி ஏற்படுத்திக் கொடுத்தார். சில நொடிகளில் அந்த வாகனம் கடந்து செல்ல, பக்தர் கூட்டம் யாருடைய உத்தரவுமில்லாமல் மீண்டு சாலையை ஆக்ரமித்துக் கொண்டது.

ஊர்க்காரர்களின் முகங்களில் பரவசம் நிரம்பி வழிந்தது. ஒவ்வொரு வருடமும் பார்த்துப் பழகிய திருவிழா என்றபோதும் புதிதாகப் பார்க்கிற ஆர்வத்தோடு பார்த்துக்கொண்டிருந்தார்கள். இந்த மலைகளில் விளையாத பயிர்களில்லை, காப்பி, பாக்கு, தேக்கு, மூங்கில், தென்னை, காய்கறிகள் இவற்றோடு நெல்லும் விளைவதுண்டு. ஐப்பசி மாதத்தில் தேயிலைத் தோட்டங்களுக்கு நிகராக பால் முற்றிய நெற்கதிர்களின் வாசனையும் மலைக்காற்றில் நிரம்பியிருக்கும். இதனால்தான் இந்த மாதத்தில் புத்தரிசித் திருவிழா கொண்டாடப்படுகிறது. மலையில் காலம் காலமாய் வாழ்ந்து வரும் வெவ்வேறு ஆதிவாசி மக்கள் ஒன்றாகக் கூடிக் கொண்டாடும் இந்தத் திருவிழா கூடலூர் மக்களுக்கு தனித்துவமான கொண்டாட்டம். மவுண்டாடன் செட்டி, குரும்பர், பணியர், காட்டு நாயகர் என அத்தனை ஆதிவாசிகளும் தங்கள் நிலங்களில் விளையும் நெற்கதிர்களின் முதல் அறுவடையை எடுத்துக்கொண்டு ஊர்வலமாகச் சென்று முதலில் தங்களது குலதெய்வத்திற்கு படைப்பார்கள். குலதெய்வ படையல் முடிந்தபின் இந்த மலைக்கும் மலையிலிருக்கும் தெய்வங்களுக்கும் நன்றி சொல்லும் விதமாக அங்கிருந்து ‘நம்போலக் கோட்டை வேட்டை கருமகன்’ கோயிலை நோக்கி ஊர்வலம் செல்வார்கள். இனம் மொழி எல்லாவற்றையும்

மீறி வயிற்றுக்குச் சோறிடும் மண்ணுக்கு நன்றி சொல்லும் சடங்காகவே இந்தத் திருவிழாவை அவர்கள் கருதுகிறார்கள். அந்தக் கோயிலைப் போலவே புத்தூர் வயல் மகாவிஷ்னு கோவிலிலும் மங்குழி பரதேவதையம்மன் கோவிலிலும் பூஜைகள் நடைபெறும்.

நம்போலக் கோட்டை வேட்டைக் கருமகன் கோயிலைச் சுற்றிலும் மக்கள் வெள்ளம். தங்கள் படையலைச் செலுத்திவிட்டு ஒவ்வொரு ஊர் மக்களும் அங்கிருந்து திரும்பிக்கொண்டிருந்தனர். எம்.பியைப் பாதுகாப்பாக அனுப்பி வைக்கும் பொருட்டு கோயிலுக்கு வந்திருந்த விஜயன் அவர் கிளம்பிச் சென்ற பின்னாலும் கோவிலிலேயே பாதுகாப்பு பணியைத் தொடர்ந்தார். வெவ்வேறு பகுதிகளிலிருந்து வந்த ஆதிவாசி மக்கள் தங்களது பாரம்பரியமான இசைக்கருவிகளை இசைத்து நடனமாடியபடியே கோயிலுக்கு முன்னால் திரண்டிருந்தார்கள். பாட்டுச் சத்தமும் இசைக்கருவிகளின் சத்தமும் ஓய்ந்திருக்கவில்லை. நடனமாடிக் களைத்துப் போனவர்களின் முகத்தில் சோர்விற்குப் பதிலாக அவர்களுக்கு உற்சாகத்தைக் கொடுத்திருக்க வேண்டும். பக்தர் கூட்டம் திரண்டிருந்த எல்லைக்கு அப்பால் பிச்சையெடுத்துக் கொண்டிருந்தவர்களுக்கு சிலர் உணவுப் பொட்டலங்களை விநியோகித்துக் கொண்டிருப்பதை விஜயன் கவனித்தார். சாதாரன வேஷ்டி சட்டை அணிந்த மத்திய வயது ஆண்கள் மூன்று பேர் அங்கிருந்து பிச்சைக்காரர்களுக்கெல்லாம் உணவுப் பொட்டலங்கள் கொடுத்தபின் பக்தர் கூட்டத்திற்கும் விநியோகித்தனர். உணவுப் பொட்டலங்கள் தீர்ந்துபோக இரண்டு பேர் சற்று தூரத்தில் நின்றுகொண்டிருந்த வாகனத்தை நோக்கிச் சென்றார்கள். பழைய மாருதி வேனின் கதவைத் திறந்து பெரிய அட்டைபெட்டி நிறைய உணவுப் பொட்டலங்களை எடுத்துவர, விஜயன் தற்செயலாக அவர்களின் வண்டியைக் கவனித்தார். அந்த வண்டியில் நம்பர் ப்ளேட் எதுவுமில்லாமலிருந்தது. அவர்களின் தோற்றத்திற்கும், செய்யும் வேலைக்கும், அந்த வாகனத்திற்கும் ஏராளமான முரண்பாடுகளிருப்பதாய்த் தோன்ற, அருகிலிருந்த காவலரை கையசைத்து வரச் சொன்னார்.

ஸார் சொல்லுங்க ஸார்...." என கான்ஸ்டபிள் பரபரப்போடு ஓடிவந்தார்.

"அங்க மூணு பேர் சாப்பாடு குடுத்துட்டு இருக்காங்களே யார் அது?"

என்று விஜயன் கைகாட்டிய திசையில் பார்த்த கான்ஸ்டபிள் "ஸார் நம்ம ஆஸ்ரமத்து ஆளுங்கதான் ஸார். மூக்குப்பொடி சாமி அவரோட ஆஸ்ரமம் மாதிரியே இன்னொரு இடமும் வெச்சிருக்காரு. ரோட்ல பைத்தியமாகி சுத்தறவங்க, பாத்துக்க யாருமில்லாமப் போன வயசானவங்க எல்லாரையும் அங்க வெச்சு பராமரிக்கிறாங்க. நல்ல சாப்பாடு, மருந்து மாத்திரல்லாம் குடுத்து பிள்ள மாதிரி பாத்துக்குவாரு ஸார்...."

என்று கான்ஸ்டபிள் நெகிழ்ச்சியோடு சொல்ல விஜயனுக்குள் வெவ்வேறு கேள்விகள் எழத் துவங்கின. புத்தரிசித் திருவிழாவிலிருந்து துண்டித்துக்கொண்டவரின் நினைவுகள் வேறுபாதையில் பயணிக்கத் துவங்கியது.

★★★

"நாம பூச வெச்சும் கூளி நம்மள ஏறெடுத்துப் பாக்கலையே பண்ட்டா."

கவலையோடு சொன்ன பெரியவருக்குப் பதில் சொல்லாமல் பண்ட்டா அமைதியாய் நின்றிருந்தார். இளைஞர்கள் ஆறேழுபேர் மாட்டின் நான்கு கால்களிலும் கயிறுகட்டி இழுத்து அதனை ஓலைப்பாயில் படுக்க வைத்தார்கள். பாயை இரண்டு பேர் இழுக்க, அதேநேரம் மாட்டின் காலில் கட்டியிருந்த கயிற்றை மற்றவர்கள் இழுத்துச் செல்லத் துவங்கினார்கள். இறந்த மாட்டின் மீதிருந்து வீசிய சாவின் நெடி குமட்டியது. தனக்கென யாருமில்லாத இந்த நாட்களில் பண்ட்டா இந்த மாட்டைத்தான் துணையாய் நினைத்திருந்தார். இரவு பகலென ஓய்வின்றி அசைபோட்டபடி நிற்கும் மாட்டின் எதிரில் அமர்ந்து அதன்

முகத்தையே பார்த்துக்கொண்டிருக்க வேடிக்கையாக இருக்கும். இரவுகளில் ஊரடங்கியபின் ஒளிர்ந்தபடியிருக்கும் மாட்டின் கண்களைப் பார்த்தபடி அதனோடு பேசிக்கொண்டிருப்பார்.

“உன்னாட்டம் எத்தன மாடுங்கள வளத்திருக்கேன் தெரியுமா? மாடுன்னா காடு மேடுன்னு சுத்தி வரனும். மரமாட்டம் இப்பிடி ஒரே இடத்துல நிக்கக் கூடாது...”

அவர் சொல்வதைப் பொருட்படுத்தியதன் அடையாளமாய் அவ்வப்போது மாடு வாலை ஆட்டிக் கொள்ளும்.

“நான் உங்கிட்ட தெனம் பேசறனே எதுக்காச்சும் பதில் காட்றியா? உன்னய வளக்கறதுக்கு ரெண்டு எருமமாட வளத்திருந்தா சாமி சாமியா என்மேல பிரியமா இருந்திருக்கும்.”

என்று சங்கடமாகச் சொல்லிவிட்டு அதன் முகத்தை உற்றுப் பார்ப்பார். எந்த வித்தியாசமும் இல்லாமல் மாடு அப்போதும் அசைபோட்டபடியே நிற்கும். ஊரைக் குறித்தும் மலைகளைக் குறித்தும் யாரிடமும் பகிர்ந்துகொள்ளாதவற்றையெல்லாம் பண்ட்டா அந்த மாட்டோடு பகிர்ந்துகொள்வார். சமயங்களில் அவர் அப்படிப் பேசிக்கொண்டிருப்பதைக் கவனிக்கும் ஊர் ஆட்கள் “ஏன் பண்ட்டா மாட்டுக்கு கத சொல்லிட்டு இருக்கியாக்கும்?” என கேலியாகக் கேட்டால், “ஆமா இது மட்டுந்தான் நான் என்ன சொன்னாலும் மறுபேச்சில்லாம கேக்குது...” என்று சிரிப்பார்.

ஊரை அடுத்திருந்த பள்ளத்தை நோக்கி ஓலைப்பாயை இழுத்து வந்தவர்களுக்கு மூச்சுப் பிடித்துக் கொண்டது. களைப்பில் வியர்த்துக் கொட்டியதோடு மூச்சுவிட முடியாமல் சிரமப்பட்டனர். மாட்டை இழுப்பதை நிறுத்திவிட்டு ஓய்வெடுக்க, பண்ட்டா மட்டும் மாட்டின் கண்களையே பார்த்துக்கொண்டிருந்தார். அதன் கண்களிலிருந்த ஒளி காணாமல் போனதைத் தவிர அதனிடம் எந்த மாற்றமும் ஏற்பட்டிருக்கவில்லையெனத் தோன்றியது. “ஒரே புடியா புடிச்சு இழுங்க... இந்தா வந்துட்டோம்...” என ஒரு பெரியவர் அவசரப்படுத்த ஆட்கள் மீண்டும் பாயை இழுக்கத்

துவங்கினார்கள். பெரிய குழி மாட்டை மூடிக்கொள்ளத் தயாரான நிலையில் காத்திருக்க, ஆட்கள் சிரமத்தோடு அதற்குள் மாட்டை உருட்டித் தள்ளினர். இடி விழுந்ததைப்போல் மாடு குழிக்குள் விழுந்தடங்க, பள்ளத்திலிருந்து தூசி பறந்தது. பண்ட்டா பார்த்துக்கொண்டிருக்கையிலேயே ஆட்கள் மண்ணால் குழியை மூடத் துவங்கினார்கள். தனது பார்வையிலிருந்து அந்த மாடு விலகுவதைப் பார்க்க முடியாமல் பண்ட்டா வேகமாக விலகிச் சென்றார்.

இரண்டு நாட்களுக்குப்பின் ஊர்ப் பெரியவர்கள் வற்புறுத்தியதால் மாட்டிற்கான இன்ஷூரன்ஸ் தொகையை பெறுவதற்காக அடையாள அட்டைகளைத் தேடியெடுத்தார். மாட்டு டாக்டர் இந்த மாட்டின் சாவை முன்பே எதிர்நோக்கியிருந்தவரைப்போல் டெத் சர்டிஃபிகேட்டைத் தயாராக வைத்திருந்ததால் பண்ட்டாவுக்கு அலைச்சல் மிச்சப்பட்டது.

“என்ன கெரகம் ஒரு மாடு கூட தங்காதாட்டம் இருக்கு.”

என்று சலிப்போடு டாக்டர் சொல்ல, “ஐயா நீங்களே இப்பிடி சொன்னா எப்பிடி? மிச்சமிருக்க மாடுகளையாச்சும் காப்பாத்தி விட்றுங்க.” என கவலையோடு சொன்னார்.

“அட ஏன் பண்ட்டா, இந்த மாடுக சாகணும்னா நான் நெனைப்பேன். நல்லா இருந்தா உங்களுக்கும் பிரயோஜனம். ஆனா இதுகளுக்குத்தான் அடுத்தடுத்து சீக்கு வந்துருதே... முடிஞ்சவரைக்கும் முயற்சி பண்ணி பாப்போம்” என்று டாக்டர் சொல்ல, பண்ட்டா அவருக்கு நன்றி சொல்லிவிட்டுக் கிளம்பினார்.

மசினகுடி தாலுகா அலுவலகத்தில் இன்ஷூரன்ஸ் பணத்தை வாங்குவதற்காக மற்றவர்களோடு அலைந்ததில்லாமல் தனக்காகவும் இப்படி அலைய நேருமென்பதை அவர் எதிர்பார்த்திருக்கவில்லை. தாலுகா ஆஃபிஸ் இரைச்சலும் கூட்டமும் அவருக்கு ஒவ்வாமையை ஏற்படுத்தியிருந்தது. அலுவலகத்தின் வெளியிலிருந்த கல் பெஞ்சில் அமர்ந்திருந்தவரை தற்செயலாகக் கவனித்த தாசில்தாரின் உதவியாளர்,

“பெரியவரே எதுக்கு இங்க உக்காந்திருக்கீங்க? அதான் உங்க ஊரு ஆளுங்களுக்குக் கொடுக்க வேண்டிய இன்ஷுரன்ஸ் எல்லாத்தையும் செட்டில் பண்ணியாச்சே...” என குழப்பத்தோடு கேட்டார். பண்ட்டா எழுந்து அவருக்கு வணக்கம் வைத்துவிட்டு “ஐயா மத்தவங்களுக்கு ரூவா வந்திருச்சுங்க. நான் வந்திருக்கறது என் மாட்டுக்கொசரம்... நாலுநாள் முந்தி என் மாடும் செத்துப் போச்சி...” என்றார்.

“சரியா போச்சு... அரசாங்கம் உங்களுக்கு நல்லது செய்யணும்னு மாடு குடுத்தா நீங்களே காசுக்கு ஆசப்பட்டு அத கொன்னுடறீங்களா?”

அவர் ஆத்திரமாகக் கேட்க, பண்ட்டா நடுங்கிப்போய்விட்டார்.

“சாமி அப்டில்லாம் சொல்லிடாதிங்க. பிள்ள மாதிரி பாத்துக்கிட்டோம். எங்க ஊருக்கு அந்த மாடுக தங்க மாட்டேங்குது. அடுத்தடுத்து எல்லாத்துக்கும் சீக்கு...”

அவசரமாக டாக்டர் சர்டிஃபிகேட்டுகளை எடுத்துக் காட்டினார்.

“பாருங்க, டாக்டர் எத்தன தரம் வந்து பாத்துட்டு மருந்து குடுத்து போயிருக்காருன்னு...” அவர் கைகளிலிருந்த எதையும் பார்க்க விரும்பாதவரைப்போல் தாசில்தாரின் உதவியாளர் “நல்லா வந்து கத சொல்லுங்கய்யா... சரி சரி எதுவா இருந்தாலும் நீ போயிட்டு ரெண்டு நாள் கழிச்சு வந்துப்பாரு... ஐயா இன்னிக்கி நிறைய வேலைல இருக்காரு...” என்றபடியே அங்கிருந்து சென்றுவிட்டார். கையிலிருந்த சர்டிஃபிகேட்டுகளை மடித்து துணிப்பைக்குள் வைத்துக்கொண்ட பண்ட்டா சலிப்போடு மீண்டும் பெஞ்சில் அமர்ந்துகொண்டார்.

27

அய்யன் கொல்லி கூடலூரின் எல்லையில் தமிழ்நாட்டைச் சார்ந்த கிராமமாக இருந்தபோதும் தொட்டுவிடும் தூரத்திலிருப்பது கேரள எல்லை. கேரளத்தின் சுல்தான் பதேரிக்கு மிக நெருக்கமான பகுதி. மலைகளும் வனமும் மட்டுமே ஆக்ரமித்திருக்கும் அந்த ஊரிலிருந்து விலகியிருந்தது மூக்குப்பொடி சாமியாரின் பிரத்யேக ஆஸ்ரமம். கூடலூர் பகுதி காவலர்களிடமும் அரசு அலுவலர்களிடமும் விசாரித்தவரையில் எல்லோருக்குமே அப்படியொரு ஆஸ்ரமம் இருப்பது வரையில் தகவல்கள் தெரிந்திருந்தன. அதைத்தவிர கூடுதலான விவரங்கள் ஒருவருக்கும் தெரிந்திருக்கவில்லை. அங்கு சென்றால் எல்லா மர்மங்களுக்குமான முடிச்சுகளும் அவிழக்கூடுமென ஏதோவொரு உள்ளுணர்ச்சி தூண்ட, இரண்டு கான்ஸ்டபிள்களை மட்டும் அழைத்துக் கொண்டு விஜயன் அய்யன் கொல்லிக்குக் கிளம்பினார்.

ஷாஜி வினோதினியின் சவத்தைப் பார்த்ததிலிருந்து உறக்கம் தொலைந்தவனாகிப் போயிருந்தான். அலுவலகத்தில் நீண்ட விடுப்பு எடுத்துக்கொண்டு கூடலூரிலேயே வந்து தங்கியவன் பெரும்பாலான நேரங்களை விஜயனோடு செலவழிக்கத் துவங்கினான் .

“எப்பிடி ஸார் ஒரு சின்னப் பொண்ண இவ்ளோ கொடூரமா கொல பண்ணிட்டு ஒருத்தனால இயல்பா வாழ முடியுது... இன்னும் எத்தன பொண்ணுங்கள இந்த மாதிரி கொன்னுருப்பான்... விடக்கூடாது ஸார்... இந்த மாதிரியான ஆளுங்கள விடவே கூடாது...” என புலம்பத் துவங்கினான். விஜயனுக்கு சங்கடமாகிவிட்டது.

“ஷாஜி, ப்ளீஸ் கண்ட்ரோல் யுவர் செல்ஃப்... இதுல கொஞ்சம் உணர்ச்சிவசப்பட்டாலும் நம்மளால குற்றவாளிய நெருங்க முடியாமப் போயிரும்... வேட்டைக்கு காத்திருக்கற புலி மாதிரி எவ்ளோ அமைதியா இருக்கமோ அவ்ளோ நல்லது...” என எடுத்துச் சொல்லிப் புரிய வைக்க முயன்று தோற்றுப்போனார். ஷாஜி உள்ளூர் பத்திரிகையாளர்களோடு தன் போக்கில் தேடத் துவங்கினான்.

“கொலசெய்யப்பட்ட ராஜனுக்கும் காணாமப் போன பொண்ணுங்களுக்கும் கண்டிப்பா ஏதோ தொடர்பிருக்கு...” என விஜயன் உறுதியாய்ச் சொல்லியிருந்ததால் ஷாஜி ராஜனின் நிழலைத் தேடி ஓடிக்கொண்டிருந்தான். புத்தூர் வயலிலிருந்த பணியர் பெரியவர் ஒருவரின் மூலமாய் அந்தத் தகவல் கிடைத்தபோது அதிர்ச்சியோடு விஜயனைத் தேடி ஓடிவந்தான்.

ட்யூட்டி முடிந்து விஜயன் அப்போதுதான் வீட்டிற்குத் திரும்பியிருந்தார். சாப்பிடுவதற்காக அமர்ந்திருந்தவர் ஷாஜியின் சத்தம் கேட்டு எழுந்து செல்ல, அவன் மலர்ந்த முகத்தோடு “ஸார் நீங்க சந்தேகப்பட்டது சரிதான் ஸார்...” எனக் கத்தினான். “ஷாஜி ரிலாக்ஸ்... என்ன விஷயம்னு முதல்ல சொல்லுங்க...” என அவனை அமைதிப்படுத்த முயன்றார்.

“ராஜன்... ராஜன் தான் முக்கியமான லீட்னு சொன்னீங்கள் ல... அதான் உண்மை... ராஜன் சாமியாரோட அய்யன் கொல்லி ஆஸ்ரமத்துல வேல செஞ்சிருக்கான். சாமியார் சொன்ன மாதிரி அவரே இவனுக்கு வேற இடத்துல வேல வாங்கிக் கொடுக்கல, இவன்தான் சண்ட போட்டுட்டு தனியா வந்திருக்கான். அவங்களுக்குள்ள ஏதோ நடந்திருக்கு ஸார்...”

என மூச்சுவிடாமல் சொல்லிமுடிக்க, விஜயன் சுதாரித்துக் கொண்டார்.

“இந்த விஷயத்த வேற யார்கிட்டயும் சொன்னீங்களா?”

அவன் இல்லையெனத் தலையாட்டினான். “ஓகே... நீங்க உடனே கிளம்பி ஊருக்குப் போங்க, நான் சொல்ற வரைக்கும் கூடலூர் வரக்கூடாது...”

“ஏன் ஸார்?”

“எதிரி நம்மளுக்குப் பக்கத்துல நிழல் மாதிரி வந்துட்டு இருக்கான் ஷாஜி. உங்களுக்கு இவ்ளோ தகவல் தெரிஞ்சிடுச்சுன்னா அவன் சும்மா இருக்கமாட்டான். உங்க நல்லதுக்காகச் சொல்றேன். ஊருக்குக் கிளம்புங்க...”

என விஜயன் அவசரப்படுத்த ஷாஜிக்கு ஏமாற்றமாய் இருந்தது. விஜயன் அவன் மனதைப் புரிந்துகொண்டு,

“நான் உங்களுக்கு செஞ்சு கொடுத்த சத்தியத்த நிச்சயமா காப்பாத்துவேன். இது என் சாமி கேத்தியம்மன் மேல சத்தியம். நீங்க முதல்ல கிளம்புங்க...” என அவசரமாய் அவனை அழைத்துக் கொண்டு பேருந்து நிலையம் கிளம்பினார். ஷாஜி சோர்வான முகத்தோடு பேருந்திலேறிச் செல்ல, விஜயன் இனி ஒரு நாளைக்கூட வீணாக்கக் கூடாதென்கிற முடிவுசெய்தார்.

மலைத்தொடரின் அடிவாரத்திலிருந்தது ஆஸ்ரமம். உலகின் எந்த இரைச்சல்களுமில்லாமல் அமைதி சூழ்ந்திருந்த வனத்தின் நடுவே செங்காவி நிறத்தில் ஏழெட்டு குடில்கள். அதற்கு மையமாய் ஒரு தியான மண்டபம். ஆஸ்ரமத்தின் இடது பக்கமாய் ஓடிய சின்னஞ்சிறிய ஓடையில் நீர் சலசலப்பில்லாமல் ஓடிக் கொண்டிருந்தது. விஜயனின் வண்டி ஆஸ்ரமத்திற்குள் நுழைந்தபோது, நேரம் நண்பகலை நெருங்கியிருந்தது. சிவப்பு வேஷ்டி அணிந்த பெரியவர் ஒருவர் வாசலுக்கு வந்தார். போலிஸ் வாகனத்தைக் கண்ட வியப்பில் சுருங்கிய அவரது முகம் சடுதியில் இயல்பிற்குத் திரும்பியது. காரிலிருந்த விஜயனுக்கு வணக்கம் வைத்தவர்

“வாங்க ஸார் யாரப் பாக்கணும்?”

உதட்டில் மெல்லிய புன்னகை தவழக் கேட்டார்.

“அதெல்லாம் ஒண்ணுமில்லீங்க. ஆஸ்ரமத்தப் பத்தி நிறைய கேள்விப்பட்டேன். அதான் ஒரு தடவ வந்து பாத்துட்டு நம்மளால ஆன உதவியச் செய்யலாமேன்னு நெனச்சேன்.”

விஜயன் சொல்ல, அவரது பேச்சில் நம்பிக்கை வராமல் பெரியவர் ஒருமுறை ஏற இறங்கப் பார்த்தார்.

“ஸார் இங்க இருக்கறவங்கள்லாம் சித்தம் கலங்கின ஆளுங்க... புது ஆளுங்களப் பாத்தா அவங்களுக்கு வெறியேறிடும். சத்தம் போட்டு கரைச்சல் பண்ண ஆரம்பிச்சிருவாங்க. நீங்க எதுக்கும் ஒரு வார்த்த நம்ம சாமிகிட்ட பேசிடறீங்களா?”

அடுத்த நொடியே காரிலிருந்து இறங்கிக்கொண்ட விஜயன் “சாமிக்கு என்னய நல்லாத் தெரியுமே, நீங்க அவர் நம்பர் குடுங்க. நானே கூப்ட்டு பேசறேன்...” என சிரித்தபடியே ஆஸ்ரமத்தை நோட்டமிடத் துவங்கினார். கழுகின் கண்களைப்போல் அவரது கண்கள் அந்தப் பகுதியை ஊடுருவிச் செல்லத் துவங்கியது.

பெரியவர் சங்கடத்தோடும் தயக்கத்தோடும் விஜயனை அங்கிருந்து துரத்தமுடியாத ஏமாற்றத்தோடும் ‘ஒரு நிமிஷம் பொறுங்க ஸார், பசங்க யாரையாச்சும் வரச் சொல்றேன்...” என்றபடியே அருகிலிருந்த ஒரு குடிலை நோக்கி விரைந்தார். மணியடிக்கும் சத்தம் கேட்க, ஆஸ்ரம ஊழியர்கள் சமைத்த உணவை அங்கிருந்த எல்லோருக்கும் விநியோகிக்கத் தயாரானார்கள். விஜயன் யாருடைய உத்தரவிற்கும் காத்திருக்காமல் ஆஸ்ரமத்திற்குள் நடந்தார். மனித குரல்கள்தானா என்று தெரிந்துகொள்ள முடியாதபடி அரற்றலும், அலறலுமாய் சப்தங்கள் எதிரொலித்தன. சாப்பாடு கொடுத்த அலுமினியத் தட்டை தரையில் தட்டி யாரோ ஒருவர் ஒலி எழுப்பிக் கொண்டிருந்தார். ‘என்னடி மீனாட்சி, சொன்னது என்னாச்சி... நேத்தோடு நீ சொன்ன வார்த்தை காத்தோடு போயாச்சி... அடியே மீனாட்சி...” என ஒருவர் உச்சஸ்தாயியில் கத்துவது கேட்க, இன்னொருவர்

“உலகம் அழியப்போகுது, வானம் இடிஞ்சு விழுந்து உலகம் அழியப்போகுது...’ என கத்திக் கொண்டிருந்தார். விஜயன் நடக்க நடக்க குரல்கள் தனக்கு மிக அருகாமையில் நெருங்கிக்கொண்டிருப்பதை உணர்ந்தார். மையமாயிருந்த தியான மண்டபத்திற்கு நேரதிராக வந்து நின்றபோது அங்கு சிதறிக் கிடந்த மனநலம் பாதிக்கப்பட்டவர்களைப் பார்த்து அதிர்ந்துபோனார். வெவ்வேறு வயதுகளில் சாப்பாட்டுக்காக அமர்ந்திருந்தவர்கள் ஒவ்வொருவரும் ஒரு தனி உலகத்தில் உலவுகிறவர்களாயிருந்தார்கள். ஒருவர் சுவற்றில் தலைகீழாக நின்றுகொண்டிருந்தார், ஒருவர் தட்டிலிருந்த சாப்பாட்டை எல்லாம் பூவைத் தூவி விடுவதுபோல் ஆட்களின் மேல் தூவி விட்டுக் கொண்டிருந்தார். தலைகீழாய் நின்றிருந்தவர் விஜயனின் முகத்தைக் கவனித்து சடாரென உடலை இயல்பு நிலைக்குக் கொண்டு வந்தார்.

‘தோ வந்துட்டான் கொள்ளக்காரன்... விடாத புடி... விடாத புடி...” எனக் கத்தியபடியே எழுந்து விஜயனை நோக்கி ஓடிவர, அவருக்குப் பின்னால் இன்னும் இரண்டு பேர் ஆக்ரோஷமாக ஓடிவந்தார்கள். அங்கு முன்னை விடவும் சலசலப்பு அதிகமாக கையிலிருந்த தட்டுகளை விசிறியடிக்கவும், சத்தம் போடவுமாய் வெறித்தனத்தோடு நடந்துகொண்டார்கள். விஜயன் சுதாரிப்பதற்குள் ஓடிவந்தவன் அவரது மேல் பாய, மற்றவர்களும் வந்து விஜயனைப் போட்டு அமுக்கினர். சத்தம் கேட்டு ஓடிவந்த கான்ஸ்டபிள்கள் விஜயனை அவர்களிடமிருந்து காப்பாற்ற போராடினார்கள். மனநலம் பிசகிய மூவரையும் சமாளிக்கும் திராணியின்றி கான்ஸ்டபிள்கள் அவர்களை அடிக்கவும் முதுகில் குத்தவுமாய் இருக்க, அதற்குள் ஆஸ்ரம ஊழியர்கள் ஓடிவந்தனர்.

ஒரு இளைஞன் லாகவமாய் அந்த மூவரையும் பிடித்திழுத்து விலக்கிவிட்டான். இரண்டு பேர் அடுத்த நிமிடமே அவர்கள் மூவரின் தலையையும் இறுகப் பற்றி அமைதிப்படுத்தி அதேயிடத்தில் உட்கார வைத்தார்கள். முதலில் அவர்களை வரவேற்ற பெரியவர் அருவருப்போடு முறைத்தார்.

“மனுஷங்களா ஸார் நீங்கள் லாம்? சித்தம் கலங்கின ஆளுங்களப் போயி அடிக்கிறீங்க...” என எரிச்சலோடு திட்டினார். கான்ஸ்டபிள் இருவரும் அமைதியாக தலையக் குனிந்து கொள்ள, உடலில் பட்ட காயங்களைப் பொருட்படுத்தாமல் எழுந்துகொண்ட விஜயன் “அவங்களுக்காக நான் மன்னிப்பு கேட்டுக்கறேன்...” என பெரியவரை அமைதிப்படுத்த முயன்றார்.

“ரெண்டு நிமிஷம் வெய்ட் பண்ண முடியாதா ஸார் உங்களால? நாங்க என்ன கள்ளக் கடத்தலா பண்ணிட்டு இருக்கோம்... உங்க இஷ்டத்துக்கு உள்ள வந்திருக்கீங்க...” என அந்தப் பெரியவர் மூச்சுவிடாமல் சத்தம் போட, ஒரு இளைஞன் நெருங்கி வந்து அவரை அமைதிப்படுத்தினார்.

“ச்ச ச்ச... நீங்க தப்பா நெனச்சிட்டீங்க ஐயா... ட்யூட்டில வந்ததால உங்களுக்கு அப்பிடி தோணிடுச்சு போல... உண்மைலயே ஏதாச்சும் உதவி செய்யணும்னுதான் வந்தேன்...” விஜயன் பாவமான முகத்தோடு சொல்ல, பெரியவருக்கு அருகிலிருந்த இளைஞன் தனது அலைபேசியை எடுத்து மூக்குப்பொடி சாமியாருக்கு அழைத்தான்.

“ஹலோ... சாமி நான் வரதன் பேசறேன்... கூடலூர் இன்ஸ்பெக்டர் இங்க வந்திருக்காரு...”

பேசியபடியே விஜயனின் சட்டையிலிருந்த அவரது நேம் பேட்ஜைக் கவனித்து,

“பேரு விஜயன், உங்கள நல்லாத் தெரியுங்கறாரு... ஆமா... நம்ம ஆஸ்ரமத்தப் பாத்துட்டு ஏதாச்சும் உதவி செய்யனும்னு வந்தாராம். சரிங்க சாமி... சரிங்க சாமி...”

என்று பேசிமுடித்தவன் அலைபேசியை மீண்டும் இடுப்பில் வேஷ்டிக்கு நடுவே செருகி வைத்துவிட்டு விஜயனைப் பார்த்துப் புன்னகைத்தான்.

“வாங்க ஸார், சாமி உங்களுக்கு சுத்திக் காட்டச் சொல்லி இருக்காரு...”

விஜயன் திரும்பி கான்ஸ்டபிள்களிடம் “நீங்க இங்கயே வெய்ட் பண்ணுங்க. நான் போயி பாத்துட்டு வரேன்...” என்றபடியே

அந்த இளைஞனுடன் நடந்தார்.

ப்ரேயர் ஹால், நோயாளிகளின் குடில், விடுதி ஊழியர்களுக்கான குடில் என ஒவ்வொன்றையும் பார்த்தவர் சமைக்கிற இடத்தையும் துணிகளைத் துவைப்பதற்காக ஓடையை ஒட்டி அமைக்கப்பட்டிருந்த கல்மேடையையும் பார்த்தார்.

“ஏதாச்சும் எமர்ஜென்ஸின்னா எப்பிடி இங்க இருந்து ஆஸ்பத்திரிக்குக் கூட்டிட்டு வருவீங்க..” என விஜயன் சாதாரணமாகக் கேட்க, “நம்ம வண்டி இருக்கு ஸார்...” என அந்த இளைஞன் ஒரு கூரையின் அடியில் நிறுத்தப்பட்டிருந்த மாருதி வேனைக் காட்டினான். கோயிலில் விஜயன் பார்த்த அதே வண்டி... ‘ஓ... நல்லதுப்பா... நான் ஏதாச்சும் மினி சைஸ் ஆம்புலன்ஸ் மாதிரி ஒண்ணு வாங்கிக் குடுக்கலாமான்னு தான் யோசிச்சேன்...” என அவர் இழுக்க “கவர்மெண்ட் குடுக்கற சம்பளத்துல அதுக்கெல்லாம் உங்களால முடியுமா ஸார்...” என இளைஞன் கேலியாகக் கேட்டான். விஜயன் சிரித்தபடியே “எங்கப்பா சேத்த சொத்து நிறைய இருக்கே..” என்றார். அங்கிருந்து நகர எத்தனிக்கையில் மாருதி வேனுக்கு அருகில் ஏதோவொன்று நீலநிற தார்ப்பாய் ஷீட்டால் மூடப்பட்டிருப்பதைக் கவனித்தவர் “அது என்னப்பா?” என சந்தேகத்தோடு கேட்டார்... “அது நம்ம பழைய வண்டி ஸார்... இப்ப யூஸ் பண்றதில்ல...” என்றான். “என்ன பிரச்சனனு சொல்லுங்க, நா வேணும்னா சரிபண்ணி தரேன்...” என விஜயன் அவனப் பார்க்க, ஒருநொடி அவன் கண்களில் சந்தேகம் வலுத்தது. “அட புது வண்டி வாங்கத்தான் செலவு அதிகமாகும் இது கம்மிதான...” என அவர் கண்ணடிக்க, அவன் தயக்கத்தோடு வண்டியை மூடியிருந்த தார்ப்பால் ஷீட்டை விலக்கினான். ஷாஜி பெண்கள் கடத்தப்பட்டதாகச் சொன்ன அதே வண்டி, கூடலூர் மரக்கடைக்காரர் காணாமல் போனதாகச் சொன்ன அதே வண்டி... விஜயன் தனது மனவோட்டங்களைக் காட்டிக் கொள்ளாமல் “ரைட் தம்பி... இத சரி பண்ணுங்க... என்ன ஆகுமோ அத நான் குடுத்துடறேன்...” என அதனைக் கண்டுகொள்ளாதவாறு அங்கிருந்து விலகி நடந்தார்.

28

அரசாங்கம் கொடுத்ததில் இரண்டு மூன்று மாடுகளைத் தவிர மற்ற அத்தனை மாடுகளும் இறந்துபோயின. இறந்த மாடுகளைப் புதைத்த மேடுகள் ஊரின் எல்லையில் அச்சுறுத்துவது போலிருந்தன. இரவின் பேரமைதியில் கேட்க முடிந்த வினோத சத்தங்களால் பணியர்கள் உறக்கம் தொலைத்தனர். பேய் இறங்கியதைக் கண்டுவிட்ட மிரட்சியிலிருந்ததால் தோட்ட வேலைகளுக்குச் செல்கிறவர்கள் சோர்ந்துபோய் வீடடைந்து கிடந்தனர். வேலைக்கு ஆட்கள் இல்லாமல் தவித்த தாஸ் ஏதாவதொரு வழி செய்ய வேண்டுமென யோசித்தான். ஒரு பக்கம் பூண்டு அறுப்புக்குத் தயாராக இருந்தது, இன்னொருபுறம் கிழங்கு எடுக்கும் பருவம். ரெண்டு வேலைகளும் முடங்கிப் போகத் துவங்கியது.

தாஸ் வரச் சொல்லி அனுப்பினாரென ஒருவன் ஊரிலிருந்த பெரியவர்களை அம்மன் கோயிலுக்கு அழைத்துச் சென்றான். துக்கத்தையும் இழப்பையும் தாண்டிய ஏதோவொன்று அவர்களின் முகங்களில் படிந்துபோயிருப்பதைக் கண்ட தாஸ் நீண்ட தயக்கத்திற்குப்பின் "எனக்கு உங்க கஷ்டமெல்லாம் புரியுது. ஆனா தோட்டத்துல வேல நடக்காம இருந்தா நட்டம் எனக்குத்தான். பூண்டு பருவம், அதோட கிழங்கும்

எடுத்தாகணும். எடுக்காம விட்டுட்டா ரொம்ப நட்டமா போகும். அதனால பெரியாளுக நீங்க ஊர்ல பேசி எல்லாரையும் வேலைக்கு வரச் சொல்லணும்." என்று சொன்னான்.

"சனம் பயந்துபோயிருக்குங்க முதலாளி. அதான் வர யோசிக்கிறாங்க..."

"அதெல்லாம் சரிதான். ஆனா எங்க நெலமையவும் கொஞ்சம் பாருங்க. சரியா கூலி குடுக்கறது மட்டுமில்லாம, நீங்க கேட்டதுக்காக கடனும் குடுத்திருக்கேன்." என்று இந்தமுறை தாஸ் கொஞ்சம் குரலை உயர்த்திப் பேச ஊர்க்காரர்கள் அமைதியானார்கள். ஒரு பெரியவர் நிலமை கைமீறிப் போய்விடக் கூடாதென்கிற எச்சரிக்கையில் "சரிங்க முதலாளி, நான் பாடில பேசி நாளைல இருந்து வேலைக்கு வரச் சொல்றேன்..." என்று சொன்னார். எல்லோருக்கும் நன்றி சொல்லிவிட்டு எழுந்த தாஸ் "நான் ஒரு யோசன சொல்லட்டுமா?" என வந்திருந்தவர்களைப் பார்த்துக் கேட்டான். அவர்கள் என்ன ஏதென புரியாமல் பார்க்க, "பேசாம மலையாள மந்திரவாதி யாரையாச்சும் கூட்டிட்டு வந்து மந்திரிச்சு விட்றலாம். கெட்டது இருந்தா ஓட்டி விட்றுவான்..." என்று சொல்ல ஊர்க்காரர்கள் அவனை புதிராகப் பார்த்தார்கள்.

"எங்க ஆளுகளுக்கு அதெல்லாம் பழக்கமில்ல மொதலாளி. எதுவா இருந்தாலும் கூளி பாத்துக்குவா..." ஒரு பெரியவர் அடக்கமாகச் சொல்ல, "எனக்கும் தெரியும் பெரியவரே. இந்த ஒரு வாட்டி முயற்சி பண்ணி பாருங்களேன்..." என அவன் சொல்ல ஊர்க்காரர்கள் அமைதியாய் நின்றனர். "செலவ நானே பாத்துக்கறேன்." என தாஸ் இன்னொரு முறை சொல்ல, "நாங்க பண்ட்டா கிட்ட பேசிட்டுச் சொல்றோம் முதலாளி. மசினகுடி வர போயிருக்காரு. வரட்டும்..." என்று சொல்லி, ஊர் ஆட்கள் உரையாடலை முடித்துக் கொண்டனர்.

அந்தி சாயும் நேரமாய் பண்ட்டா ஊருக்குத் திரும்பியபோது ஊர்க்கார பெரியவர்கள் தாஸ் வந்துவிட்டுப் போனதையும், மலையாள மந்திரவாதி விஷயத்தையும் சொல்ல, பண்ட்டா எரிச்சலானார்.

“வேலைக்கு வான்னு கூப்ட்டா அதோட நிறுத்திக்கனும். அதென்ன அவனக் கூட்டிட்டு வரேன், இவனக் கூட்டிட்டு வரேன்னு அகராதித்தனமா பேசறது...”

அவருக்கு ஆத்திரத்தில் உடல் நடுங்கியது.

“எல்லாம் நம்ம தப்பு, எல்லாத்துக்கும் அவங்கிட்ட போய் நிக்கிறம்ல... அதான் திமிரெடுத்துப்போயி பேசி இருக்கான்.”

என்றவர் கூடியிருந்த ஆட்களிடம் “மாடுக போனது போயிடுச்சு. சர்க்காரு கிட்ட பணம் வாங்கற வேல ஒரு பக்கம் இருந்தாலும் தோட்டத்து வேலைகளுக்குப் போகவேண்டிய ஆளுங்க போங்க. நம்மளுக்கும் வேற வழி இல்லயே...” என்றார்.

“மாடு வாங்கினவன் நேர்ல வந்தாதான் காசு குடுப்பேன்னு சர்க்கார்ல சொல்றானுங்களே பண்ட்டா. அப்பறம் எப்பிடி அலையாம இருக்க முடியும்?”

“நீதான அங்க போற, வீட்டு ஆளுகள வேலைக்கு அனுப்பி விடு... பத்துப் பதினஞ்சுநாள் போகட்டும் பாத்துக்கலாம்...” என்று சொல்லிவிட்டு பண்ட்டா தன் குடிசை நோக்கி நடந்தார்.

★★★

விஜயன் மூக்குப்பொடியின் ஆஸ்ரமத்திற்குள் முழுமையனா தேடுதல் வேட்டை நடத்த அனுமதி கேட்டிருந்தார்.

“விஜயன் என்ன காரணத்துக்காக ஆஸ்ரமத்த ஸர்ச் பண்ணணும்னு கேக்கறீங்க? வேலீட் ரீசன் இல்லாமப் போனா பெரிய இஷ்யூவா ஆகிடும்...” நீதிபதி தயங்கினார்.

“ஸார், கேரளால காணாமப் போன பொண்ணுங்களுக்கும் இந்த ஆஸ்ரமத்துக்கும் கண்டிப்பா ஏதோ கனெக்‌ஷன் இருக்கு. ஃபுல்லா ஸெர்ச் பண்ணா மட்டுந்தான் நமக்கு எவிடென்ஸ் கிடைக்கும்...”

விஜயன் அதுவரை தான் பார்த்திருந்த அவ்வளவையும் நீதிபதியிடம் எடுத்துச் சொல்ல, “சரி எதுக்கும் ரெண்டு நாள் வெய்ட் பண்ணுங்க..” என்று சொல்லி தற்காலிகமாக அனுமதி கொடுப்பதை நிறுத்தி வைத்தார்.

ஏமாற்றத்தோடு காவல் நிலையத்திற்குத் திரும்பிக்கொண்டிருந்த விஜயனுக்கு அவரது மனைவியிடமிருந்து அழைப்பு வந்தது.

“சொல்லும்மா...”

“ உடனே வீட்டுக்கு வர்றீங்களா?”

“அப்பிடி என்ன அவசரம்? இப்பத்தான் ஜட்ஜ பாத்துட்டு ஸ்டேஷன் போயிட்டு இருக்கேன்...”

ஏமாற்றமும் சோர்வும் அவரிடம் வெறுப்பாய் வெளிப்பட்டது.

“சின்னவனுக்கு உடம்பு ரொம்ப முடியல. கண்ணெல்லாம் மேல போயிருச்சு... வயிறு வேற உப்பிட்டு போகுது... எனக்குப் பயமா இருக்கு...”

அதிர்ந்துபோன விஜயன் “என்னம்மா சொல்ற? காலைல நல்லாத்தான இருந்தான்... சரி நான் உடனே வீட்டுக்கு வரேன்... நீ பயப்படாம இரு...”

விஜயனின் வண்டி வீட்டு வாசலுக்கு வந்தபோது அவரின் மனைவி ‘வினோத்து... வினோத்து...’ என பதற்றத்தோடு அலறும் சத்தம் கேட்க, விஜயன் இறங்கி அவசரமாய் வீட்டிற்குள் ஓடினார். முன்னறையிலிருந்த சோஃபாவில் படுத்திருந்த வினோத் உடல் அதிர்ந்து துடித்தான். வாயில் நுரைதள்ளியது. வயிறு எப்போதுமில்லாதபடி உப்பிப் போயிருந்தது. விஜயன் பதற்றத்தோடு அவனுக்கருகில் உட்கார்ந்து அவன் கன்னத்தில் தட்டி எழுப்பினார்.

“தம்பி... டேய்... என்னடா ஆச்சு... தம்பி...”

அந்தச் சிறுவனின் கருவிழிகள் மேலேறி முகம் வீங்கி பார்க்கவே விகாரமாயிருந்தான். வினோதமான அரற்றல் மட்டுமே அவனிடமிருந்து பதிலாய் வெளிப்பட்டுக் கொண்டிருக்க, விஜயன் தாமதிக்கக் கூடாதென அவனை அப்படியே தூக்கிக் கொண்டு ஓடினார். வாசலில் காத்துக்கொண்டிருந்த ட்ரைவர் விஜயன் மகனைத் தூக்கிக்கொண்டு வருவதைப் பார்த்து மிரண்டுபோனான்.

“ஐயா தம்பிக்கு என்னாச்சுங்கய்யா...”

ட்ரைவர் காரின் கதவைத் திறந்துவிட, “பேச நேரமில்ல.. வண்டிய எடு... உடனே ஹாஸ்பிடல் போகணும்...”

ட்ரைவர் பரபரப்போடு வண்டியைக் கிளப்ப விஜயனின் மனைவி வேகமாக வாசலுக்கு ஓடிவந்தார்.

“நீங்க யாரும் வரவேணாம்... நான் பாத்துக்கறேன்...” என விஜயன் ஜன்னல் வழியாய்க் கத்த, வண்டி வேகமாய் மேட்டிலிருந்து இறங்கி காணாமல் போனது.

வண்டியிலிருந்து வினோத்தைத் தூக்கிக்கொண்டு மருத்துவமனைக்குள் ஓடியபோது அவன் முன்னை விடவும் எடை கூடிப்போயிருந்தான். அவரால் அவனைத் தூக்க முடியாமல் தடுமாறிக் கீழே போட்டுவிட மருத்துவமனை வளாகத்திலிருந்தவர்கள் எல்லாம் பதறிப்போனார்கள். கீழே விழுந்த வினோதின் உடலில் நரம்புகள் முறுக்கேறி அவன் உடல் வெவ்வேறு திசைகளில் சென்று திரும்பியது....

“ஏய்ய்யவ்க்க்க்ஜஹ்ஹ்க்ஹ்க் .... ஹ்யுகுஅச்கஷ்ச்ய்ச்ச்ச்’ என வினோத சத்தங்களை எழுப்பியபடி கால்களையும் கைகளையும் ஊன்றி நான்கு கால் மிருகம் போல் நின்றவன் மீண்டும் சுருண்டு விழுந்தான். அருகிலிருந்த பெண்ணொருத்தி அவன் செய்வதைப் பார்த்து அரண்டுபோய்க் கத்த, அதற்குள்ளாக ட்ரவைர் ஒரு தள்ளுவண்டியைக் கொண்டு வந்தான் .விஜயனும் அவனுமாகச் சேர்ந்து வினோத்தைத் தூக்கி வண்டியில் கிடத்தினார்கள்.

நடந்த களேபரங்கள் பெரும் சத்தமாய் மாறி மருத்துவமனையிலிருந்த ஆட்கள் ஆளுக்கொரு திசையில் ஓட, சத்தம் கேட்டு மருத்துவர் தனது அறையிலிருந்து அவசரமாக வந்தார். “வாட்ஸ் ஹாப்பனிங் ஹியர்... இதென்ன ஹாஸ்பிடலா? இல்ல சந்தக்கடையா? கசகசன்னு கத்திட்டு இருக்கீங்க...” எனச் சத்தம் போட்டவர் அந்த வளாகத்தில் விஜயனைத் தவிர யாருமே இல்லையென்பதைக் கவனித்தார்.

“இன்ஸ்பெக்டர் ஸார்... என்னாச்சு? “ என்று கேட்டபடியே தள்ளுவண்டியை நோக்கி நடந்து வந்தார்.

“ஸார். என் பையனுக்கு எதோ ஆகிடுச்சு... கொஞ்சம் என்னனு பாருங்க ஸார்...”

விஜயன் நடுக்கத்தோடு சொல்ல, டாக்டர் வினோத்தை நெருங்கி அவன் கண்களைப் பார்த்தார். கருவிழிகள் காணாமல் போய் வெள்ளைப் பகுதி மட்டுமே ஆக்ரமித்திருக்க, “தம்பி இங்க பாரு... என்னயப் பாரு... உன் பேரென்ன..? என்றபடியே வலது கண்ணுக்குக் கீழ் விரலை வைத்துப் பார்வையை சோதிக்க முயன்றார்.

சடக்கென தலைசுற்றி வினோத்தின் அரற்றல் அதிகமானது... அவனது உடல் வீக்கத்தோடு உடலிலிருந்து வரத் துவங்கியிருந்த வினோத வாடையையும் கவனித்த மருத்துவர், திரும்பி விஜயனிடம் “என்ன சாப்ட குடுத்தீங்க?” எனக் கேட்டார்.

“எப்பவும் போலத்தான் ஸார்..” விஜயன் நடுக்கம் குறையாமல் சொல்ல, மருத்துவர் வினோத்தின் பனியனை சிரமத்தோடு விலக்கி அவனது வயிற்றைத் தொட்டுப் பார்க்க, வினோத்தின் கை மருத்துவரின் கையைப் பற்றியது... அப்படியே அந்தக் கையை வளைத்து மணிக்கட்டோட உடைத்தவன் முன்னைவிடவும் சத்தமாக அலற, கை உடைந்த வலியில் மருத்துவரும் அலறத் துவங்கினார்...”

பார்த்துக் கொண்டிருந்த விஜயனுக்கும் ட்ரைவருக்கும் தூக்கிவாரிப்போட்டது. மருத்துவரின் அலறல் சத்தம் கேட்டு ஓடிவந்த மருத்துவமனை ஊழியர்கள் அவசரமாகத் தூக்கிக் கொண்டு ஓட, என்ன செய்வதெனத் தெரியாமல் விஜயன் குழம்பி நின்றார்.

“ஸார் உடம்பு சரி இல்லாத மாதிரி தெரியல ஸார்.. யாரோ எதோ செஞ்சிட்டாங்க... தம்பி உடம்புல வேற ஏதோ வந்துடுச்சு ஸார்...”

ட்ரைவர் அலற, “யோவ் போலிஸ்காரன மாதிரி பிஹேவ் பண்ணுய்யா...” என விஜயன் சத்தம் போட்டு அமைதிப்படுத்தினார்.

“டேய் தம்பி ... என்னடா... ஆச்சு.. ஏண்டா இப்பிடில்லாம் செய்ற?...” என வினோத்தின் முன்னால் மண்டியிட்டு விஜயன் கண்ணீரோடு கேட்க, வினோத் உடல் அதிர அவரை எட்டி உதைத்தான். பெரிய ஆலமரம் ஒன்றால் தாக்கப்பட்டதுபோல் விஜயன் உருண்டு தூரமாயிருந்த சுவரில் மோதி விழுந்தார். பார்த்துக்கொண்டிருந்த அவரது ட்ரைவர் அலறியடித்துக் கொண்டு ஓட, சரியாய் அதே நேரத்தில் விஜயனின் மனைவி அங்கு வந்து சேர்ந்தார்.

29

மயக்க மருந்துகளின் உதவியோடு வினோத் ஆழ்ந்த உறக்கத்திலிருந்தான். அந்த அறைக்கு வெளியில் குழப்பங்களோடு அமர்ந்திருந்த விஜயன் தன்னை இயல்பிற்குக் கொண்டுவர முடியாமல் போராடிக்கொண்டிருந்தார். யதார்த்தத்திலிருந்து துண்டித்துக்கொள்ளும் திராணியில்லாமல் நடந்த எந்தவொன்றையும் நம்ப மறுத்து கேள்விகளைக் கேட்டுக் கொண்டிருந்தது அவரது மனம். மருத்துவமனை ஊழியன் ஒருவன் தயங்கியபடியே அவருக்கு அருகில் வந்து "ஸார் உங்க ஸ்டேஷன் எஸ்.ஐ. உங்களப் பாக்கணும்னு வந்திருக்காரு..." என்று சொல்ல, சிந்தனையிலிருந்து துண்டித்துக்கொண்ட விஜயன் "வர்றேன்னு சொல்லுங்க..." என்றபடியே கைக்குட்டையால் முகத்தைத் துடைத்துக்கொண்டு எழுந்தார்.

மருத்துவமனை வாசலில் ஒரு ஓரமாய் நின்றிருந்த வாகனத்தின் அருகில் சிகரெட் புகைத்துக் கொண்டிருந்த எஸ்.ஐ முருகேசன் இவரைக் கண்டதும் சிகரெட்டை ஓரமாகத் தூக்கி எறிந்தார். இருளடைந்து கிடந்த விஜயனின் முகத்தைப் பார்க்க முருகேசனுக்கு வருத்தமாய் இருந்தது. "இப்ப எல்லாம் ஓகே வா ஸார்? கான்ஸ்டபிள் வந்து சொன்னப்போ நாங்க எல்லாரும் மிரண்டுபோயிட்டோம்.. திடீர்னு எப்பிடி ஸார் இதெல்லாம்?" அவர் படபடப்போடு கேட்க, விஜயன் அமைதியாய் அவரைப் பார்த்தார்.

"நீங்க கேக்கற கேள்விக்கான பதிலத்தான் நானும் தேடிட்டு இருக்கேன் முருகேசன்."

"டாக்டர்ஸ் என்ன சொல்றாங்க ஸார்? இஸ் திஸ் எனி சைக்கிக் இஷ்யூ?"

"அவங்களுக்கும் தெரியல.... வினோத்தோட உடம்புக்கு அவன் ரியாக்ட் பண்ண எதுவுமே சம்பந்தமில்லாம இருக்கு... இப்பதைக்கி செடக்ஷன் குடுத்து படுக்க வெச்சிருக்காங்க. ஒரு டூ டேஸ் ஸ்டடி பண்ணா மட்டுந்தான் என்ன ஏதுன்னு சொல்ல முடியும்னு சொல்றாங்க..."

விஜயன் துக்கத்தில் பேச்சற்றவராய் தடுமாற, முருகேசன் அவசரமாய் "ஸார் ப்ளீஸ், ரொம்பப் போட்டு குழப்பிக்காதிங்க. பயப்படற மாதிரி தம்பிக்கு எதுவும் ஆகிடாது..." என்றார்.

சிரமத்தோடு தன்னை இயல்பாக்கிக்கொண்ட விஜயன் "முருகேசன் ஒரு சிகரெட் குடுங்க..." என்று கேட்க, எஸ்.ஐ ஆச்சர்யமாகப் பார்த்தார்.

"ஸார் நீங்க ஸ்மோக் பண்ண மாட்டீங்களே ஸார்..."

"பரவால்ல குடுப்பா..."

விஜயனுக்கு எதிலாவது தன்னைக் கரைத்துக்கொண்டு வெளியேற்றிவிட வேண்டுமென்கிற தவிப்பு. முருகேசன் அவசரமாய் சிகரெட் பெட்டியிலிருந்து ஒரு சிகரெட்டை எடுத்துக் கொடுத்தான். விரல்களிலிருந்த நடுக்கத்தை மறைத்தபடி விஜயன் சிகரெட்டைப் பற்றவைத்து புகைக்கத் துவங்கினார். எரிந்துகொண்டிருந்த மனதிற்கு நிகோடின் புகை இனம்புரியாததொரு ஆறுதலைக் கொடுத்தது. புகைத்துப் பழக்கமில்லாததால் ஓரிருமுறை இருமினார். கண்கள் சிவந்து கண்ணீர் திரண்டது. பின்பு நிதானமாக புகையை வாய்க்குள் நிறுத்தி வெளியேற்றியபோது சிகரெட் தனக்குப் பழகிப்போனதொன்றாய் உணர்ந்தார்.

"முருகேசன், உங்களுக்கு இந்த ப்ளாக் மேஜிக் ல எல்லாம் நம்பிக்க இருக்கா?"

என்று விஜயன் கேட்க, எஸ்.ஐ தடுமாறி “ஸார்…” என அவரைப் பார்த்தார்.

“அதாங்க இந்த செய்வென வெக்கிறது? ஏவல் பில்லி சூனியம் இந்த மாதிரி?”

“இல்ல ஸார்..,.. ஆனா நிறைய கேள்விப்பட்டிருக்கேன்.”

“ம்ம்ம்.. எனக்கு நம்பிக்க இல்ல. ஆனா வீட்ல எல்லாருமே இது ப்ளாக் மேஜிக் வேலையாத்தான் இருக்கும்னு சொல்றாங்க… எத நம்பறதுன்னு தெரியாம குழம்பிப் போயிருக்கேன், ஏதாச்சும் யோசன சொல்லுங்க…”

கடைசி இழுப்பிற்குப்பின் சிகரெட்டை காலடியில் போட்டு அணைத்தவர், முருகேசனைப் பார்த்தார்.

“ஸார் அன்னிக்கி ஃபாரஸ்ட்ல ஒருத்தர் வந்தாரே, பாடிய ஐடிட்டண்டிஃபை பன்றப்போ… அவர வேணும்னா வரவெச்சுப் பாக்கலாமா?”

முருகேசன் தயக்கத்தோடு கேட்க, “அப்போ நீங்களும் இது ப்ளாக் மேஜிக்காதான் இருக்கும்னு நம்பறீங்கல்ல..” என்று விஜயன் கேட்டார்.

“ப்ளாக் மேஜிக் பொய்யா உண்மையா தெரியல ஸார்.. ஆனா தம்பிக்கு நடக்கறதப் பாத்து உண்மையா இருந்துடக் கூடாதுன்னு பயமா இருக்கு…”

முருகேசனின் மனநிலையில்தான் சற்றேறக்குறைய தானுமிருப்பதை உணர்ந்திருந்ததால் ‘சரி அவர வர வைக்கிறதுக்கு ஏற்பாடு பண்ணுங்க…’ என்று சொல்லிவிட்டு விஜயன் மீண்டும் மருத்துவமனைக்குள் சென்றார்.

பிற்பகலுக்குப்பின் வெயில் குறைந்து தூறல் போடத் துவங்கியிருந்தது. விஜயன் சோர்ந்துபோய் சன்னமான ஒலியில் தொலைக்காட்சியில் ஓடிக் கொண்டிருந்த செய்திகளைப் பார்த்துக் கொண்டிருந்தார். அதில் கவனம் நிற்காமல் அலைபேசியில் பில்லி சூனியம் குறித்து தேடி வாசித்தார். அவ்வப்போது வாசிப்பதும், பிறகு அதிலிருந்து

துண்டித்துக்கொள்ள தொலைக்காட்சியைப் பார்ப்பதுமாய் இருந்தவரை நெருங்கி வந்த அவரது மனைவி "யாராச்சும் வர்றாங்களா?" எனக் கேட்டார். வெறுமனே ஆமென்று தலையசைத்த விஜயன் மீண்டு அலைபேசியில் கவனத்தைத் திருப்பினார். செய்வினையால் நிகழ்ந்த சம்பவங்களைப் படிக்க படிக்க அதன் மீதான அவநம்பிக்கையே அதிகமானது. எரிச்சலோடு அவற்றிலிருந்து துண்டித்துக் கொண்ட நேரத்தில் முருகேசனிடமிருந்து அவருக்கு அழைப்பு வந்தது.

"சொல்லுங்க முருகேசன்..."

"ஸார் மாந்திரீகம் பன்றவர கூட்டிட்டு வந்திருக்கேன்..."

விஜயன் அவசரமாக ஜன்னல் வழியே எட்டிப் பார்த்தார். சாதாரண வேஷ்டி சட்டை அணிந்து கையில் துணிப்பை வைத்திருந்தவரைப் பார்த்தால் கண்டிப்பாக யாருக்கும் சந்தேகம் வராது.

"முருகேசன் அவர மட்டும் மேல அனுப்பி வைங்க..." என்று சொல்லிவிட்டு விஜயன் இணைப்பைத் துண்டித்தார்.

அடுத்த சில நிமிடங்களில் அந்தப் பெரியவர் படியேறி விஜயன் நின்றிருந்த இடத்திற்கு வந்தார். சலனமில்லாத முகம். கடந்தமுறை அவரை இத்தனை கவனமாகப் பார்த்திருக்கவில்லை என்பது விஜயனுக்குப் புரிந்தது. "நமஸ்காரம் ஸார்..." என்றபடியே சுற்றிலும் ஒருமுறை பார்த்தார். ஆட்கள் யாருமில்லை என்பதை உறுதிசெய்துகொண்டபின் "உங்க பையன எங்க வெச்சிருக்கீங்க?" என்று கேட்டார்.

"எங்கூட வாங்க..." என்று சொல்லியபடியே விஜயன் முன்னால் செல்ல, மந்திரவாதி அவரைத் தொடர்ந்தார். அறை வாசலில் அமர்ந்திருந்த விஜயனின் மனைவி மந்திரவாதியைக் கவனித்து கேள்விகளோடு விஜயனைப் பார்க்க "நீ இங்கியே இரு..." என்று சொல்லிவிட்டு கதவைத் திறந்துகொண்டு விஜயனும் மந்திரவாதியும் மட்டும் உள்ளே சென்றார்கள்.

படுக்கையில் சுருண்டு கிடந்த வினோத்தை மந்திரவாதி சுற்றி வந்து பார்த்தார். அவன் படுத்திருந்த விதம் மந்திரித்த

சக்கரத்தைக் களைத்துப்போட்டது போன்ற அமைப்பிலிருந்தது. அவனது கால்களில் ஏற்பட்டிருந்த வீக்கத்தையும் கைவிரல்களின் நகக் கண்களில் ரத்தம் கண்டிப் போயிருந்ததையும் நிதானமாக கவனித்தவர் பாதி மயக்கத்தில் கிடந்த அவனது வலது கண்ணை ஒரு விரலால் விலக்கிப் பார்த்தார். வெண்மையும் சிவப்புமில்லாத வேறு நிறம் கருவிழியைச் சுற்றிப் படர்ந்துபோயிருந்தது. இறுதியாக வினோத்தின் உள்ளங்கையை எடுத்துப் பார்த்தபோது அந்தப் பிஞ்சுக் கை கருப்படைந்து போயிருந்தது.

“ஸார் வாங்க வெளில போவோம்...”

என்றபடியே அவர் கதவைத் திறந்துகொண்டு வெளியே செல்ல, விஜயன் அவசரமாகத் தொடர்ந்தார். அறைக்கு வெளியே பதற்றத்தோடு காத்துக் கொண்டிருந்த விஜயனின் மனைவி “என்னாச்சுங்க? என் பையனுக்கு ஒண்ணுமில்ல ல...” என்று கேட்க “பயப்படாதிங்கம்மா ஒண்ணும் ஆகாது...” என்றபடியே மந்திரவாதி கடந்து சென்றார்.

அந்த வளாகத்தின் இன்னொரு எல்லைக்குச் சென்றபின் தன்னை ஆசுவாசப்படுத்திக் கொண்ட மந்திரவாதி “ஸார், இது ப்ளாக் மேஜிக் தான். உங்கள பயமுறுத்தணும்னு நெனைக்கிற யாரோ ஒருத்தர்தான் இத செஞ்சிருக்கணும். முழுசா அழிக்கணும்னு நெனச்சிருந்தா வேற மாதிரி செஞ்சிருப்பான். ஆனா உங்க குழந்தைய வெச்சு உங்களப் பயமுறுத்துறதுதான் அவனோட நோக்கமா இருந்திருக்கு...”

“இப்போ நாம என்ன செய்றதுங்க...”

“உங்க வீட்டுக்குப் போகணும்?”

“வீட்டுக்கா?”

“ஆமா... செய்வென வெச்சவென் உங்க வீட்டச் சுத்தி இருக்க ஏதோ எடத்துலதான் வெச்சிருக்கணும். ரொம்ப நாளா உங்கள கண்காணிச்சுட்டு இருக்கற யாரோ ஒருத்தர்தான் இத செஞ்சிருக்கணும். எந்த இடத்துல அந்தச் செய்வென இருக்குன்னு பாத்து அத மொதல்ல எடுக்கணும்..”

“ஆனா பையன இப்பிடி ஹாஸ்பிடல்ல விட்டுட்டு நான் எப்பிடிங்க வர்றது?”

விஜயன் குழம்பி நிற்க,

“சரி நீங்க இங்க இருங்க... எங்கூட முருகேசன் ஸார அனுப்பி வைங்க... அப்பறம் வீட்ல வேற யாராச்சும் இருந்தா அவங்கள கிளம்பிப் போகச் சொல்லிடுங்க...” என்று மந்திரவாதி சொன்னார்.

“சரிங்க... அஞ்சு நிமிஷம் டைம் குடுங்க... நான் எல்லாத்தையும் செட் பண்ணிட்டு வர்றேன்...” என்று விஜயன் விலகி நடக்க, அருகிலிருந்த இரும்பு நாற்காலியில் அமர்ந்துகொண்ட மந்திரவாதி பையிலிருந்து வெற்றிலை மடிப்பை எடுத்து வாயில் ஒதுக்கிக்கொண்டார்.

முருகேசன் மந்திரவாதியோடு கிளம்பிச் சென்று ஒரு மணிநேரத்திற்குப்பின் மருத்துவர் வந்து வினோத்தை பரிசோதித்தார். அவனுடலில் எந்த மாறுதலுமில்லாமல் இருந்ததைக் கண்டு கவலையடைந்தவர் “விஜயன், இன்னிக்கி ஈவ்னிங் வர பாத்துட்டு ஊட்டி இல்ல கோயமுத்தூர் ஹாஸ்பிட்டலுக்குக் கூட்டிட்டுப் போயிடறீங்களா?” என்று கவலையோடு சொன்னார்.

“என்னாச்சு டாக்டர்? இம்ப்ரூவ்மெண்ட் இல்லியா?”

“ம்ஹூம்.. என்ன பிரச்சனைன்னு தெரிஞ்சாதான் ட்ரீட்மெண்ட் குடுக்க முடியும். அதையே கண்டுபிடிக்க முடியல... சும்மா செடக்ஷன் மட்டுமே குடுத்துட்டு இருக்கறதுல எந்த யூஸூம் இல்ல...”

வருத்தத்தோடு சொல்லிவிட்டுச் சென்றார்.

அடுத்து என்ன செய்வதென்கிற கேள்விகளோடு விஜயன் மருத்துவமனை வளாகத்தில் முன்னும் பின்னுமாய் நடந்து கொண்டிருந்தார். முருகேசனின் அழைப்பை எதிர்பார்த்து மனம் பரபரத்தது. அவரது பதற்றத்தைக் கண்டு சகிக்கமுடியாமல் “நான் சொல்றதக் கேளுங்க. ஹாஸ்பிட்டல் வேணாம், பேசாம வீட்டுக்குப் போயிரலாம்...” என அவரது மனைவி சொன்னாள்.

"கொஞ்சம் பொறுமையா இரு... நீ சொன்னதுக்காக ஒருத்தர வரச் சொல்லி பாக்கச் சொல்லிட்டேன். அவங்க அவங்களோட வேலைய செய்யட்டும். நாம மெடிகலா இத எப்பிடி ஹேண்டில் பன்றதுன்னு யோசிப்போம்" என்றார். அவரது மனைவி சோர்வோடு விலகிச் செல்ல, நாற்பது வயது மதிக்கத்தக்க பெண்ணொருத்தி மெல்ல அவரை நோக்கி வந்தாள். கைத்தறிச் சேலை அணிந்த மெலிந்த உருவம். மஞ்சள் பூசிக் குளித்த முகத்தில் பிரகாசமாய் பெரிய பொட்டு. "வணக்கம் ஸார்..." என்று சொன்னபோதுதான் குரலிலிருந்த பிசிறை உணர்ந்து பெண்ணல்ல, திருநங்கை என்பதை விஜயன் புரிந்துகொண்டார்.

"யாரும்மா நீங்க?... ஏதாச்சும் புகார் குடுக்கணும்னு ஸ்டேஷன்ல வந்து பாருங்க." என்று சொல்லிக் கடக்க நினைத்தார்.

"உங்களப் பாக்கணும்னுதான் தேடி வந்திருக்கேன் ஸார்..."

"என்னயவா?"

"ஆமா ஸார்... ராஜன் விஷயமா.." என்றபடியே அவரது கண்களைப் பார்த்தாள். விஜயன் அந்த நொடியே சுதாரித்து "ராஜன் விஷயமாவா?" எனக் கேட்டார்.

"ஆமா... என் பேரு வைதேகி, எனக்கு ராஜன் நல்ல பழக்கம்."

"நல்ல பழக்கம்னு சொல்றீங்க... அவர் செத்து இத்தன நாளைக்கு அப்பறம் வந்திருக்கீங்க..."

"வர முடியாத சூழல் ஸார்... ஆப்ரேஷனுக்காக வெளியூர் போயிருந்தேன். ரெண்டு நாள் முன்ன திரும்பி வந்தப்போதான் எல்லா விஷயமும் தெரிஞ்சது..."

என்று சொன்னபோது விஜயன் அவளது நிலையைப் புரிந்து கொண்டார்.

"சொல்லுங்க... என்ன சமாச்சாரம்...?"

"ஸார் ஒரு டீ குடிக்கலாமா?"

வைதேகி அவரது பதிலுக்குக் காத்திராமல் நடக்க, விஜயன் அவளைத் தொடர்ந்தார்.

30

மோயாரில் நீண்ட காலங்களுக்குப் பின்னால் பெய்த பெருமழையால் பணியர் பாடியில் வீடுகள் சேதாரமாகிப் போயின. காற்றில் அடித்துச் செல்லப்பட்ட கூரைகள் மலையின் வெவ்வேறு எல்லைகளில் சிதறிக் கிடக்க, கூரையில்லாத வீடுகளும், உடைந்த மரங்களுமாய் போர் முடிந்த நிலம்போல் காட்சியளித்தது. சரிவில் நீர் தேங்கியிருக்காதபோதும் ஏராளமான பள்ளங்கள் உருவானதால் மழை நீர் தேங்கிக் கிடந்தது. மசினகுடியிலிருந்து வந்த அரசு அதிகாரிகள் ஓரிருமுறை பார்வையிட்டுச் சென்றனர். உள்ளூர் அரசியல்வாதிகள் அனுப்பிவைத்த உணவுப்பொட்டலங்களிலும், தார்ப்பாலின் சீட், மெழுகுவர்த்தி கட்டுகள், பிஸ்கட் பாக்கெட் போன்றவற்றிலும் மறக்காமல் எதெது எந்தக் கட்சியிலிருந்து அனுப்பப்பட்டதென்பதை உணர்த்தும் வகையில் ஸ்டிக்கர் ஒட்டப்பட்டிருந்தது. “இதென்ன கருமம், எல்லாத்துலயும் இவிய்ங்க மூஞ்சிகளத்தான் ஒட்டி வெச்சிருக்காங்க...” என எரிச்சலோடு ஒவ்வொன்றையும் பிரித்துப் பகிர்ந்து கொண்டார்கள். பாடியில் எல்லோரது வீட்டிற்கும் முன்பாக மேட்டிலிருந்ததால் பண்ட்டாவின் குடிசை மொத்தமாய் சரிந்துபோயிருந்தது. மணலும் உடைந்த மரங்களுமாய்

சிதறிக்கிடந்த வீட்டை பணியர்கள் முதல் வேலையாய் சரி செய்து கொடுத்தார்கள். கடும் மழையில் நனைந்ததில் பண்ட்டா காய்ச்சல் கண்டு விழுந்தார்.

தாஸூம் அவனது தம்பியுமாகச் சேர்ந்து கூரையில்லாத வீடுகளுக்கு தார்ப்பாலின் ஷீட்டைக் கொடுத்து தற்காலிகமாக கூரை போட உதவியிருந்தார்கள். சேமிப்பிலிருந்த சமையல் பொருட்கள் அவ்வளவும் மழை நீரில் அடித்துச் செல்லப்பட்டுவிட்டதை அவர்கள் சொல்லாமலேயே புரிந்து கொண்டு தாஸ் ஓரிரு நாட்களுக்குத் தேவையான சமையல் பொருட்கள் எல்லோருக்கும் கிடைக்கும்படி செய்தான். “மத்த மத்த நேரம் நம்மகிட்ட ஒழுங்கா நடந்துக்காட்டியும் இந்த மாதிரி நேரத்துல உதவியா இருக்காருப்பா..’ என பணியர்கள் நன்றியோடு பேசிக்கொண்டார்கள். “நம்மூட்டு நெலமயே மோசமா இருக்கு, இப்பயுமா மத்தவிய்ங்களுக்கு உதவி செய்யணும்..’ என வீட்டிலிருந்தவர்கள் புலம்பியதையெல்லாம் அவன் காதில் வாங்கிக்கொள்ளவில்லை. ஊரின் மேற்கு எல்லையிலிருந்த தாஸின் நெல் வயல் மொத்தமாய் சிதறிப்போயிருந்தது. தோட்டங்களைச் சுற்றிப் போடப்பட்டிருந்த வேலியும், வீட்டைச் சுற்றியிருந்த சுற்றுச்சுவரும் மொத்தமாய் சிதறிப்போயின. தோப்பில் சரிபாதி தென்னை மரங்கள் வேரோடு சரிந்துபோய்விட்டன. தாஸின் உறவினர்கள் வெளியூரிலிருந்து வந்து எல்லாவற்றையும் சீரமைக்க உதவிசெய்தார்கள். ‘இதுல இருந்து எப்பத்தான் மீளப்போறமோ?...” என வீட்டிலிருந்தவர்கள் பேயடித்ததுபோல் முடங்கிக் கிடப்பதைப் பார்த்து “நட்டக்கணக்க பாத்துட்டு இருக்கற நேரமில்ல இது, ஆகற வேலைகள கவனிப்போம்...” என தாஸ் தைரியப்படுத்தினான்.

மழைக்காலத்திற்குப் பிறகு வந்த வெயில் உக்கிரமாயிருக்க, பணியர்கள் வீடுகளை சரிசெய்து தங்களின் இயல்பு வாழ்க்கைக்குத் திரும்பினார்கள். ஓரிரு வாரங்களில் ஊர் நிலைமை சீராக, தாஸின் தோட்டத்தில் விதைப்பாடு முன்னைப்போலவே மும்முரமாக ஆரம்பமாகியது. நெருக்கடியான நேரத்தில் அவன் செய்த நன்றிக்கு கைமாறாக பணியர்கள் தாஸின் வயலில் நேரங்காலம் பார்க்காமல் உழைத்தார்கள். மாடுகளை

வளர்த்தவர்கள் மட்டும் இறந்த மாடுகளுக்கான இழப்பீட்டு பணத்தை வாங்கிவிடும் தீர்மானத்தோடு பண்ட்டாவை அழைத்துக்கொண்டு மசினகுடிக்கு அலையத் துவங்கினார்கள்.

'ஐயா ஊர் நெலம ரொம்ப மோசமுங்க. மழையில வீடெல்லாம் அடிச்சுட்டுப் போயி செரமப்பட்டு இப்பத்தான் சரிபண்ணி இருக்கோம். இந்தக் காசு கெடச்சா எங்களுக்கு ரொம்ப உதவியா இருக்கும்..." என பண்ட்டாவும் அவரோடு சென்றவர்களும் காலில் விழாத குறையாய்க் கெஞ்ச, "சரி நான் உடனே என்னன்னு பாக்கறேன்..." நீங்க எல்லாரும் மாடு குடுத்தப்போ சர்க்காரு குடுத்த காயிதத்தையும் உங்க ஆதார் கார்டையும் கூடவே மாடு செத்துப் போனதுக்கான டாக்டர் சர்டிஃபிகேட்டையும் ஜெராக்ஸ் போட்டுக் குடுத்துட்டுப் போங்க..." என தாசில்தார் சொல்லியனுப்பினார். இந்தமுறை தங்களுக்குச் சாதமாக எல்லாம் நடந்துவிடுமென்கிற நம்பிக்கையோடு பணியர்கள் ஊருக்குத் திரும்பினார்கள்.

★★★

"ராஜன் புலி அடிச்சுதான் செத்தாங்கறத நீங்களும் நம்பறீங்களா ஸார்?"

தேநீர்க் குவளையின் சூட்டை பொருட்படுத்தாமல் உள்ளங்கையில் இறுகப்பற்றியபடி வைதேகி கேட்டாள்.

"சில விஷயங்கள நான் இப்போ பேச முடியாது. நீங்க என்ன காரணத்துக்காக என்னயப் பாக்க வந்தீங்க? அத மொதல்ல சொல்லுங்க..."

தயக்கத்தோடு யோசித்துக்கொண்டிருந்த வைதேகியிடமிருந்து உண்மையைத் தெரிந்துகொண்டுவிடும் ஆர்வத்தில் விஜயன் கேட்டார்.

"ராஜன் காட்ட நல்லா தெரிஞ்சவன் ஸார். புலியோட நடமாட்டம் தெரியாம போயி மாட்டிக்கிற ஆள் இல்ல.

அவன் சாவு கண்டிப்பா கொலயாத்தான் இருக்கணும்...”

“ஓ அதெப்படி இவ்ளோ உறுதியா சொல்றீங்க? ராஜனுக்கு விரோதின்னு யாரு இருக்கப் போறா...?”

“இருக்காங்க ஸார்... அவனுக்கு விரோதி இருக்காங்க.”

தேநீரை அதற்குமேல் குடிக்க விருப்பமற்றவளாய் வைதேகி குவளையை வைத்துவிட்டு விஜயனைப் பார்த்தாள்.

“மனுஷனுக்கு விரோதி புதுசா வாறதில்ல, நல்ல பழகின யாரோதான் விரோதியாகிடறாங்க. ராஜன் யார நல்லவரு, தன்னோட குருன்னு நம்பினானோ அவருதான் அவனோட விரோதி...” வார்த்தைகள் தடுமாறிப்போய் வைதேகி பாதியிலேயே நிறுத்திவிட, “மூக்குப்பொடி சாமியாரையாம்மா சொல்ற?” என விஜயன் அவள் விட்ட இடத்திலிருந்து தொடர்ந்தார். கலங்கிய கண்களோடு அவரைப் பார்த்து ஆமென தலையசைத்தாள்.

“எதவெச்சு அவர ராஜனுக்கு விரோதின்னு சொல்ற? அவன் செத்த அன்னிக்கி சோறு தண்ணி இல்லாம சாமியார் ஸ்டேஷன்லயே கிடந்தாரு தெரியுமா?”

விஜயன சொன்னதைக் கேட்டு வைதேகி சிரித்தாள்.

“உங்க அளவுக்கு நான் படிச்சவ இல்ல ஸார், ஆனா மனுஷங்களத் தெரியும். யார் கண்ணுல கருணை இருக்கு, யார் கண்ணுல வெறி இருக்குன்னு எல்லாத்தையும் ஈசியா தெரிஞ்சுக்குவேன். ஏன்னா என்னயக் கடந்துபோற நூத்துல தொண்ணூறுபேரு ச்சீ திருநங்கதானன்னு வெறுப்பா பாக்கற ஆளுங்கதான். அவங்க வேணும்னா என்னயக் கவனிக்காம போகலாம். நான் ஒவ்வொருத்தரையும் கவனிச்சுக்கிட்டுத்தான் இருக்கேன். சாமியார் நாம நெனைக்கிற மாதிரி சாதாரணமான ஆள் இல்ல. வெளி உலகத்துக்குத் தெரியாத நிறைய ரகசியம் அவரச் சுத்தி இருக்கு. அந்த ரகசியத்தோட சம்பந்தப்பட்ட ஆட்கள உங்களால எதுவும் செய்ய முடியாது. ஏன்னா அவங்களுக்கு சலாம் போடச் சொல்லித்தான் சட்டம் உங்களப் பழக்கி இருக்கு.”

விஜயனுக்கு அவளது நீண்ட உரையாடலைக் கேட்கும் பொறுமையில்லை.

"இந்தா பாரு வைதேகி, நீ சொல்ற கதையெல்லாம் கேக்க நல்லா இருக்கு. ஆனா ஆதாரமில்லாம நான் எதையும் நம்பமுடியாது..."

"ஆதாரம் இருக்கு ஸார். அதனாலதான் ராஜன கொன்னுட்டாங்க. சாமியாரோட வினோதமான பூஜைகள யாருக்கும் தெரியாம ராஜன் தன்னோட போன்ல படம் எடுத்துட்டான். அந்த போன் கெடச்சிடுச்சுன்னா உங்களுக்கு எல்லா விவரமும் புரிஞ்சுடும்..."

வைதேகி சொல்லி முடிக்கும் முன்பாகவே விஜயன் பரபரப்பானார். தேடிக்கொண்டிருந்த குற்றவாளி இப்போது கண்ணுக்கு முன்னாலிருக்கிறான். ஆனால் ஆதாரமில்லாமல் எதுவும் செய்ய முடியாது.

"ராஜனப் பத்தி இவ்ளோ தெரிஞ்சு வெச்சிருக்கீங்க. அப்ப அந்த போன் எங்க இருக்கும்னு உங்களுக்குத் தெரியாதா?"

வைதேகி விரக்தியாக சிரித்தாள்.

"நான் ஆப்ரேஷனுக்குப் போறதுக்கு முன்னாடி வரைக்கும் எங்கிட்டதான் இருந்துச்சு...."

"வாட்?" அதிர்ந்துபோனவராய் விஜயன் அமர்ந்திருந்த இருக்கையிலிருந்து எழுந்து சத்தமாகக் கத்த, கடையிலிருந்தவர்கள் என்னவோ ஏதோவெனத் திரும்பிப் பார்த்தனர். விஜயன் சூழலைப் புரிந்துகொண்டு தன்னை உடனே இயல்பாக்கிக் கொண்டார்.

"அப்டின்னா அந்த போன்ல இருந்த வீடியோவ நீங்களும் பாத்திருக்கீங்களா?"

"ம்ம்ம்..."

"என்ன இருந்துச்சு...?"

"அந்த பயங்கரத்த சொல்ற சக்தி இல்ல ஸார்..."

வைதேகி மிரட்சியோடு பார்த்தாள். அவளது கழுத்திலும் முகத்திலும் வியர்வை பூத்திருந்தது. கடையிலிருந்தவர்கள் தங்களைக் கவனிக்கிறார்கள் என்பது புரிய,

"சரி வாங்க நாம வெளில போவோம்..." என்றபடியே விஜயன் கடையை விட்டு வெளியே வந்தார்.

மருத்துவமனைக்குப் பின்புறமிருந்த மரத்தடியில் ஆள்நடமாட்டமில்லை. வைதேகி அவ்வப்போது திரும்பி யாரும் கவனிக்கிறார்களாவெனப் பார்த்தாள். சாமியாரைப் பற்றிப் பேசிக்கொண்டிருக்கிறோமென்பது எப்போது அவளுடலில் அச்சமாய் ஊர்ந்தது.

"கடைல இருக்கறப்போ தைரியமா பேசினீங்க, இப்ப என்ன?"

விஜயன் சந்தேகத்தோடு கேட்டார்.

"அங்க நம்மள எந்தக் கண்ணு கவனிக்கிதுன்னு நாம கண்டுபிடிச்சுடலாம் ஸார். இங்க கண்டுபிடிக்க முடியாது. அதான்..."

"பயப்படாதிங்க. இங்க யாரும் இல்ல. தைரியமா சொல்லுங்க. அந்த வீடியோவுல என்ன பாத்தீங்க..."

விஜயனின் சொற்கள் வெளிப்பட்ட வேகத்தில் காற்றில் கலந்து கரைந்து மறைய, வைதேகி மனதில் தைரியத்தைத் திரட்டிக் கொண்டாள்.

"நரபலி ஸார்... நரபலி... குருத்து மாதிரி இருக்க புள்ளைங்கள நிர்வாணமா உக்கார வெச்சு பூச பண்ணிட்டு அதுகளோட காது மூக்கு நாக்கு இத மட்டும் வெட்டி எடுத்துட்டு உசுரோட பொதச்சிருவாங்க..."

சொல்லி முடிக்கும் முன்பாகவே தன்னை மீறி அவள் அழத்துவங்கிவிட்டாள். அவள் சொன்னதையெல்லாம் கேட்டு மிரண்டு போயிருந்த விஜயனுக்கு கால்கள் நடுங்கத் துவங்கின. வினோதினியைத் தேடுகையில் தான் எதிர்கொண்டவற்றை எல்லாம் வரிசைப்படுத்தி அவள் சொன்னதோடு பொருத்திப் பார்த்தார். வைதேகி மேற்கொண்டு பேசமுடியாமல் சத்தம்

போட்டு அழத்துவங்கினாள்.

“அழாதம்மா... தயவுசெஞ்சு அழாத...”

என அவளை அவசரமாக அமைதிப்படுத்தியவர்

“நீ இந்த ஊர்ல இருக்கறது பாதுகாப்பில்ல... ஊட்டிக்குப் போ நான் சொல்ற ஒருத்தர பாரு. கொஞ்ச நாளைக்கி அவர் பாதுகாப்புல இரு...” என சமாதானப்படுத்தினார்.

“இல்ல ஸார். நான் எங்கியும் போகல... ராஜன் சாவுக்கு நியாயம் கெடைக்கணும், அப்பத்தான் மனசாறும்...”

“நியாயம் கெடைக்கணும்னா நான் சொல்றத தயவு செஞ்சு கேளு... நீ இந்தக் கேஸ்ல முக்கியமான விட்னஸ்.. உனக்கு எதும் ஆகிடக் கூடாது...”

விஜயன் பரிவோடு சொல்ல, அவள் புரிந்துகொண்டு சரியென தலையசைத்தாள்.

மருத்துவமனையிலிருந்து வைதேகி கிளம்பியபோது விஜயனுக்கு அந்த செல்ஃபோன் என்னவாகியிருக்குமென்கிற சந்தேகம் தலைக்குள் சுழலத் துவங்கியது. பேருந்து ஏற்றிவிடச் சென்றவர்

“உங்கைல இருந்த போன ஏம்மா திருப்பிக் குடுத்த..” என்று கேட்டார்.

“ஆஸ்பத்திரில போன பாதுகாக்க முடியாதுன்னுதான் ஸார் குடுத்துட்டுப் போனேன்.”

என்றபடியே வைதேகி பேருந்திலேறினாள்.

“ சரி ராஜன் மேல ஏன் இவ்ளோ கரிசனம்? இதுல உன் பேர் அடிபட்டுச்சுன்னா உன் உயிருக்கே ஆபத்துன்னு தெரியாதா?”

வைதேகி அவரது கண்களை ஊடுருவிப் பார்த்தாள்.

“அவனுக்காக இந்த உசுரு போச்சுன்னு சந்தோசம் தான் ஸார். பொட்ட, ஓம்போதுன்னு என்னயக் கேலி பண்ண ஆம்பளைங்களுக்கு நடுவுல அக்கான்னு என்னய மதிச்சுக் கூப்ட்டவன் அவன் ஒருத்தன்தான். அதுமட்டுமில்ல என்

ஆப்ரேஷன் செலவுக்குக் காசு குடுத்து அனுப்பி வெச்சதும் அவந்தான். திருநங்கைகளுக்கு அவங்களோட நிர்வாணம் ★ ரெண்டாவது பொறப்புன்னு நம்பறோம். அப்பிடி பாத்தா இந்தப் பொறப்புக்கு அவனும் ஒரு காரணம்...” என்றபடியே பேருந்துக்குள் சென்றாள்.

விஜயன் அவளைப் புரிந்துகொண்டு தலையசைத்து விடைகொடுத்தார்.

★ நிர்வாணம் – பால்மாற்று அறுவைசிகிச்சை.

31

பேய்கள், எங்கும் பேய்கள் சூழ்ந்திருக்க, மோயாரின் வானம் இருண்டு கிடந்தது. பணியர்கள் தங்களின் குடிசையே கெதியேன முடங்கிக் கிடக்க பேரமைதி சூழ்ந்த மலைமுகடுகளில் இருள் சூழ்ந்திருந்தது. எதையும் பார்க்க முடியாத அடர்ந்த இருள். பாடியிலிருந்த கடைசி மாடும் செத்துப்போனதால் எல்லோரும் விரக்தியில் முடங்கிப்போனார்கள். பண்ட்டாவிற்கு வீட்டிலிருக்க சலித்தது. பெரு மழைக்குப்பின் ஊரின் இயக்கம் மாறிப்போனதால் ஆட்கள் நேரம் தாண்டி உறங்கினார்கள். நீண்ட இரவுகளைக் கழிக்க நேர்ந்த அவஸ்தையில் அம்மன் கோவிலடியில் திரண்ட சனம் பழங்கதைகளைப் பேசித் தீர்த்தது. ஊரும் மலைகளும் எப்போது தோன்றியதோ அப்போதே பணியனும் தோன்றினான். பணியர்களோடு கதைகளும் தோன்றியது. கதை இல்லாமல் மலையும் காடுமில்லை, மலையில்லாமல் கூளி இல்லை. கூளி இல்லாமல் எதுவுமில்லை.

அம்மன் கோவிலடியில் பேசித் தீர்த்த கதைகளில் பண்ட்டா தனக்கான தீர்வைக் கண்டிருக்கவில்லை, சர்க்கார் தன்னை ஏமாற்றிவிட்டதாகவே நினைத்தார். மாடு கட்டப்பட்டிருந்த மரத்தடியில் புதிதாக வளரத் துவங்கியிருந்த எறும்புப் புற்றில்

மரத்தின் பிசின் வாசனை சேரத் துவங்கியிருந்தது. அங்கு ஒரு மாடு இருந்ததற்கான எந்த அடையாளங்களும் இல்லாமல் போனதில் பண்ட்டா ரொம்பவே நொந்துபோனார்.

'புண்டையாண்டிங்க, மாடு குடுக்கறானுவளாம் மாடு... முழுசா மூணு மாசத்துக்கு தாக்குப் புடிக்கல, இதுங்களுக்கு சீக்கு பாத்து, தீவனம் பாத்து கடன் ஆகிப்போனதுதான் மிச்சம்..." என பண்ட்டா புலம்பித் தீர்த்தார்.

'சும்மா அனத்தாத பண்ட்டா... கூளி உனக்கு என்ன குடுக்கணுமோ அதையெலாம் குடுத்துடுவா..." என ஒரு இளைஞன் சிரித்தபடியே கேலியாக அவரிடம் சொல்ல,

"மயிரக் குடுப்பா... இப்பிடியே சொல்லிச் சொல்லி காலம் முழுக்க என்னய ஏமாத்திட்டுத்தானடா இருக்கீங்க... பொறந்ததுல இருந்து இப்ப வரைக்கும் இந்த ஊருக்கு வாக்கு சொல்றேன் மயிரச் சொல்றேன்னு நானும் நெத்திக்காசுக்குக் கூட ஆகாம பொழச்சுட்டு இருக்கேன்..."

என பண்ட்டா எரிச்சல்பட்டார்.

"ந்தா சும்மா எதாச்சும் சொல்லாத, இந்த ஊரும் நாங்களும் உனக்கு என்ன செய்யல... வேணுங்கறத குடுத்திருக்கோம்..." என ஒரு இளைஞன் அவரை அமைதிப்படுத்தும் விதமாகச் சொல்ல அவர் வேறுபக்கமாக வெறித்தார். இந்த மலையும் கூளியும் எல்லாவற்றையும் கொடுப்பதுபோல் கொடுத்து அவனிடமிருந்த அவ்வளவையும் பறித்துக்கொண்டார்கள். மீசை அரும்பிய வயதில் மனைவி அவரோடிந்தார். மழை வெயில் பாராமல் அவளோடு தீரத் தீர காதலித்து கூடிக் களித்து இரண்டு பிள்ளைகளைப் பெற்றபின் நோயால் காவு வாங்கப்பட்டாள்.

"பச்ச புள்ளையல விட்டுட்டுப் போயிட்டாளே இதுகள எப்பிடி வளக்கப் போறனோ ஆத்தா?" என்ற புலம்பல்களுடனே பிள்ளைகளை வளர்த்து அவர்களுக்குப் பின்னால் அவர்களின் பிள்ளைகளையும் வளர்த்தார். இடைப்பட்ட காலத்தில் எத்தனை கோடைகளையும் மழைக் காலங்களையும் பார்த்திருப்பார்?

மலையில் வாழ்கிறவன் எல்லா இடர்களுக்கும் தன்னைத் தயார்ப்படுத்திக் கொண்டவனாய் இருக்க வேண்டும். பண்ட்டா தனது முதுமையை நினைத்து அச்சப்படவில்லை, தனக்குப் பின்னால் தனது அனுபவங்களைப் பெற்று இந்த பாடியை வழிநடத்த ஒருவருமில்லையே என்கிற ஏக்கம்தான். பாடியிலிருக்கும் இளைஞர்களை சினிமாவும் சாராயமும் போட்டி போட்டு கெடுத்துக்கொண்டிருந்தது. சாராய மணம் பாடிக்குள் சுழன்று வந்ததை அவர் நன்மைக்கான அறிகுறியாய்ப் பார்க்கவில்லை. அரிசியும் பருப்பும் மக்களுக்குத் தரவேண்டிய அரசாங்கமே சாராயத்தை விற்பது எத்தனை பெரிய துயரம்? தன்னை ஏளனமாகப் பேசும் இளைஞர்களின் குரலுக்குப் பின்னாலிருப்பது சாராயம் என்பதை நன்றாக அறிந்திருந்ததால் அவர் எதற்கும் பதில் சொல்லாமல் அமைதி காத்தார்.

அம்மன் கோவிலடியில் முன்னிரவிற்குப்பின் அமர்வது தனக்கு நல்லதல்ல என்பதை உணர்ந்துகொண்டு எழுந்து குடிசைக்குச் சென்றார். பாடியிலிருந்த நாய்கள் பாதி நிலவு கொண்ட இரவைக் கண்ட மிரட்சியில் ஊளையிட, உடலில் ஏற்பட்ட நடுக்கத்தை மறைத்து நடையின் வேகத்தை அதிகப்படுத்தினார். குடிசை வாசலில் கிடந்த கயிற்றுக் கட்டிலில் சரிந்து படுத்தபோது ஊரும் உறவுகளும் அவரது நினைவிலிருந்து மெல்ல விலகிச் செல்ல ஆழ்ந்த உறக்கத்திற்குத் தன்னை ஒப்புக்கொடுத்தார்.

“ஐயா ஊர்ல மாடு வளத்த எல்லாருக்கும் காசு குடுத்திட்டீங்க.... எனக்கு மட்டுந்தான் வரல...”

துயர் நிரம்பிய முகத்தோடு பண்ட்டா மசினிகுடி தாசில்தாரின் முன்னால் நின்றிருந்தார்.

“அதெப்படியா ஊர்ல எல்லாருக்கும் வந்துடுச்சு, உனக்கு வராம இருந்திருக்கும்? அதிகாரிக கேட்ட காயிதத்த எல்லாம் ஒழுங்கா குடுத்தியா?”

தாசில்தார் சந்தேகத்தோடு கேட்டார்.

“ஒண்ணுக்கு ரெண்டுவாட்டி குடுத்தேனுங்க...”

“ஓ... நீ குடுத்த காயிதங்களுக்கு செராக்ஸ் வெச்சிருந்தா குடு பாப்பம்...” தாசில்தார் கேட்க, பண்ட்டா அழுக்கேறிய துணிப்பையிலிருந்து அரசாங்க முத்திரையிடப்பட்ட காகிதங்களை எடுத்துக் கொடுத்தார்.

மாடு வாங்கியதற்கான ஆவணங்கள், மருத்துவர் சர்டிஃபிகேட் எல்லாம் சரியாகத்தானிருந்தது. இருந்தும் என்ன குழப்பம்?

ஒவ்வொன்றையும் நிதானமாக ஆய்ந்த தாசில்தாருக்கு பண்ட்டாவின் ஆதார் அட்டை செராக்ஸ் பிசிறடித்தது.

‘அட கருமமே இதென்னாதிது பண்ட்டா, ஆதார் அட்டைல பேரு வேற மாதிரி இருக்கு...”

பண்ட்டாவிடம் காகிதத்தை நீட்டினார்.

“ஐயா எனக்கு எழுதப் படிகக்த் தெரியாது... நீங்களே பாத்து என்ன இருக்குன்னு சொல்லுங்க...”

“ஏப்பா இதுல பண்ட்டன்னு இருக்கு...”

“ஆமாங்க... அதான் என்னோட உண்மையான பேரு... பண்ட்டனதான் எல்லோரும் பண்ட்டான்னு கூப்டறாங்க...”

பண்ட்டா புரியாதவரைப்போல் சொல்ல,

“அட நல்லா சொன்ன போ... உனக்கு மாடு குடுத்த காயிதத்துல வெறும் பண்ட்டான்னுதான் இருக்கு. ஆனா ஆதார் அட்டைல பண்ட்டன்னு இருக்கு... பேரு ஒத்துப்போகாம எப்பிடி காசு வரும்...”

தாசில்தார் கையிலிருந்த பண்ட்டாவின் ஆவணங்களை சுருட்டி அவரிடமே கொடுக்க, பண்ட்டா குழப்பத்தோடு “ரெண்டும் ஒரே பேருதானங்க... இதுல என்ன தப்பு...” என்று கேட்டார்.

“என்ன பேசற நீயி? ரெண்டும் ஒன்னா...? மிஸ்டேக்கா இருக்கே. இத எப்பிடி சர்ககார் ஒத்துக்கும்.? இப்ப உனக்கு காசு குடுக்கணும்னா நீ ஆதார் கார்டுல உன் பேரதான் மாத்தனும்...”

தாசில்தார் ஏளனமாகச் சொல்ல பண்ட்டா எரிச்சல்பட்டார்.

“ஆமா புண்டைய மாத்துவாங்க... இதெல்லாம் ஒரு காரணமாய்யா.... பேரு ஒண்ணுதான் எழுத்து மாறி இருக்குன்னு சொல்றீங்க?... உங்களுக்கு மத்த எடத்துல நொட்றதெல்லாம் பிரச்சன இல்ல, எங்ககிட்ட வந்துதான் இத மாத்து அத மாத்துன்னு சொல்லுவிங்க... நாங்க மாட்டக் கேட்டமா? மயிரக் கேட்டமா? எங்க எடத்துக்கு பட்டா கேட்டோம்...”

என பண்ட்டா ஆத்திரத்தில் கத்தத் துவங்க, தனது கௌரவம் சீண்டப்பட்ட ஆத்திரத்தோடு எழுந்த தாசில்தார் பண்ட்டாவின் கழுத்தில் ஓங்கி அறைந்தார்.

“கெழட்டுத் தாயோலி , வயசுக்கு மரியாத குடுத்துப் பேசினா பொச்சுக் கொழுப்பெடுத்துப்போயி பேசுவியா? தெள்ளவாரி நாயே, இன்னொருவாட்டி உன்னய இந்தப் பாக்கம் பாத்தேன்னு வையி கொட்டைய நசுக்கி விட்றுவேன்... போடா வெளிய...”

அவர் அலறல் சத்தம் கேட்டு அலுவலகத்திலிருந்த வேறுசிலரும் ஓடிவந்தனர். முறைத்தபடி நின்ற பண்ட்டாவை இன்னொரு ஆள் ஓங்கி அறைந்து,

“அதான் ஐயா சொல்றாங்கள் ல... வெளிய போடா... சுன்னி...” எனக் கத்தினார்...

பண்ட்டா ஆத்திரத்தில் அவர்களைப் பார்த்து உறுமினார்.

“பிச்சக்காரப் பயலுகளா... என் காச முழுங்கினதுமில்லாம என்னயவா அடிக்கிறீங்க... அடேய் நான் மட்டும் கண்ணீர் சிந்தி கூளிக்கு பூச போட்டேன்னா நீங்க எல்லாரும் நாசமாப் போவீங்க.... பாக்கறீங்களாடா.,.. பாக்கறீங்களா...”

என தாசில்தாரின் அறையில் மையமாய் அமர்ந்து அவர் சத்தமாய் அரற்றினார்... தாசில்தாரின் உதவியாள் அவரை எட்டி உதைத்தான்.

“நீ மயிரப் புடுங்கி கயிரா திரிச்சிருவேன்னு தெரியும்... வெளிய போடா சுண்ணி...” என திட்டியபடியே தரதரவென இழுத்துச் சென்று அலுவலகத்தின் வாசலில் போட்டார்.

'நீங்கள் லாம் வெளங்க மாட்டீங்கடா.. நாசமாப் போவீங்க..."
என அலறிய பண்ட்டாவின் வாயில் இறுதியாக அவன் ஓங்கி
மிதிக்க பண்ட்டா அமைதியானார்.

தாசில்தார் அலுவலகத்திற்கு வெளியே மனு எழுதிக் கொண்டிருந்த ஆட்களில் ஒருவர் ஓடிவந்து பண்ட்டாவை பிடித்துக்கொண்டார்.

"அட என்ன பெருசு நீயி? இத்தனவாட்டி வந்தும் உன் வேல ஆகலன்னா புரிய வேணாமா? உன் பேரச் சொல்லி இவனுங்க எப்பவோ காச ஆட்டையப் போட்டுட்டானுங்கன்னு... அது தெரியாம அலைஞ்சுக்கிருக்க..."

அந்தாள் சொன்னதை நம்பமுடியாமல் கேட்டுக்கொண்டிருந்த பண்ட்டா, "அதெப்பிடிங்க, என் பேரச் சொல்லி இன்னொரு ஆள் காசு வாங்க முடியும்" என அப்பாவியாகக் கேட்டார்.

"அட நீ ஒண்ணு தேவப்பட்டா உனக்கு அவந்தான் வாரிசுன்னு சர்டிஃபிகேட் ரெடி பண்ணி காசு எடுக்கற அளவுக்கு எல்லாம் கேடிங்க... உன் தலையெழுத்து அவ்வளவுதான்னு விட்டுட்டுப் போ..."

இப்படிச் சொன்னவனைப் பார்த்து பண்ட்டா முடியாதெனத் தலையசைத்தார்.

"அப்பிடி விடமாட்டேன். மொத்த காசும் வேணும்னு எங்கிட்ட கேட்டா மயிராப் போச்சேன்னு விட்றுப்பேன். ஆனா என்னய ஏமாத்தணும்னு நெனச்சா எவனா இருந்தாலும் விடமாட்டேன்..."

அவர் கொக்கரிப்பதுபோல் சொல்ல மனு எழுதும் ஆள் சிரித்தான்.

"அதுசரி பெரிய சூரப்புலி நீயி... எதுக்கு பெருசு இப்பிடி வேண்டாத பகைய வாங்கிட்டு இருக்க... காசு போனாப் போகுதுன்னு விட்டுட்டுப் போ..." என்று சொல்லி முடிக்கும் முன்பாகவே "விடமாட்டண்டா... என்னய ஏமாத்தின எவனையும் விடமாட்டேன்..." என ஆத்திரத்தோடு கத்தியபடியே

பண்ட்டா தாசில்தார் அலுவலகத்திலிருந்து வெளியேறினார்.

ஊருக்குச் செல்லும் பேருந்திலேறியபோது காயம்பட்ட அவரது முகத்தை சிலர் பரிதாபமாய்ப் பார்த்தனர்... பண்ட்டா யாரையும் பார்க்கப் பிடிக்கமால் முகத்தை ஜன்னலுக்கு வெளியே திருப்பிக் கொண்டார். "திருட்டுத் தாயோலிங்க.. எவனையும் விடக் கூடாது. என் காசத் திருடி பீ திங்கனனும்னு நெனச்சா அவனுக அத்தனபேரும் நாசமாப் போவானுங்க, தேவிடியாப் பயலுங்க..." யாருக்கும் கேட்காத சத்தத்தில் முனங்கியபடியே இருந்தார். பேருந்து மெல்ல மோயாரை நோக்கி நகரத் துவங்க, வெயில் மறைந்து மாலை நேரத்து மென்னிருள் படரத் துவங்கியது. மலை முகடுகளிலிருந்து தவழ்ந்து வந்த காற்று பேருந்தை வாரிச் சுருட்டிக்கொள்ள பேருந்தினுள்ளிருந்த ஒன்றிரண்டு பேர் தத்தமது பேச்சுகளிலும் சிந்தனையிலும் மூழ்கிப் போயினர். தனக்கு வந்து சேரவேண்டிய பணம் ஒருபோதும் வரப்போவதில்லை என்கிற கசப்பான நிஜம் கொஞ்சம் கொஞ்சமாய்ப் பிடிபட, புலம்புவதை நிறுத்திவிட்டு பண்ட்டா அமைதியில் உறைந்துபோனார்.

32

“ராஜன் செத்த இடத்துல நம்மளுக்கு செல்போன் ஏதும் கெடைக்கலையே ஸார். அவனோட ட்ரெஸ், செப்பல் இது மட்டுந்தான் இருக்கு... வேற எந்த ஆக்ஸசரிசும் இல்லயே...”

ஸ்டேஷனில் மிகத்தெளிவாகச் சொல்லியிருந்தார்கள்.

“சாகறப்போ ராஜன் எங்க தங்கி இருந்தான்னு தெரியுமா?”

“வேல பாத்த எஸ்டேட்ல ஒரு கெஸ்ட் ஹவுஸ் உண்டு ஸார். ஆள் அங்கதான் தங்கி இருந்ததா சொல்லிக்கிட்டாங்க...”

கான்ஸ்டபிள் சொல்ல, விஜயன் உடனடியாக ஸ்டேஷனிலிருந்து கிளம்பினார். தனது ஒவ்வொரு அசைவையும் யாரோ நெருங்கியிருந்து கண்காணிப்பது போன்ற உணர்வு முதன்முறையாக அவருக்கு உருவானதால் ட்ரைவரைக் கூட நம்பாமல் தனியாகவே விசாரிக்கச் சென்றார்.

புத்தூர் வயல் கிராமத்தைத் தாண்டி காட்டிற்குள்ளிருந்தது எஸ்டேட். மழை பெய்து சொதசொதவெனக் கிடந்த மண் சாலையில் அவரது வாகனம் விரைந்து செல்லமுடியாமல் திணறியது. வாகனத்தின் இருபுறங்களிலும் செம்மண் அடித்திருக்க, ஒரு மேட்டில் வாகனத்தை நிறுத்திவிட்டுக்

கீழே இறங்கினார். தொடர்ந்து பயணிக்க முடியாதளவிற்கு சாலை மோசமாயிருந்ததால் அங்கிருந்து நடந்துவிட முடிவுசெய்தவருக்கு முன்னால் இரண்டு பாதைகள் சென்றன. எந்தப் பக்கமாகச் செல்வதென்கிற குழப்பத்தோடு நின்றவரை காப்பி தோட்டத்திற்குள்ளிருந்து எட்டிப் பார்த்த ஒரு ஆள் "ஸார் எங்க போகணும்?" எனக் கேட்டார்.

"சேட்டன் எஸ்டேட்டுக்குப் போகனும், வழி எது?"

"இடதுபக்கம் இருக்க பாதைல போங்க ஸார்..."

"ஓ நல்லதுங்க நன்றி..."

விஜயன் இரக்கத்தில் இறங்கி வேகமாக நடந்தார். அவரது ஷூவிலும் பேண்ட்டிலும் சகதி அப்பத் துவங்கியதைப் பொருட்படுத்தாமல் காட்டிற்குள் நடந்தார். பூச்சிகளின் ரீங்காரமும் பறவைகளின் சத்தமும் அவரது செவிகளை ஆக்ரமிக்கத் துவங்கியிருக்க, பாதையின் இருபுறங்களிலும் அடர்ந்த மரங்களுக்குள்ளிருந்து மழைநீர் சொட்டும் ஓசை மென்மையாய் எதிரொலித்துக்கொண்டிருந்தது. மேடு பள்ளமான மண்சாலையில் நடந்து சென்றவருக்கு மூச்சு வாங்கி தாகமெடுத்தது. ஓய்ந்து நின்றவர் சற்று தூரத்தில் ஒரு மேட்டிலிருந்த வீட்டைக் கவனித்தார். புகைபோக்கியின் வழியாய் எழுந்த புகையைப் பார்த்தபடியே வீட்டை நோக்கி நடந்தார். புதிய ஆளின் வருகையை உணர்ந்து காவலுக்கிருந்த நாய் குரைக்க, ஒரு ஆள் சத்தம் போட்டு நாயை அமைதிப்படுத்தினான். எஸ்டேட்டில் வேலை செய்து கொண்டிருந்த பெண்கள் எட்டிப் பார்க்க, விஜயன் அவர்களை நெருங்கிச் சென்றார். நாயை அமைதிப்படுத்திய ஆள் "யாரப் பாக்கணும் ஸார்?" என பவ்யமாய்க் கேட்டார். போலிஸ் யூனிஃபார்ம் சேறும் சகதியுமாய் அழுக்காகியிருந்ததைப் பொருட்படுத்தாமல் இவ்வளவு தூரம் வந்திருக்கிறாரென்றால் ஏதோ முக்கியக் காரணமாயிருக்க வேண்டுமென்பதை விஜயன் சொல்லாமலேயே அந்த ஆள் புரிந்துகொண்டிருந்தான்.

"இங்க யாரு இன்சார்ஜ்...?"

“ராஜன்னு ஒருத்தர் இருந்தாரு ஸார்... இப்பந்தான் கொஞ்சநாள் முந்தி புலியடிச்சு செத்துப் போயிட்டாரு... வேற யாரும் இல்லாததால நாந்தான் பாத்துட்டு இருக்கேன்...”

“சரி ராஜன் தங்கியிருந்த எடத்தக் காட்ட முடியுமா?”

“வாங்க ஸார்...”

அந்த ஆள் லுங்கியை மடித்துக் கட்டிக் கொண்டு முன்னால் செல்ல, விஜயன் அவனைத் தொடர்ந்தார். வேகமாய் நடந்தவன் திரும்பி அந்தப் பெண்களிடம் “வேடிக்க பாத்தது போதும், போயி வேலைய கவனிங்க...” என சத்தம் போட்டான்.

எஸ்டேட் வீட்டின் ஈரவாடை முகத்திலறைய ஒரு கதவைத் திறந்து சென்றவன் விளக்கைப் போட்டான். பழைய சாமான்கள் இறைந்து கிடந்த அறைக்குள் மஞ்சள் விளக்கின் வெளிச்சம் திட்டுத் திட்டாய் நிரம்பியிருந்தது. அங்கு ஒரு மனிதன் தங்கியிருந்தான் என்பதற்கான எந்த அடையாளங்களுமில்லாமல் தூசியடர்ந்து கிடக்க,

“என்னப்பா இப்பிடிக் கெடக்கு? இதுல எப்பிடி அவரு இருந்தாரு?”

என விஜயன் குழப்பமாய்க் கேட்டார்.

“அவரு இருந்தவரைக்கும் நல்லபடியா வெச்சிருந்தாருங்க... அதுக்கப்பறம் ரூம் சும்மாதான கெடக்கு வேண்டாத சாமானல்லாம் அதுல போட்டு வைங்கன்னு சொன்னதால நாங்க இதையெல்லாம் கொண்டு வந்து போட்டுட்டோம்...”

“அப்ப ராஜன் வெச்சிருந்த பொருளையெல்லாம் என்ன செஞ்சீங்க?”

“அதையெல்லாம் அவங்க அப்பா வந்து எடுத்துட்டுப் போயிட்டாரே ஸார்...”

ராஜனின் பெற்றோர்களை முதலில் விசாரித்திருக்க வேண்டுமென்பது விஜயனுக்கு அப்போதுதான் உறைத்தது. கடைசியாக ஒருமுறை அறையை நன்றாகப் பார்த்துவிட்டு

விஜயன் வெளியேற எஸ்டேட் ஆளும் அவரைத் தொடர்ந்து வந்தார்.

“ஏம்ப்பா நீ எவ்ளோ நாளா இங்க இருக்க?”

விஜயன் அந்த ஆளிடம் கேட்டார்.

“நான் நாலு வருசமா இருக்கேன் ஸார்.”

“ராஜன் எப்பிடி? உங்கூட நல்லா பழகுவாப்ளையா?”

“தங்கமான மனுஷன் ஸார்...”

“ம்ம்ம்... அவர் இங்க இருந்த காலத்துல எதாச்சும் பிரச்சன இருந்துச்சா?”

விஜயனின் கேள்வியிலிருந்த தொனி மாற, அந்த ஆள் புரியாமல் “அப்பிடி எதும் இருந்த மாதிரி தெரியல ஸார். எங்ககூட ரொம்ப சகஜமாத்தான் பழகிட்டு இருந்தாப்ள... என்ன ஒண்ணு, எங்க போறேன் வாரேன்னு மட்டும் யாருகிட்டயும் சொல்ல மாட்டாரு...”

“ம்ம்... சரிப்பா... நான் பாத்துக்கறேன்...” என்று சொல்லிவிட்டு விஜயன் வந்த வழியிலேயே திரும்பி நடந்தார். எஸ்டேட்டை விட்டு தூரமாய் வந்தபிறகு அலைபேசியை எடுத்து ராஜனின் அப்பாவிற்கு அழைத்தார்.

“ஐயா வணக்கம், நான் கூடலூர் இன்ஸ்பெக்டர் பேசறேன்...”

“வணக்கங்கய்யா...” சோர்விலிருந்த மீளாமலிருந்தது ராஜன் அப்பாவது குரல்.

“ஒரு சின்னத் தகவல் கேக்கணும் அதுக்குத்தான் கூப்ட்டேன்...”

“என்னன்னு சொல்லுங்க ஸார்?...”

“நம்ம தம்பி இறந்ததுக்கு அப்பறம் அவரோட பொருளை எல்லாம் எடுத்துட்டுப் போனீங்களே... அதுல செல்போன் எதாச்சும் இருந்ததா...?”

சில நொடி யோசனைக்குப்பின் அந்தப் பெரியவர் உறுதிசெய்து கொண்ட குரலில் “போன் எதும் இல்லிங்கய்யா... மத்த பொருள்

மட்டுந்தான் எடுத்தாந்தோம்...”

என்று சொல்ல விஜயனுக்கு ஏமாற்றமாய்ப் போனது. “சரிங்கய்யா... வேற ஒண்ணுமில்ல நீங்க பாருங்க..” என்று சொல்லிவிட்டு இணைப்பைத் துண்டித்தார்.

வெளியில் செல்கிற ஒருவன் தனது செல்ஃபோனை எடுக்காமல் சென்றிருக்க மாட்டானென்கிற அடிப்படை யதார்த்தம் அவருக்கு உறுத்தலாய் இருக்க, ராஜனின் செல்ஃபோனை யாரோ களவாடியிருக்க வேண்டும். அல்லது கொலை செய்தவனே எடுத்துச் சென்றிருக்க வேண்டுமெனத் தோன்றியது...

“கொல செஞ்சவென் இத ஒரு ஆர்ட் மாதிரி செஞ்சிருக்கான் விஜயன். புலியா உருமாறிக் கொல்ல ஒரு நிதானமும் தெளிவும் வேணும்.” என டாக்டர் சொன்னது அசிரிரியாய் ஒலிக்க, இன்னொரு புறம் கொலை நடந்த நேரம் வெளிச்சமே இல்லாத அதிகாலை என்பதும் உறுத்தலாயிருந்தது.

“ஸார் அன்னிக்கி நாம போறதுக்கு முன்னயே ஃபாரஸ்ட் டிப்பார்ட்மெண்ட் ஆளுக போயிட்டாங்க. அவங்களுக்கு அப்பறந்தான் நாம போனோம்...”

விஜயனிடம் ஒரு கான்ஸ்டபிள் இப்படிச் சொன்னபிறகு அவருக்குத் தனது பார்வையின் எல்லையை இன்னும் அதிகப்படுத்த வேண்டுமென முடிவு செய்தார்.

“ஆறுமுகம் நீங்க ஒரு வேல பண்ணுங்க. அன்னிக்கி சம்பவத்த முதல்ல பாத்து எல்லாருக்கும் தகவல் சொன்னாருல்ல ஒரு பெரியவர், அவரோட காண்டக்ட் நம்பர் இருந்தா புடிச்சு உடனே வரச் சொல்லுங்க...” என உத்தரவிட்டார். “ஓகே ஸார்...” என பரபரப்போடு சென்ற கான்ஸ்டபிள் ரிப்போர்ட் நோட்டில் அன்றைய தினத்தின் அறிக்கையைத் தேடி எடுத்தார். எண்ணைக் கண்டுபிடித்து உடனடியாக அழைத்தார்.

“ஹலோ கூடலூர் டவுன் ஸ்டேஷன் ல இருந்து பேசறம்ங்க... தங்கம் இருக்காரா?”

“ஐயா நான் தங்கம் தான் பேசறேங்கய்யா...”

“இன்ஸ்பெக்டர் ஐயா உங்கள பாக்கனுங்கறாரு... கொஞ்சம் ஸ்டேசன் வரைக்கும் வர்றீங்களா?”

”ஐயா தோட்டத்துல வேலை ல இருக்கேன். கௌம்பி வர்றதுன்னா ஒரு மணி நேரம் ஆகும் பரவால்லயா?”

“சரி வாங்க...”

என்று சொல்லிவிட்டு இணைப்பைத் துண்டித்தார். தகவலைக் கேட்டுக்கொண்ட விஜயன் பிற்பகலுக்குப் பிறகான வேலைகளை எல்லாம் ஒதுக்கிவைத்துவிட்டு தங்கத்துக்காகக் காத்திருக்கத் துவங்கினார்.

களைத்துப்போன முகத்தோடு தங்கம் போலிஸ் ஸ்டேஷனுக்குள் நுழைந்தபோது அவ்வளவு நேரமும் ஓய்ந்திருந்த மழை மீண்டும் தூறல் போடத் துவங்கியது. ஒரு கான்ஸ்டபில் அவரை விஜயனின் அறைக்கு அழைத்துச் சென்றார். அறைக்கதவை ஒட்டி நின்றிருந்த தங்கத்திடம் “உக்காருங்க...” என விஜயன் சொல்ல, தங்கம் ஒரு பிளாஸ்டிக் நாற்காலியில் அமர்ந்தார். கான்ஸ்டபிள் வெளியே செல்ல, விஜயன் சுற்றிவளைக்காமல் “ஒரு தகவல் கேக்கனுந்தான் உங்கள வரச் சொன்னேன்... ராஜன புலியடிச்ச அன்னிக்கி நீங்கதான முதல்ல பாத்தது..”

“ஆமாங்கய்யா...”

அன்னிக்கி ஃபாரஸ்ட் ஆபிசருங்க அந்த ஸ்பாட்ல இருந்து எதாச்சும் எடுத்தாங்களா?”

தங்கம் நிதானமாக யோசித்துப் பார்த்தார். பனி விலகி வெளிச்சம் வரத் துவங்கியிருந்த மண் சாலையில் இறந்து கிடந்த ராஜனைச் சுற்றி ஃபாரஸ்ட் அதிகாரிகள் சுற்றி சுற்றி வந்து பார்த்ததையும் அவர்கள் பேசிக்கொண்டதையும் நினைவுபடுத்திக் கொண்டார்.

“ஐயா குறிப்பிட்டு எதுன்னு கேக்கறீங்க?”

என பிடிபடாமல் தங்கம் கேட்க, “எதுவா வேணாலும் இருக்கலாம். சின்ன பேப்பரா இருந்தாலும் இப்ப அந்தத் தகவல் முக்கியம்...”

என விஜயன் பரபரத்தார்.

“ம்ம்.. ராஜனுக்குப் பக்கத்துல இருந்து எதும் எடுத்த மாதிரி தெரியலைங்க. ஆனா சரிவுல போயி பாத்துட்டு வந்தப்போ ரேஞ்சர் எதையோ அவசரமா பேண்ட் பைக்குள்ள மறச்சு வெச்சத நான் பாத்தேன். ஆனா என்னாதுன்னு தெரியல...”

“அவர் எடுத்து மறச்சத வேற யாராச்சும் கவனிச்சாங்களா?”

“இல்லங்கய்யா, மத்தவங்கள்லாம் தூரமா இருந்தாங்க. அவர் கூட வந்த இன்னொரு ஆபிசர் கூட வேற பக்கமாத்தான் இருந்தாரு...”

”அவருதான ராஜன அடிச்சது புலிதான்னு கன்ஃபார்ம் பண்ணவரு...”

“ஆமாங்கய்யா அவருதான்...”

விஜயன் தான் தேடிக்கொண்டிருக்கும் ஆளை அடையாளம் கண்டுகொண்ட தெளிவோடு “சரி நீங்க கௌம்புங்க. நான் விசாரிச்சதையோ ஸ்டேஷன் வந்துட்டுப் போனதையோ யார்கிட்டயும் சொல்ல வேணாம்..”

“நல்லதுங்கய்யா...” என்று சொல்லிவிட்டுத் தங்கம் எழுந்து வெளியே சென்றார்.

கூடலூருக்கு வெளியே இருந்தது ரேஞ்சரின் வீடு. விஜயன் தனக்கு நெருக்கமான ஆள் ஒருவரிடம் ரேஞ்சரை முழுதாக கண்காணிக்கச் சொல்லியிருந்தார். டிப்பார்ட்மெண்ட் சார்ந்த ஆட்களை நம்பாமல் தனக்கு மட்டுமே பழக்கமான போலிஸ் இன்ஃபார்மர் ஒருவரிடம் அந்த வேலையைக் கொடுத்திருந்தார். இரண்டு நாட்களிலேயே அவர் எதிர்பார்த்த அந்தத் தகவல் வந்து சேர்ந்தது. “ஸார் ரேஞ்சருக்கு மூக்குப்பொடி சாமியாரோட பழக்கம் இருக்கு. வாரத்துல ஒருநாளாச்சும் அங்க போய் வர்றாரு.” இன்ஃபார்மரின் தகவலை வைத்துப் பார்க்கையில் நடந்த கொலைக்கு ராஜனின் செல்போன் மட்டுந்தான் காரணமாயிருக்கக் கூடுமென விஜயன் உறுதியாய் நம்பத்துவங்கினார். எஸ்.பியிடம் இந்த ஆதாரங்களை

எடுத்துக்கூறி ரேஞ்சரை விசாரிக்க வேண்டுமென அனுமதி கேட்டார்.

“விஜயன் உங்ககிட்ட இருக்கறது எவிடென்ஸ் இல்ல, அசம்ப்சன்ஸ்... இத வெச்செல்லாம் ஒருத்தர விசாரிக்க முடியாது. அதுமில்லாம அவர் கவர்மெண்ட் சர்வண்ட் வேற...”

“ஸார், எல்லாமே கண்ணுக்கு முன்னால தெளிவா இருக்கு ஸார். ரேஞ்சர் குற்றவாளிக்கு உறுதுணையா இருந்திருக்காரு. அத நிரூபிக்கணும்னா நாம விசாரிச்சுதான் ஸார் ஆகணும்...”

“நோ... என்னால அஃபிசியலா இதுக்கு அனுமதிக்கவே முடியாது..”

எஸ்.பி உறுதியாக மறுத்தார்.

“அப்போ அன் அஃபிசியலா விசாரிச்சா ஓகே வா ஸார்?” விஜயன் கேட்க, சில நிமிட தயக்கத்திற்குப்பின் எஸ்.பி சம்மதித்தார்.

33

ஷாஜி சோர்ந்து போயிருந்தான். களைந்த தலைமயிரில் ஆங்காங்கே இளநரை. சரியான உறக்கமில்லாமல் அவனது கண்களைச் சுற்றி கருவளையம் போட்டிருந்தது. டேபிளில் வைக்கப்பட்டிருந்த ப்ளாக் டீயை ஆர்வமின்றிப் பார்த்துக் கொண்டிருந்தான்.

“ஷாஜி, ஒரு ஜர்னலிஸ்ட் எப்பவும் எதுக்காகவும் சோர்ந்து போயிடக் கூடாது. முன்னவிடவும் நாம சீரியஸா வேல செய்ய வேண்டிய நேரம் இது...”

விஜயன் ஆறுதலாகப் பேச, அவநம்பிக்கையோடு புன்னகைத்தான்.

“எனக்கு எதுலயும் நம்பிக்க இல்லாம போயிருச்சு ஸார். அவ்ளோ போராடியும் ஒரு பொண்ணோட உயிரக் காப்பாத்த முடியல. க்ரிமினல் எங்கியோ தூரமா இல்ல, நம்ம முதுகுக்குப் பின்னால நின்னு சிரிச்சிட்டு இருக்கான். அதான் ரொம்ப காயப்படுத்துது.”

“ரொம்ப நாள் ஒருத்தனால கண்ணாமூச்சி விளையாட முடியாது ஷாஜி. நாம அக்யூஸ்ட்டுக்கு ரொம்ப பக்கத்துல வந்துட்டோம். எனக்கு இப்போ உன்னோட உதவி தேவ...”

“புரியல ஸார்...”

விஜயன் அதுவரை கடத்தப்பட்ட பெண்களின் புகைப்படங்களையும் ஷாஜி எழுதின கட்டுரையையும் எடுத்து மேசையில் வைத்தார்.

“உங்க லாஜிக் தான். இந்தப் பொண்ணுங்க கடத்தப்பட்டதுல ஒரு பேட்டர்ன் இருக்கு, ஹேண்டிகேப்ட் பொண்ணுங்க ஏதோவொரு நோக்கத்துக்காகத்தான் கடத்தப்படறாங்கன்னு நீங்க நம்பறீங்க இல்லியா?”

“ஆமா...”

“அந்த நோக்கம் நரபலி...”

விஜயன் சொல்லி முடிக்கும் முன்பாகவே “வாட்?...” என ஷாஜி அதிர்ச்சியாய்க் கேட்டான்.

“எஸ்... இதுக்கு இருந்த ஒரே ஆதாரம் செத்துப்போன ராஜனோட செல்போன். அவன் முழுசா ரெக்கார்ட் பண்ணினதாலதான் அவன கொன்னுருக்காங்க. இப்போ அவனும் இல்ல, அந்த போனும் இல்ல.”

ஷாஜியின் மூளை சுறுசுறுப்பானது. அவசரமாகத் தேநீரை எடுத்துக் கொடுத்தான்.

“ஸோ இத நாம இப்போ எக்ஸ்போஸ் பண்ணணும் ரைட்?”

விஜயனின் எண்ணவோட்டத்தை பிரதிபலிப்பதுபோல் கேட்டான். அவர் ஆமெனத் தலையசைத்தார்.

“ஆனா நீங்க இந்த மேட்டர இங்க இருக்கற ஜர்னலிஸ்ட்ட வெச்சே எக்ஸ்போஸ் பண்லாமே...” ஷாஜி சந்தேகத்தோடு கேட்க,

“இல்ல ஷாஜி. காணாமப்போன பொண்ணுங்க அத்தனபேரும் மலையாளிங்க. அவங்க நரபலி கொடுக்கப்பட்டத செய்திய இங்க ரிலீஸ் பண்ணா எவ்ளோ இம்பாக்ட் இருக்கும்னு தெரியல. அதுமில்லாம நம்மகிட்ட வலுவான ஆதாரமில்ல, அதனால பத்திரிக்ககாரங்க யோசிப்பாங்க. ஆனா நீங்க இந்த இஷ்யூவ ரொம்ப நாளா ஃபாலோ பண்ணி எழுதிட்டு

இருக்கீங்க. நீங்க அங்க எழுதினா உங்க ஸ்டேட் முழுக்க கவனிக்கும். உங்க கவர்மெண்ட் எங்க ஸ்டேட் போலிஸ்கிட்ட ப்ரஷ்ஷர் குடுக்கும்."

"நாம அப்பிடி செஞ்சா கிரிமினல் உஷாராகி எஸ்கேப் ஆகிடுவானே ஸார்..."

விஜயன் சிரித்தார்.

"அவன் தப்பி ஓடற ஆள் இல்ல ஷாஜி, நம்மளுக்கு விளையாட்டு காட்டுவான். என் கணிப்பு சரியா இருந்தா நம்மளுக்கு சேலஞ்ச் பன்றதுக்காகவே புதுசா ஒரு பொண்ணக் கடத்துவான்.."

ஷாஜியால் அவர் சொன்னதை நம்பமுடியவில்லை.

"எப்பிடி ஸார் அவ்ளோ ஷ்யூரா சொல்றீங்க?"

"கடைசியா அவன் வினோதினிய கடத்தினப்போ எல்லா பொண்ணுங்களையும் பலி குடுத்த மாதிரி குடுத்திருக்கலாம். ஆனா அத செய்யாம ஏன் அந்த பாடிய நாம கண்டுபிடிக்கிற மாதிரி செஞ்சான்..."

விஜயனின் கேள்விக்குப் பதில் தெரியாமல் ஷாஜி குழப்பத்தோடு பார்க்க,

"உங்களால என்னய எதுவும் செய்ய முடியாதுன்னு, அவன் நம்மளுக்கு விட்ட சவால் அது..."

ஷாஜிக்கு அவர் சொன்னதிலிருந்த நியாயம் பிடிபட்டதோடு இன்னொரு பெண்ணையும் இழந்துவிட்டால் என்ன செய்வதென்கிற அச்சமும் எழுந்தது. மனதில் உழன்றதை வெளிக்காட்ட முடியாமல் தயங்கியவனின் முகக்குறிப்புகளைப் புரிந்துகொண்டவராய்...

"இந்தமுற கண்டிப்பா தப்பு நடக்காது ஷாஜி. ஐ ப்ராமிஸ்..." விஜயன் நம்பிக்கையாய்ச் சொன்னார்.

"ஓகே ஸார். நான் இந்த இஷ்யூலயே இதப் பத்தி ஒரு ஸ்பெஷல் ஸ்டோரி எழுதறேன்" உற்சாகமாகச் சொன்னான்.

★★★

கூடலூருக்கு வெளியே முதுமலை வன எல்லையோரமாய் இருந்த மூங்கில்கள் அவ்வளவும் பூத்துப் போய்விட்டதால் யானைகள் தங்களுக்கான உணவில்லாமல் வெவ்வேறு கிராமங்களில் இறங்கத் துவங்கியிருந்தன. தேயிலை எஸ்டேட்டில் வேலை செய்கிறவர்களுக்கும், தோட்டங்களில் வேலை செய்கிறவர்களுக்கும் நேரங்காலமில்லாமல் யானைகள் இறங்கி வருவது தொந்தரவாய் இருந்தந்தால் வெடி வெடித்துத் துரத்தினார்கள். கூடலூர் டி.எஃப்.ஓ காட்டிற்குள் பயணித்து மூங்கில் பூத்த இடங்களை எல்லாம் கவனித்து மாற்று நடவடிக்கைகளை எடுப்பதற்கான வேலைகளில் இருந்தார். அவரது நேரடி கண்காணிப்பில் இந்த வேலைகள் நடந்துகொண்டிருந்ததால் ரேஞ்சர்களும் ஃபாரஸ்ட் கார்டுகளும் நிற்க நேரமில்லாமல் ஓடிக்கொண்டிருந்தனர்.

தனது இன்ஃபார்மரின் உதவியோடு விஜயன் தொடர்ந்து ரேஞ்சரை கண்காணித்துக் கொண்டிருந்தார். ஷாஜி அவரை வந்து சந்தித்துவிட்டுச் சென்ற அடுத்த வாரத்தில் அவன் எழுதிய கட்டுரை பத்திரிகையில் வெளியாகியிருந்தது.

“ஸார் நீங்க நெனச்ச மாதிரியே இந்த ஸ்டோரி இங்க பெரிய டிபேட்டா மாறி இருக்கு. எல்லாக் கட்சிக்காரவங்களும் இந்த பிரச்சனைல தீர்வு வேணும்னு கேட்டுப் பேசிட்டு இருக்காங்க. கண்டிப்பா கேரளா கவர்மெண்ட் சீக்கிரமே ஓர் அறிக்கை வெளியிடும்னு நினைக்கிறேன்...”

ஷாஜி உற்சாகமாக விஜயனிடம் தொலைபேசியில் சொன்னான். அவன் வார்த்தைகளுக்காகக் காத்துக்கொண்டிருந்தவரைப்போல் விஜயன் “குட். இனிமே நான் பாத்துக்கறேன்...” என்று சொல்லிவிட்டு ரேஞ்சரைத் தூக்குவதற்கான நேரம் குறித்தார்.

வியாழக்கிழமை இரவு ஒன்பது மணிக்குமேல் ரேஞ்சர் மூக்குப்பொடியாரைச் சந்தித்துவிட்டு வருவது உறுதியாகியிருந்தது. விஜயனின் இன்ஃபார்மர்கள் மூன்று நான்குபேர் சாமியாரின் ஆஸ்ரமத்திலிருந்து சில கிலோமீட்டர்கள் தள்ளி ரேஞ்சருக்காகக் காத்திருந்தார்கள். ஆழ்ந்த நிசப்தத்தில் ராப்பூச்சிகளின் ரீங்காரம் மட்டும் விடாமல் எதிரொலித்துக்கொண்டிருந்தது.

பனி குறுங்கத்திகளாய் உடலில் இறங்க, இன்ஃபார்மர்கள் வண்டிக்குள் அமர்ந்துகொண்டார்கள். தூரத்தில் இரு சக்கர வாகனத்தின் மஞ்சள் விளக்கு வெளிச்சம் தெரிய, அவர்கள் சுறுசுறுப்பானார்கள். வாகனம் வேகமாய் அவர்களை நெருங்கி வர இரண்டுபேர் வண்டியிலிருந்து இறங்கி சாலையில் ஆளுக்கொரு பக்கமாய் நின்றார்கள். ஒருவன் சாலையில் வரும் வாகனத்தை மறைக்க, இன்னொருவன் மறைவாய் நின்றுகொண்டான். கைகாட்டி மறைத்தவனை நெருங்கியதும் ரேஞ்சர் தனது வண்டியின் வேகத்தைக் குறைத்தார்.

"யாருப்பா நீ? என்ன இந்த நேரத்துல?"

"வண்டி ப்ரேக் டவுன் ஆகிடுச்சு ஸார்... டவுன் ல விட்டீங்கன்னா மெக்கானிக்க கூட்டிட்டு வந்துடுவேன்..."

ரேஞ்சர் அவனையும் வண்டிக்குள்ளிருந்த இரண்டு பேரையும் பார்த்துவிட்டு,

"ஏன் செல்ஃபோன் இல்லயா..." என சந்தேகத்தோடு கேட்டார்.

சாலையை மறைத்தவன் ஏதோ யோசிக்க, ரேஞ்சர் முகத்தை கடுமையாக வைத்துக்கொண்டு,

"உங்க மூஞ்சியல்லாம் பாத்தா கிரிமினல் மாதிரி இருக்கே..." என்றபடியே தனது மொபைலை எடுத்து யாருக்கோ போன் செய்யப் போக, சாலையின் இன்னொரு பக்கத்திலிருந்தவன் கையிலிருந்த லிவர் கம்பியால் ஓங்கி அவரது தலையில் அடித்து வீழ்த்தினான். மயங்கி வண்டியோடு கீழே சரிந்த ரேஞ்சரை நான்குபேருமாகச் சேர்த்து வண்டிக்குள் ஏற்றினார்கள். ஒருவன் ரேஞ்சரின் இரு சக்கர வாகனத்தை ஓட்ட, மற்ற மூவரும் வண்டியில் ஏறி வேகமாய் அங்கிருந்து தப்பித்தார்கள்.

ரேஞ்சர் கண் விழித்தபோது அவரோடு உறங்கிக் கிடந்த வலியும் விழித்துக்கொண்டது. பின்னந்தலையிலிருந்து நடுமுதுகு வரை கடுமையான வலி எடுக்க சிரமத்தோடு கண்களைத் திறந்து எங்கு இருக்கிறோமென குழப்பத்தோடு பார்த்தார். அந்த அறைக்கு வெளியே மெல்லிய ஒலியில், மை நேம் இஸ்

ஷீலா... பாடல் ஒலித்துக்கொண்டிருந்தது. உடலை இறுக்கி நாற்காலியோடு கட்டி வைத்திருந்ததால் நகரமுடியாமல் சிரமப்பட்டவர்கள் 'டேய் யார்றா நீங்க... என்னய எதுக்குடா கடத்திட்டு வந்திருக்கீங்க?' என சத்தமாகக் கத்தினார். சில விநாடிகளுக்குப்பிறகு ஒரு இளைஞன் கதவைத் திறந்து உள்ளே வந்து ஒரு அலுமினிய டம்ளரில் அவர் அருந்த தண்ணீரை நீட்டினான். அவர் அவனை முறைத்தார்.

"நான் என்ன நாயா நக்கிக் குடிக்க? கட்ட அவுத்து விட்றா வெண்ண..."

ஆத்திரமாகக் கத்தினார்.

"பாவமாச்சேனு தண்ணி குடுக்கறேன். ஒழுங்கா குடி... இல்லன்னா செமத்தியா அடிவாங்குவா..."

ரேஞ்சருக்கு ஆத்திரத்தில் உடல் கொதித்தது.

"அடிச்சிருவியா நீயி... கவர்மெண்ட் சர்வண்ட் நானு... தொட்டுப்பாரு பாப்போம்... போலிஸுக்கு மட்டும் தெரிஞ்சா உன் டவுசர் கிழிஞ்சிரும்..."

நாற்காலியிலிருந்து உடலை விடுவித்துக்கொள்ளும் வெறியோடு அவர் இப்படியும் அப்படியுமாக ஆட அந்த இளைஞன் சிரித்தபடியே தண்ணீரை அவர் தலையில் ஊற்றினான்.

"லூசுப்பயலே உன்னயத் தூக்கச் சொன்னதே போலிஸ் தான்..." என்று சொல்லிக்கொண்டிருக்கும்போதே கதவைத் திறந்துகொண்டு விஜயன் உள்ளே வந்தார். அவரைக் கண்டதும் ரேஞ்சருக்கு குழப்பம் அதிகமானது.

"ஸார், நீங்க பெரிய தப்பு பண்ணிட்டு இருக்கீங்க... எங்க டி.எஃப்.ஓ கிட்ட சொன்னா உங்கள சும்ம விட மாட்டாரு..."

விஜயன் அவரை கேலியாகப் பார்த்தபடியே,

"உனக்கு அந்தக் கஷ்டமே வேணாம்யா... நான் இப்பத்தான் அவர்கிட்ட சொல்லிட்டு வரேன்..." என்றதும் ரேஞ்சர் கட்டுப்படுத்த முடியாமல் கத்தினார்.

“யோவ் என்ன நெனச்சிட்டு இருக்க... எதுக்குய்யா என்னய புடிச்சிட்டு வந்திருக்க... ஒழுங்கா கட்ட அவுத்துவுடு...”

விஜயன் அருகிலிருந்து நாற்காலியை இழுத்துப்போட்டு உட்கார்ந்தார்.

“ந்தா பாரு... உன் டி.எஃப்.ஓ வுக்குத் தெரியாம என்னவெல்லாம் செய்றன்னு எலலாமே எனக்குத் தெரியும். இப்ப நான் சொல்றத மட்டும் நீ செய்யலன்னா உன்னய இங்கியே அடிச்சுக் கொன்னு போட்டுட்டு புலி அடிச்சிடுச்சுன்னு சொல்லிடுவேன்...”

அவ்வளவு நேரமும் ஆத்திரத்தோடு கத்திய ரேஞ்சருக்கு சர்வமும் அடங்கி முகத்தில் கலவரம் தொற்றிக்கொண்டது.

“என்ன பாக்கற? ப்ளான் பண்ணி எவனோ கொன்னத புலிதான் அடிச்சுச்சுன்னு நீ டிக்ளேர் பண்ண மாதிரி உன் சாவையும் டிக்ளேர் பண்ண வைச்சுடுவேன்...”

ரேஞ்சர் எதுவும் பேசமுடியாமல் தலையைக் குனிந்துகொண்டார்.

“ஸார், என்மேல தப்புன்னா அரெஸ்ட் பண்ணுங்க ஸ்டேஷன் கூட்டிட்டுப் போங்க. நான் கோர்ட்ல பாத்துக்கறேன்...”

இறுக்கமாக அவர் சொல்லி முடிக்கும் முன்பாகவே விஜயன் அவரை எட்டி உதைத்தார்.

“தாயோலி... உனக்கு அவ்ளோ அதுப்பு... ராஜன் செத்த இடத்துல இருந்து நீ எடுத்த செல்ஃபோன சாமியார் கிட்ட எவ்ளோக்கு வித்த? சாமியாருக்கு இன்னும் என்னென்ன வேலையெல்லாம் செய்ற... சொல்றா...”

ஆத்திரம் தலைக்கேற அவனை விடாமல் மிதித்தார். ரேஞ்சர் வலியில் கத்தியபடியே ‘ஸார் நான் வேற எதும் பண்ணல ஸார்.. .அடிக்காதிங்க ஸார்.. ப்ளீஸ்...” எனக் கத்தினார். விஜயன் மிதிப்பதை நிறுத்திவிட்டு அருகிலிருந்த இளைஞனைப் பார்க்க, அவன் நாற்காலியோடு நிமிர்த்தி ரேஞ்சரை முன்னைப்போல் உட்கார வைத்தான்.

“எந்த வேலையும் செய்யலன்னா எதுக்கு அடிக்கடி சாமியாரப்

பாக்கற...” விஜயன் அடுத்த கேள்வியைக் கேட்க, ரேஞ்சர் பதில் சொல்லாமல் அமைதியாய் இருந்தார்.

“எனக்கு டைம் இல்ல... சீக்கிரம் சொல்லு...”

“எனக்கு குடுக்கறதா சொன்ன காச இன்னும் குடுக்கல ஸார்... அதக் கேட்டுத்தான் திரும்பத் திரும்பப் போயிட்டு இருக்கேன்...”

“ரெண்டு வாரத்துக்கு முன்னயே உனக்கு எட்டு லட்ச ரூவா காசா குடுத்திருக்காரு. காசு அப்பிடியே இருந்தா சேஃப்டி இல்லன்னு மொத்தக் காசுக்கும் நீங்க தங்கம் வாங்கிட்ட. அதுக்கான டூப்ளிகேட் பில்லுகூட எங்கிட்ட இருக்கு...”

விஜயன் நிதானமாகச் சொல்ல, தான் மொத்தமாக மாட்டிக்கொண்டோம் என்கிற பதற்றத்தில் ரேஞ்சரின் உடல் நடுங்கியது. பயம் அதிகரிக்க உடைந்து அழத்துவங்கினார்..

“ஸார் ப்ளீஸ் ஸார். நீங்கதான் இதுல இருந்து என்னயக் காப்பாத்தனும்... அவரோட ட்ராப்ல மாட்டிக்கிட்டேன். செல்ஃபோன குடுத்ததோட விலகிடலாம்னு தான் நெனச்சேன். ஆனா அவர் நான் செஞ்சத வெச்சே என்னய ப்ளாக்மெயில் பண்ண ஆரம்பிச்சிட்டாரு. அவர் சொல்றத நான் செய்யாட்டி என்மேல புகார் குடுப்பேன்னு மிரட்டினாரு.. அதனாலதான் ஸார் வழியில்லாம கூப்டறப்போல்லாம் போய் பாக்கறேன்...”

”நீ குடுத்த அந்த ஃபோன்ல என்ன இருந்துச்சுன்னு பாத்தியா?”

“இல்ல ஸார். சத்தியமா இல்ல..”

“சரி இப்போ உங்கிட்ட என்ன வேல சொல்லி இருக்காரு...”

“அவருக்கு கேராளல இருந்து ஹவாலா பணம் வருமாம். இப்போ செக்போஸ்ட்ல ஸ்ட்ரிக்ட்டா இருக்கறதால கஷ்டமா இருக்காம்... அடுத்தமுறை வர்றப்போ அந்த வண்டிய நான் சேஃபா எடுத்துட்டு வரணும்னு சொல்லி இருக்காரு ஸார்...”

அப்பாவியாக ரேஞ்சர் சொல்ல, விஜயன் தலையில் அடித்துக் கொண்டார்.

“முட்டாள் முட்டாள்... உனக்குல்லாம் எவன்யா

வேல குடுத்தது...” ஆத்திரத்தோடு நாற்காலியிலிருந்து எழுந்துகொண்டவர் ரேஞ்சரை நெருங்கி வந்தார்.

“இங்கபாரு... அவர் என்ன சொல்றாரோ அத செய்... ஆனா எனக்கு எல்லாத்தையும் அப்டேட் பண்ணணும். முக்கியமா நீ எனக்கு வேல செய்றது யாருக்கும் தெரியக் கூடாது. இது உனக்கும் எனக்கும் உங்க டி.எஃப்.ஓவுக்கும் மட்டுமே தெரிஞ்ச விஷயம்.. அதுமட்டுமில்ல பொண்ணுங்களோட உயிர் சம்பந்தப்பட்ட விஷயம்...” விஜயன் தடுமாற்றத்தோடு சொல்ல, ரேஞ்சர் பதறிப்போய், “ஸார் என்ன சொல்றீங்க...?’ என்றார்.

“நீ இதுக்குமேல எதையும் தெரிஞ்சுக்க வேணாம். நான் சொல்றத மட்டும் கேட்டா போதும்,” என்றபடியே அருகிலிருந்த இளைஞனைப் பார்க்க, அவன் கட்டுகளை அவிழ்த்துவிட்டான். உடல் முழுக்க காயங்களோடு விஜயனைக் கும்பிட்டுவிட்டு ரேஞ்சர் மெல்ல வாசலை நோக்கி நடந்தார்.

34

வினோத்தின் உடல்நிலை போதிய அளவு தேறியிருக்கவில்லை. அச்சம் அவனது நரம்புகளுக்குள் ஊடுருவிப் போயிருந்ததால் எல்லோரையும் வெறிக்க வெறிக்கப் பார்ப்பவனாயிருந்தான். கோர்வையாய்ப் பேசவும் கேட்கவும் முடியாமல் புலன்கள் மரத்துப்போனதைப்போல் ஆகிவிட்டது. 'நல்லா இருந்தா புள்ள இப்பிடி ஆகிட்டானே... ஏங்க... நீங்க இந்த சாமியார் கேஸ பேசாம விட்டொழிச்சிருங்க... உங்களுக்கு ஊரு முக்கியம்னா எனக்கு என் குடும்பம் முக்கியம். ஒவ்வொரு நாளும் உசுரக் கைல புடிச்சிக்கிட்டு இருக்க முடியாது..." என விஜயனின் மனைவி அவரிடம் வருத்தத்தோடு சொன்னாள்.

"உனக்கு எப்பிடி உன் புள்ள முக்கியமோ அப்பிடித்தான மத்தவங்களுக்கும் அவங்க புள்ள. இத்தன பொம்பளப் புள்ளைகள சாகடிச்சுட்டு ஒருத்தனால நல்லா தின்னு தூங்க முடியுதுன்னு நெனாச்சாலே எனக்கு ஆத்திரம் பத்திக்கிட்டு எரியுது. சும்மா எல்லாத்துக்கும் பயந்துட்டு இருக்காத." விஜயன் பேச்சைத் தொடர விரும்பாதவரைப்போல் அங்கிருந்து நகர்ந்தார்.

விஜயனின் வீட்டைச் சுற்றிலும் மூன்று இடங்களில் மந்திரித்த பொருட்களை எடுத்திருந்தனர். மந்திரித்த தகடுகள், செய்வினை

செய்து வைத்த பொம்மைகள், தலைமயிர்க் கொத்து, மந்திரம் எழுதிய முட்டை ஓடுகளென அவ்வளவையும் அச்சப்பிசகாமல் ஒரு காகிதப் பையில் மந்திரவாதி சேகரித்து வைத்தார். இவற்றையெல்லாம் பார்த்த விஜயனுக்கு முதலில் நம்பிக்கையில்லை. ‘இதையெல்லாம் மந்திரிச்சு வெச்சதால ன் என் பையனுக்கு உடம்பு சரி இல்லாமப் போச்சுங்கறீங்களா?” என மந்திரவாதியிடம் சந்தேகத்தோடு கேட்டார்.

“ஸார் தெய்வம் இருக்குன்னு நம்புறவங்களுக்கு இருக்கு, நம்பாதவங்களுக்கு இல்ல. அப்பிடித்தான் மத்த சக்திகளும். நல்ல சக்தியும் கெட்ட சக்தியும் அத நம்பறவன் கண்ணுக்குத்தான் தெரியுது. நீங்க கெட்ட சக்திய நம்பாம இருக்கலாம். ஆனா நல்ல சக்தின்னு ஒண்ணு இருக்கறத நம்புவீங்க. எல்லா வெளிச்சத்துக்கும் எப்பிடி ஒரு நிழல் இருக்கோ, அதே மாதிரிதான் எல்லா நல்லதுக்கும் ஒரு தீயது இருக்கும்.”

சிரித்தபடியே சொன்ன மந்திரவாதி பையிலிருந்த பொருட்களை எல்லாம் வெளியே எடுத்து வைத்தார்.

“நீங்க என்னயவோ மாந்திரீகத்தையோ நம்ப வேணாம். ஆனா உங்க புள்ள குணமாகணும்னு நெனைக்கிறீங்கதான...?”

“ஆமா...”

“சரி... போயி குளிச்சிட்டு துணி மாத்திட்டு வாங்க... ஒரே ஒரு பூஜை மட்டும் செஞ்சுடலாம்...”

என்று சொல்லிவிட்டு அவர் தனது துணிப்பையைப் பிரிக்கத் துவங்கினார்.

விஜயன் குளித்து முடித்து வெள்ளை வேஷ்டி பனியனோடு திரும்பி வந்தபோது முக்கோண சக்கரமும், அதனுள் மந்திர எழுத்தும் எழுதப்பட்டு மையமாய் பூக்கள் குவிக்கப்பட்டு விளக்கேற்றப்பட்டிருந்தது. வீடு முழுக்க விளக்குகள் அணைக்கப்பட்டு காமாட்சி விளக்குகளும் குத்து விளக்குகளும் ஏற்றப்பட்டிருந்தன. எல்லாவற்றையும் வினோதமாகப் பார்த்தபடியே வந்த விஜயனை மந்திரவாதி தனக்கு எதிரில் முக்கோண சக்கரத்தின் இன்னொரு பக்கத்தில் அமரச்

சொன்னார். தன்னைச் சுற்றியிருக்கும் எல்லாவற்றையும் பார்த்து உடல் சில்லிட விஜயன் தரையில் அமர்ந்தார். கண்மூடி பகவதியை வேண்டிக்கொண்ட மந்திரவாதி தனது கையிலிருந்த புஷ்பத்தை விஜயனின் கையில் கொடுத்து வலது கையை இடது கையால் மூடிக்கொள்ளச் செய்தார்.

“ஸார். கண்ண மூடி இஷ்ட தெய்வத்த வேண்டிக்கோங்க. நான் சொல்ற வரைக்கும் கண்ண திறக்க வேணாம்..”

அவரது சொல்லுக்குக் கட்டுப்பட்டவராய் விஜயன் கண்மூடிக் கொண்ட அடுத்த நொடியில் மந்திர வார்த்தைகள் வீடு முழுக்க எதிரொலிக்கத் துவங்கின. முக்கோணத்தின் மையத்திலிருந்த விளக்கின் ஜுவாலை உயர்ந்து வெளிச்சம் அதிகரிக்க, அந்த ஜூவாலையின் நுனியில் வெவ்வேறு உருவங்கள் தோன்றி மறைந்தன. வினோத சப்தங்களும் ஓலங்களும் வெவ்வேறு திசைகளிலிருந்து எதிரொலிக்க விஜயனுக்கு உடல் நடுங்கியது. ‘என்னவானாலும் கண்ணைத் திறக்கக் கூடாதென’ மந்திரவாதி சொன்ன வாக்கிற்குக் கட்டுப்பட்டவராய் கண்களை இறுக மூடிக் கொண்டிருந்தார். தன்னைச் சுற்றி அவ்வளவு நேரமும் இருந்த குளுமை மறைந்து பெரும் வெப்பம் சூழ்வது போலிருந்தது. மந்திரவாதியின் உச்சாடனம் உச்சாஸ்தாதிக்குச் செல்ல, அறையில் வைக்கப்பட்டிருந்த பொருட்கள் உருண்டு விழத்துவங்கின. தீமையின் எந்த விசைகளையும் பொருட்படுத்தாதவராய் மந்திரத்தைச் சொல்லிமுடித்த மந்திரவாதி நாற்பது நிமிடங்களுக்குப்பின் களைத்துப்போனார்.

”ஸார், மெல்ல கண்ணத் திறந்து பாருங்க...”

என அவரது குரல் கேட்பதற்கு முன்பாகவே அச்சத்தில் விஜயன் மயங்கிச் சரிந்திருந்தார்.

முகத்தில் தண்ணீர் அடிக்கப்பட்டதில் அதிர்ந்து எழுந்தவருக்கு அறையில் புகுந்திருந்த அதீத வெளிச்சத்தை எதிர்கொள்ள கண் கூசியது. மிரண்டுபோய் பார்த்தவரிடம் மந்திரவாதி ஒரு குவளைத் தண்ணீரை நீட்டி ‘இதக் குடிங்க...’ எனக் கொடுக்க விஜயன் அவசரமாக வாங்கிக் குடித்தார். நீர்

நெஞ்சுக்குழியில் இறங்காமல் விக்கி ஒரு நொடி அவர் சுவாசிக்க சிரமப்பட, மந்திரவாதி அவரது நெஞ்சுக்குழியைத் தடவிவிட்டார். ஒவ்வொரு மிடறும் பெரும் சுமையோடு இறங்க, விஜயன் மெல்ல இயல்பிற்குத் திரும்பினார். பூஜை செய்த பொருட்கள் அடங்கிய பித்தளைத் தட்டைக் கொடுத்த மந்திரவாதி 'வீட்டுக்குப் பின்னால இருக்க மரத்தடில இத ஆழமா குழிதோண்டிப் பொதச்சிட்டு வாங்க...' என்று அனுப்பி வைத்தார். தடுமாற்றத்தோடு எழுந்து சென்ற விஜயன் இருளையும் குளிரையும் பொருட்படுத்தாமல் ஆழமாய்க் குழிதோன்றி பூஜை சாமான்களைப் புதைத்தார்.

விஜயன் வீட்டிற்குள் திரும்பி வந்தபோது பூஜைக்காகச் செய்யப்பட்ட எல்லா ஏற்பாடுகளும் சுத்தம் செய்யப்பட்டு வீடு பழைய மாதிரி மாறியிருந்தது. மந்திரவாதி உடைமாற்றிக் கிளம்பத் தயாரானவராய் நின்றார். விஜயன் பித்தளைத் தட்டை ஓர் ஓரமாக வைத்துவிட்டு அவரிடம் வர, எலுமிச்சம் பழமொன்றை விஜயனின் கையில் கொடுத்தார்.

"இத தம்பியோட படுக்கைக்குக் கீழ வெச்சிருங்க... முதல்ல ஆஸ்பத்திரிக்குப் போஃன் பண்ணி தம்பிக்கு எப்பிடி இருக்குன்னு கேளுங்க..." என்று சொல்ல, விஜயன் தனது அலைபேசியை தேடி எடுத்தார். மருத்துவமனையில் மகனோடு இருந்த மனைவியின் அலைபேசி எண்ணுக்கு அழைத்தார்.

"ப்பா... தம்பிக்கு எப்பிடி இருக்கு இப்ப?"

என இவர் கேட்டு முடிக்கும் முன்பாகவே அவள் உணர்ச்சிவசப்பட்டு "என்னால நம்பவே முடியலங்க... திடீர்னு அவனுக்கு முழிப்பு வந்திடுச்சு. அதோட யூரினும் மோஷனும் பிரிஞ்சு உடம்பு லேசாகிடுச்சு. டாக்டரே வந்து ஆச்சர்யமா பாத்துட்டுப் போனாரு..."

சொல்லிக்கொண்டிருக்கும்போதே இடைமறித்த மந்திரவாதி

"ஸார் தம்பி வாமிட் பண்ணாரான்னு கேளுங்க..."

என்று சொல்ல, விஜயனும் கேட்டார்.

“ஆமாங்க... ஒரு தடவ வாமிட் பண்ணான். அப்பிடியே பச்சக் கலர்ல... வாமிட் பண்ணதுக்கு அப்பறந்தான் நார்மல் ஆனான்...” என விஜயனின் மனைவி சொல்ல, விஜயன் அதிர்ச்சியோடும் ஆச்சர்யத்தோடும் மந்திரவாதியைப் பார்த்தார்.

“சரிம்மா... நீ இரு... நான் கொஞ்ச நேரத்துல வந்துடறேன்...” என்று சொல்லிவிட்டு மந்திரவாதியின் கைகளை நன்றிப் பெருக்கோடு பற்றிக்கொண்டார். இரண்டொரு நாட்களிலேயே வினோத் மருத்துவமனையிலிருந்து வீடு திரும்பிவிட்டபோதும், அச்சம் மட்டும் இன்னும் அவனிடமிருந்து விலகாமலிருந்தது.

★★★

பேருந்து நின்று வெகு நேரமாகியும் பிரக்ஞையே இல்லாமல் வானத்தை வெறித்தபடி அமர்ந்திருந்த பண்ட்டாவை ‘பவர் ஸ்டேஷன் வந்து இவ்ளோ நேரமாச்சும் எறங்காம என்ன செய்ற?’ என கண்டக்டரின் குரல் இயல்பிற்குக் கொண்டு வந்தது. சோர்வோடு பேருந்திலிருந்து இறங்கியபோது, நடையில் முதுமையின் தள்ளாட்டத்தை முதன்முறையாக உணர்ந்தார். அவரை இறக்கிவிட்ட பேருந்து மணல் சாலையின் புழுதியை கிளப்பிவிட்டு கிளம்பிச் சென்றது.

நீண்ட காலம் வாழ்ந்த தமது சொந்த நிலம் அவருக்கு அந்நியமாய்த் தெரிந்தது. அன்றைய தினத்தின் அவமானம் தொண்டையில் சிக்கிய முள்ளைப்போல் அவரை அவஸ்தைக்குள்ளாக்கியிருந்தது. தன்னை மீறி எழுந்த கண்ணீரைத் துடைக்க மறந்தவரை வேறு எவரும் பார்த்துவிடாதபடி இருள் மெல்ல அடர்ந்து பரவியது. மோயார் எல்லை முடிந்து பாடிக்குச் செல்லும் மேட்டில் ஏறியபோது, எதிரில் வந்த இளைஞர்கள் இவரது நடையிலிருந்த தளர்ச்சியைக் கவனித்து “என்ன பண்ட்டா தாசில்தார் மொத்தப் பணத்தையும் குடுத்துட்டானா இருக்கு... தூக்க முடியாம தள்ளாட்றியே...” என கேட்க, “ஆமா பெருசா எடுத்து என் வாயில குடுத்தான். போங்கடா சுன்னிகளா...’ எனக் கத்தினார்.

இத்தனை காலங்களில் கேலிப் பேச்சுகளுக்கு ஒருபோதும் ஆத்திரப்படாத பண்ட்டாவின் கண்கள் அவ்விருட்டிலும் புலியின் கண்களைப்போல் ரௌத்திரத்தில் ஒளிர்ந்தன. அந்தக் கண்களில் கண்ட ஆத்திரத்தை எதிர்கொள்ளமுடியாமல் இளைஞர்கள் அவசரமாய் விலகி நடந்தனர்.

“ஒவ்வொருத்தனுக்கும் என்னயப் பாத்தா எகத்தாள மயிரா போயிடுச்சு. பண்ட்டா இத நொட்டு... பண்ட்டா அது நொட்டுன்னு எல்லாத்துக்கும் என் தலைய உருட்டறது... இந்த ஊரையும் காட்டையும் மலையையும் நீங்க யாரும் பாக்காத காலத்துக்கு முன்னாடி இருந்து பாத்து வளந்தவண்டா... புண்டையாண்டிகளா... என்னயவா எகத்தாள மயிராப் பேசறீங்க? எகத்தாளமா பேசற வாயெல்லாம் அழுகிப் போயிரும்... என்னய அடிக்க கை ஓங்கினவன் கையெல்லாம் வெளங்காமப் போயிரும்... வெய்க்கிறண்டா... தாயோலிகளா, கூழிக்கு ஒரு பூச வெக்கிறேன்... உங்க எவனையும் சும்மா விடப் போறதில்ல...” யார் யாரின் மீதோ இருந்த ஆத்திரத்தையும் வெறுப்பையும் ஆளற்ற வெட்டவெளியில் நின்று பண்ட்டா கத்திக்கொண்டிருந்தார்.

இரவு வழமையைவிட பொறுமையாக நகர்ந்தது. கடந்த காலத்தின் நிழல் பண்ட்டாவின் இருப்பெங்கும் பரவியது. வாழ்வின் பெருந்துயரங்களும், கானகத்தின் கடுமையான வாழ்வும் திண்மையாக்கியிருந்த மனத்தை தொடர்ச்சியாக நிகழ்ந்த இழப்புகள் அசைத்துப்போட்டன. வெள்ளி முளைத்த வானம் தன்னோடு தென்றலையும் அழைத்து வந்தது. மனம் மெல்ல இலேசாவதை உணர்ந்த பண்ட்டாவின் கண்கள் உறக்கத்திலாழ்ந்தன. சில மணிநேர உறக்கம்தான் என்றாலும் பண்ட்டாவின் தவித்த மனதை ஆற்றுப்படுத்தியது அந்த உறக்கம். அலை ஓய்ந்த ஆழ்கடல் போல் மனம் தெளிவானது.

சிம்னி விளக்கின் ஒளி மங்கத் துவங்கியதில் நேரம் நடுசாமத்தைக் கடந்து விட்டதை உணர்ந்த பண்ட்டா குடிசையை விட்டு வெளியே வந்தார். கைகால்களைக் கழுவி சுத்தம் செய்துகொண்டு ஒரு குவளை குளிர்ந்த நீரால் முகத்தைக்

கழுவினார். பறவைகளின் கிறீச்சிடல்கள் விடியலைப் பறைசாற்றின. பண்ட்டாவின் செவிக்கு ஏதோ வித்தியாசமாக கேட்பதுச்போல் தோன்ற, எழுந்து வெளியே வந்தார். மனதில் கூளியை நினைத்து கண்களை மூடினார். மரப்புறா ஒன்று குனுகுவது மிக அருகில் கேட்டது. தலையை நிமிர்த்தி அங்குமிங்கும் பார்த்தவருக்கு தாழ்ந்திருந்த மரக்கிளையின் மீது அப்புறா தென்பட்டது. அப்பறவை தனது மரணத்தை எதிர்நோக்கியிருந்ததென்று அவருக்குப் புரிந்தது. பொதுவாக மரணம் தழுவக் காத்திருக்கும் முதுபறவைகள் மலையுச்சியில் அல்லது பெருமரத்தின் உச்சிக்கிளையில் யார் கண்ணிற்கும் தென்படாதவாறு அமைதியாக உயிரை துறக்க விரும்புமாம். சிறகுகள் கொண்டு தலைப்பகுதியை மூடியபடி முகங்கவிழ்ந்து படுத்து உறங்குவது போல, உயிர் துறக்கும் பறவைகளைக் கண்டால் அவை நெடுவாழ்வு வாழ்ந்து காலத்தின் சாட்சியங்களாக மாறிவிடுபவை என்பது புரிந்து விடும். அப்படியிருக்க தாழ்ந்த மரக்கிளையில் அமர்ந்து தன்னை அழைப்பது போல் உணர்த்திய புறாவை நோக்கி நடந்தார் பண்ட்டா. அவர் மரத்தை நெருங்கவும் புறா தனது இறுதி சுவாசத்தைத் துறந்து கண்கள் மூடி இலையுதிர் காலத்து சருகு போல் அவர் காலடியில் விழுந்தது. முதிர்ந்த அதன் இருபக்க சிறகுகளும் தாமாகவே தலைமூடின. பண்ட்டாவின் உடல் ஒரு நொடி சிலிர்த்து அடங்கியது. எந்த வனமும் மலையும் நேற்று தன்னை கைவிட்டதாக நினைத்தாரோ அவ்வெண்ணம் முற்றிலுமாக அகன்று தனது தாயாகவும் குழந்தையாகவும் நண்பனாகவும் வனமே இருந்துள்ளது என்பதற்கு சாட்சியாக அந்த மரப்புறா அவருக்கு விடைகொடுத்துச் சென்றிருந்தது. தனது குடிசையின் அருகிலேயே சிறு குழிதோண்டி தன்னையொத்த முதிய நண்பனின் உடலைப் புதைத்து மூடினார். சிறகு மூடி உயிர்நீத்த அந்த முதுபறவை பண்ட்டாவிற்குக் காலமெனும் பெரும் ஆசானைப் பற்றிய தெளிவை பரிசளித்துச் சென்றது.

35

ஷாஜி தேசாபிமானியில் எழுதிய கட்டுரையால் கேரளத்தில் பெரும் பிரளயமே உருவானது, மகளிர் அமைப்பினரும் அரசியல் கட்சியினரும் வீதிகளில் இறங்கிப் போராடத் துவங்கியிருந்தார்கள். இருமாநில விவகாரம் என்பதால் அரசியல் மட்டத்தில் பெரும் குழப்பங்களும் கொந்தளிப்புகளுமாய் இருந்தது. கேரளத்தின் முக்கிய மந்திரி ஒருவர் 'ரிப்போர்ட்டர் ஷாஜி எழுதின ஆர்டிகிள் ல அவரே இப்பிடி நடந்திருக்கலாமோன்னு சந்தேகிப்பதா மட்டுந்தான் சொல்லி இருக்காரு. மக்கள் தேவையில்லாத பதட்டங்கள உருவாக்க வேணாம். நாங்க தமிழ்நாடு கவர்மெண்ட் கிட்டயும் போலிஸ் கிட்டயும் இந்த இஷ்யூ தொடர்பா விசாரிக்கச் சொல்லி இருக்கோம். கூடிய சீக்கிரமே விவரங்கள் கிடைக்கும்.' என தொலைக்காட்சி நேர்காணல் ஒன்றில் சொல்லியிருந்தார். அதன்பிறகும் போராட்டங்கள் குறைந்திருக்கவில்லை. கேரள ஊடகங்களைத் தொடர்ந்து தமிழ்நாட்டு ஊடகங்களும் இந்த விவகாரத்தைக் கையிலெடுக்க வேண்டிய நெருக்கடி உருவானதால் கூடலூரில் எப்போதுமில்லாத பதற்றம் சூழத் துவங்கியது.

விஜயன் தனது குடும்பத்தினரை ஊட்டிக்கு அனுப்பி வைத்துவிட்டு, முழுமையாக சாமியாரையும் அவரது ஆஸ்ரமத்து ஆட்களையும் கண்காணிப்பதில் இறங்கிவிட்டார்.

“மூக்குப்பொடி ஆஸ்ரமத்துல என்ன நடக்குதுங்கற ஒவ்வொரு அசைவையும் கண்காணிச்சு சொல்லுங்க...” என விஜயன் உத்தரவிட்டிருந்ததால் போலிஸ் இன்ஃபார்மர்கள் 24 மணிநேரங்களும் பேயைப் போல் சுற்றிக்கொண்டிருந்தனர்.

“ஸார் ஊருக்குள்ளதான் இவ்ளோ பதட்டம் இருக்கு. ஆஸ்ரமத்துக்குள்ள எல்லாம் எப்பவும் போலத்தான் இருக்காங்க. வேளா வேளைக்கிப் பூஜ, படையல்னு எதுக்கும் கொற வெச்ச மாதிரி தெரியல...” என ஒரு இன்ஃபார்மர் குழப்பத்தோடு சொல்ல, “ஒருத்தன் இயல்பா இருக்கற மாதிரி ரொம்ப நாள் நடிக்க முடியாது... வெய்ட் பண்ணுங்க... பெருச்சாளி வெளிய வந்து அதோட அசலான முகத்தக் காட்டிதான ஆகணும்...” என விஜயன் கழுகின் கண்களோடு பொறுமை காத்தார். அவர் இப்படிச் சொன்னதற்கு அடுத்த நாள் சாமியாரின் ஆஸ்ரமத்தை நோக்கி மக்கள் பெரும் கூட்டமாய் வரத் துவங்கியிருந்தார்கள். கூடலூரின் எல்லா சாலைகளிலும் வாகன நெருக்கடி ஏற்பட்டதைக் கண்டு எரிச்சலான விஜயன், ஸ்டேஷனிலிருந்த உதவி ஆய்வாளரிடம்

‘ஊருக்குள்ள இவ்ளோ பிரச்சன நடந்துட்டு இருக்கு, எதுக்காக இவ்ளோ பேர் இப்போ ஆஸ்ரமத்துக்குப் போறாங்க...” என ஆத்திரமாய்க் கேட்டார்.

“ஸார் இன்னிக்கி பௌர்ணமி... ராக்கால பூஜ இருக்குமாம். அதுக்குத்தான் இவ்ளோ கூட்டம் போகுது...” என உதவி ஆய்வாளர் சொல்ல, “ஏங்க இதுக்கு முன்னாடி பௌர்ணமிக்கெல்லாம் இவ்ளோ கூட்டம் வரலையே, இந்த பௌர்ணமிக்கு மட்டும் என்ன புதுசா? எனக்கு ஏதோ டவுட்டா இருக்கு எதுக்கும் உஷாரா இருங்க...” என்று எச்சரித்தார்.

சோடியம் விளக்குகளின் வெளிச்சத்தில் சாமியாரின் ஆஸ்ரமம் தகதகவென ஒளிர, மெல்லிய ஒலியில் ஸ்பீக்கர்களில் மந்திரங்கள் ஒலித்துக் கொண்டிருந்தது. கூடியிருந்த மக்கள் கூட்டம் இசையிலும் ஒளியிலும் கரைந்துபோயிருக்க, தற்காலிகமாக அமைக்கப்பட்டிருந்த மேடையில் மூக்குப்பொடி சாமியார் தோன்றினார். வழக்கமாக பௌர்ணமி நாட்களில் முக்கியப்

பிரமுகர்கள் அவரைச் சந்தித்து ஆசி வாங்குவதுண்டு. யாரிடமும் அதிகமும் பேசாத சாமியார் அன்று ஒருநாள் மட்டும் தன்னைச் சந்திக்கவரும் எல்லோரிடமும் பேசுவார். அதனாலேயே பௌர்ணமி பூஜை எப்போதும் விசேஷமானது. வழக்கமாக பூஜைக்கு வருகிறவர்களுக்கே இந்த புதிய கூட்டத்தைப் பார்க்க வியப்பாயிருந்தது. சாமியார் மெல்ல உரையாடத் துவங்க, இசையின் ஒலியளவு குறைந்து அமைதி நிரம்பத் துவங்கியது. அவரது ஒவ்வொரு சொற்களும் கூடியிருந்தவர்களின் மனதில் ஊசிகளாய் இறங்கத் துவங்க, ஆஸ்ரமத்து ஊழியர்கள் அருந்தக் கொடுத்த தீர்த்தத்தை அருந்தியபின் எல்லோரும் அரை மயக்கநிலையில் இருப்பதுபோல் கிறங்கிக் கிடந்தனர். எவ்வளவு நேரமும் அவர் பேசினார் என்பது தெரியாமலேயே பக்தர்கள் உறைந்துபோயிருக்க, மேடையிலிருந்த சாமியாரைச் சுற்றி புகை எழுந்தது. புகை முழுவதுமாய் விலகியபோது சாமியாரும் அங்கிருந்து காணாமல் போயிருந்தார். பக்தர்கள் கூட்டம் ஆர்ப்பரிக்கும் முன்பாகவே அதுவரை இல்லாத ஒலியளவில் பாடல் ஒலிக்கத் துவங்கியது. நரம்புகள் அதிர எல்லோரும் மிரண்டு பார்க்க, அங்கு அசாதாரணமானதொரு சூழல் உருவாகியிருந்தது.

களைப்பிலும் மயக்கத்திலும் ஏராளமான பக்தர்கள் ஆஸ்ரமத்தின் வெவ்வேறு இடங்களில் சுருண்டு கிடக்க, நினைவு திரும்பிய சிலர் மட்டும் அதிகாலையில் தங்களது வாகனங்களில் கிளம்பிச் சென்றனர். கூடலூரின் மூன்று எல்லைகளிலும் காவல்துறையினர் ஒரு வாகனத்தையும் விடாமல் சோதனை செய்து அனுப்பிக் கொண்டிருக்க, மெல்ல பொழுது விடியத் துவங்கியது. இரவு முழுக்க உறங்காமல் ரோந்து சென்றுகொண்டிருந்த விஜயனுக்கு களைப்பில் கண்கள் சிவந்து கோவைப்பழமென மாறியிருந்தன. சிறிது நேரம் கண்ணயரலாமென ஜீப்பில் சாய்ந்து அமர்ந்திருந்தவரின் மொபைல் அலற, உறக்கச் சடவோடு கண் திறந்து அழைப்பை ஏற்றார்.

“ஸார், இங்க என்ன நடக்குதுன்னே தெரியல... ஆஸ்ரமத்துல நிறையப் பேரு வாந்தி எடுத்து மயங்கி விழறாங்க... கூட்டம்

கூட்டமா ஆஸ்பத்திரிக்கு அள்ளிட்டுப் போயிட்டு இருக்காங்க ஸார்...”

இன்ஃபார்மர் பதற்றத்தோடு கத்தினான். களைப்பும் சோர்வும் காணாமல் போய் விஜயனுக்குள் ஆத்திரமும் பதற்றமும் தொற்றிக்கொள்ள, தனத ட்ரைவரிடம் அவசரமாய் வாகனத்தைக் கிளப்பச் சொல்லிக் கட்டளையிட்டார்.

கூடலூரிலிருக்கும் மருத்துவமனைகள் நோயாளிகளால் நிரம்பிக் கொண்டிருந்தன. நோய்க்கான காரணத்தை அறிந்துகொள்ள முடியாமல் மருத்துவர்கள் திணறிக்கொண்டிருந்தார்கள். அடிவயிற்றிலிருந்து ஓங்கரித்து வாந்தியெடுக்கும் நோயாளிகளின் முகங்களைப் பார்க்க அச்சமாக இருந்தது. உள்ளூர் பத்திரிகையாளர்கள் செய்தி அறிந்து மருத்துவமனைகளை நோக்கிப் படையெடுக்க, காவல்துறையினர் அவர்களைக் கட்டுப்படுத்த முடியாமல் திணறிப்போனார்கள்.

போர் நிகழ்ந்த இடம்போல் சின்னாபின்னமாகியிருந்தது ஆஸ்ரமம். காற்றில் கவுச்சி வாடை கலந்து சுவாசிக்க முடியாமல் விஜயன் கைக்குட்டையால் மூக்கைப் பொத்திக் கொண்டார். ஆஸ்ரமத்து ஊழியர்கள் எவருமில்லாமல் நிலக்கோட்டை கிராம மக்கள்தான் பாதிக்கப்பட்ட நோயாளிகளை மருத்துவமனைக்கு அனுப்ப உதவிக்கொண்டிருந்தார்கள்.

“ஆஸ்ரமத்து ஆளுங்க ஒருத்தனக்கூட காணாம் எங்கய்யா போனானுங்க...?”

விஜயன் ஆத்திரத்தோடு அருகிலிருந்த இன்னொரு போலிஸ்காரரிடம் கேட்டார்.

“ஸார் எல்லாமே மர்மமா இருக்கு. பௌர்ணமி பூஜை முடியற வரைக்கும் சாமியாரும் அவரோட ஆளுங்களும் இங்கதான் இருந்திருக்காங்க... நட்ராத்திரிக்கு மேல, எங்க போனாங்க என்ன ஆனாங்கன்னு எந்தத் தடமும் இல்லாம இருக்கு...”

அவர் குழப்பத்தோடு சொல்ல, விஜயன் அதிர்ந்துபோனார்.

“சாமியாரும் இல்லயா?”

"இல்ல ஸார்... எங்க போனாரு எப்பிடிப் போனாருன்னு யாருக்கும் தெரியல..."

"ஊரச் சுத்தி எல்லா செக் போஸ்ட்லயும் ஆளிருக்கு. எப்பிடிய்யா நம்மள மீறிப் போயிருக்க முடியும்..."

விஜயனின் கேள்விக்குப் பதில் தெரியாத ஏமாற்றத்தில் கான்ஸ்டபிள் தலையைக் குனிந்துகொண்டார்.

ஆஸ்ரமத்திலிருந்த அறைகளில் எந்த மாற்றங்களும் இல்லை. அங்கு வைக்கப்பட்டிருந்த பொருட்கள் அப்படி அப்படியே இருந்தன. சந்தனமும் ஊதுபத்தியும் கலந்த மணம் அறைகளில் இப்போதும் நிரம்பியிருந்ததை விஜயன் உணர்ந்தார். சுவர்களில் அம்மனின் ஓவியங்கள். பின்னணியில் கடவுளின் நாமத்தை மெல்லிய ஒலியில் ஸ்பீக்கர்கள் எதிரொலித்துக் கொண்டிருந்தன. சமையல் கூடத்தை ஒட்டிய தானியக் கிடங்கில் நெல் மூட்டைகளும் சமையலுக்குத் தேவையான பருப்பு, காய்கறிகள் எண்ணெய் அவ்வளவும் பெருமளவில் சேமிக்கப்பட்டிருந்ததோடு அணையா விளக்கின் அடையாளமாய் ஒரேயொரு சிறிய விறகடுப்பு மட்டும் எரிந்துகொண்டிருந்தது. எல்லா அறைகளையும் பார்த்துவிட்டு விஜயன் சாமியாரின் அறைக்குள் வந்தார். ருத்ராட்ச மாலைகள், அவரது உடைகள், பூசை சாமான்கள் இவற்றுக்கு நடுவில் அறையின் கூரையைத் தொடுவதுபோல் உயர்ந்து நின்ற காளியின் சிலை. எலுமிச்சம் பழ மாலையோடு, மஞ்சள் நிறப் பூ மாலையும் கழுத்திலிருந்து கால்வரை தொங்கிக்கொண்டிருந்தது. காலடியில் பெரிய மண் தட்டில் குங்குமமும், அம்மனின் ஆயுதமான வாளும் வைக்கப்பட்டிருந்தன. அறையின் மஞ்சள் விளக்கு வெளிச்சம் வாளில் பட்டு மிளிர, விஜயன் வாளை எடுத்துப் பார்த்தார். அதன் கூர்மை அச்சுறுத்துவதாய் இருக்க,

"இத சேஃபா எடுத்து வைங்க..." என தன்னுடன் வந்த போலிஸ்காரரிடம் கொடுத்தார். அவர் வாங்கி அங்கிருந்த துணியை எடுத்து வாளைச் சுற்றி எடுத்துக் கொண்டார். அறையின் நான்கு புறங்களையும் பார்த்துவிட்டுத் திரும்பியவருக்கு ஏதோவொன்று உறுத்துவது போலிருக்க, மீண்டும் திரும்பி

அம்மன் சிலையை நெருங்கி வந்தார். சிலையை நன்றாகக் கவனித்தபோது எலுமிச்சம் மாலைக்கும் பூ மாலைக்கும் நடுவே எலும்பு மாலை ஒன்று தொங்கிக்கொண்டிருந்தது. வழக்கமாக காளி சிலைகளில் பார்க்க முடியாத எலும்புகள். ஷூவை கழற்றி ஓரமாக வைத்துவிட்டு அம்மன் சிலையை நெருங்கிச் சென்றவர் அந்த மாலையை மட்டும் தனியாக எடுத்தார்.

“என்னாது ஸார் அது?”

எனக் கேட்டபடியே உதவி ஆய்வாளர் அறைக்குள் வர, குழப்பமும் அதிர்ச்சியும் நிரம்பிய முகத்தோடு விஜயன் “இதப் பாத்தா உங்களுக்கு எப்பிடித் தெரியுது?” என எலும்பு மாலையை அவரிடம் நீட்டினார். உதவி ஆய்வாளர் நெருங்கிப் பார்த்து “எலும்ப கோர்த்து போட்றுக்க மாதிரி இருக்கு ஸார்...” என்றார்.

“நல்லா பாருங்க... இது ஹ்யூமன் போன்...”

உதவி ஆய்வாளர் நெருங்கிப் பார்த்துவிட்டு “ஸார் ஆமா ஸார்...” என பதற்றத்தோடு கத்தினார்.

விஜயன் அவசரமாக அவரை அமைதிப்படுத்திவிட்டு “இத கேர்ஃபுல்லா பேக் பண்ணுங்க... டாக்டர்ஸ் கிட்ட என்னன்னு கேப்போம்...” என உத்தரவிட்டுவிட்டு தன் காலணிகளை அணிந்துகொள்ளத் துவங்கினார்.

உள்ளூர் மக்கள் சிதறிக் கிடந்த ஆஸ்ரமத்தை இன்னும் அதே தீவிரத்தோடு ஒழுங்குபடுத்திக் கொண்டிருக்க, விஜயன் கைதட்டி எல்லோரையும் தன் பக்கம் பார்க்கச் சொன்னார். சிலர் சத்தம் கேட்டு திரும்பிப் பார்த்தனர். பலர் அதைக் கவனிக்க பொறுமையின்றி ஒழுங்கு செய்வதில் தீவிரமாக இருக்க, விஜயன் கான்ஸ்டபிளை வரச் செய்து விசில ஊதச் செய்தார். விசில் சத்தம் கேட்டு மக்கள் விஜயனை நோக்கித் திரண்டு வந்தனர்.

“எல்லாரும் இருக்கறத அப்பிடி அப்பிடியே விட்டுட்டுப் போங்க... இங்க என்ன நடந்திச்சுன்னு முழுசா தெரிஞ்சுக்கற வரைக்கும் நீங்க யாரும் வர வேணாம்... இங்க ரொம்ப நேரம் இருக்கறதால உங்களுக்கும் உடம்பு சரி இல்லாம போற

நெலம வரலாம். உடனே எல்லாரும் இங்கயிருந்து கிளம்புங்க...” என உத்தரவிட, மக்கள் குழப்பத்தோடு உறைந்து நின்றனர். கான்ஸ்டபிள்கள் சுதாரித்துக் கொண்டு திரண்டிருந்த மக்களை அங்கிருந்து வெளியேறச் சொல்லி அவசரப்படுத்தினார்கள். ஊர் மக்கள் ஆஸ்ரமத்தையும் போலிஸ்காரர்களையும் நம்பிக்கையில்லாமல் பார்த்தபடியே வெளியேறிச் சென்ற சில நிமிடங்களுக்குப்பின்,

“உடனே ஆஸ்ரமத்த க்ளோஸ் பண்ணி சீல் வைங்க. ரெண்டு மூணு இடத்துல சிசிடிவி இருக்கறதப் பாத்தேன். ஒரு டீம வரச் சொல்லி சிசிடிவு ஃபுட்டேஜஸ்ல நேத்து நைட் என்னலல்லாம் நடந்துச்சுன்னு செக் பண்ணச் சொல்லுங்க... ரெண்டு மணி நேரத்துல எனக்கு ரிப்போர்ட் வேணும்...”

என பரபரப்பாக உத்தரவுகளைத் தந்துவிட்டு தனது ஜீப்பை நோக்கி நடந்தார். ஜீப்பில் ஏறி அமர்ந்த அதே நேரத்தில் அவரது அலைபேசி ஒலிக்க எடுத்தவர்,

“சொல்லுங்க டாக்டர்...” என பதிலளித்தார்.

“உடனே கிளம்பி ஜி.ஹெச் வாங்க...”

“எதும் எமர்ஜென்ஸியா?...”

“ஆமா... சீக்ரம் வாங்க...”

இணைப்பைத் துண்டித்த விஜயனுக்கு களைப்பிலும் அயர்ச்சியிலும் கண்கள் சொருகின...

அரசு மருத்துவமனை வளாகத்தில் போலிஸ் வாகனத்தை நிறுத்தக்கூட இடமில்லாத அளவிற்கு நோயாளிகளை ஏற்றிவந்த வாகனங்கள் நிரம்பியிருந்தன. “நீங்க வண்டிய எடுத்துட்டு ஸ்டேஷன் போயிடுங்க. நான் வேல முடிஞ்சதும் கூப்டறேன்...” என ட்ரைவரை அனுப்பிவிட்டு விஜயன் தலைமை மருத்துவரை சந்திக்க விரைந்தார். மருத்துவமனை வளாகம் பினாயிலால சுத்தம் செய்யப்பட்டிருந்த வாடை காட்டமாய் அடித்ததால் விஜயன் நடையில் வேகத்தைக் கூட்டினார். தலைமை மருத்துவரின் அறைக் கதவைத் திறந்து சென்றவர் அங்கு

நான்கைந்து மருத்துவர்கள் பதற்றத்துடன் நின்றிருப்பதைக் கவனித்து ஏதோ விபரீதமெனப் புரிந்து கொண்டார். விஜயனைக் கவனித்த தலைமை மருத்துவர்

“வாங்க விஜயன் ,உங்களுக்குத்தான் வெய்ட் பண்ணிட்டு இருந்தேன்...”

என்றபடியே பரபரப்பாகி உடனிருந்த மருத்துவர்களிடம் “நீங்க போயி பேஷண்ட்ஸப் பாருங்க. நான் கூப்டறேன்...” என அனுப்பி வைத்தார். இளம் மருத்துவர்கள் அறையிலிருந்த வெளியேற விஜயன் மருத்துவருக்கு எதிரிலிருந்த நாற்காலியில் அமர்ந்தார். தலைமை மருத்துவர் சில சாம்பிள்களையும், மருத்துவ அறிக்கைகளையும் விஜயனை நோக்கி நகர்த்தினார். விஜயன் அறிக்கைகளை எடுத்து வாசிக்கத் துவங்க, அவரது முகம் மாறத் துவங்கியது...

“இஸ் இட் ட்ரூ டாக்டர்?”

அதிர்ச்சியோடு கேட்டார்.

“எஸ்... பௌர்ணமி பூஜைக்கிப் போன எல்லாருமே மேஜிக் மஷ்ரூம் சாப்ட்டு இருக்காங்க. தெரிஞ்சு எடுத்துக்கிட்டாங்களா இல்ல தெரியாம எடுத்துக்கிட்டாங்களான்னு தெரியல. ஆனா அதோட சைட் எஃபெக்ட்ஸ்தான் இதெல்லாம்...”

“ஆனா மேஜிக் மஷ்ரூம் போதைக்காக எடுத்துக்கறதுதானே டாக்டர். அதால இந்த மாதிரி இஷ்யூஸூம் வருமா?”

“வரும். எனக்குத் தெரிஞ்சு இவங்க எல்லாருமே நாம எடுத்துக்கறது மேஜிக் மஷ்ரூம்தான்னு தெரிஞ்சுக்காமயே எடுத்திருக்கணும்...”

“வேற எதுகூடயோ கலந்து கொடுத்திருக்கணும். அப்பிடித்தான டாக்டர்?”

“எக்ஸாட்லி...”

“இதால யாரோட உயிருக்கும் பிரச்சன வராதே டாக்டர்...”

“வராது.. ஆனா இவங்க ரெகவெர் ஆக ஒன் ஆர் டூ டேஸ் ஆகும்...”

"இந்த விஷயம் மீடியாவுக்குத் தெரியாம பாத்துக்க முடியுமா டாக்டர்?"

"கஷ்டம் ஸார். இப்பவே எனக்கு ஏகப்பட்ட கால்ஸ்... என்ன பதில் சொல்றதுன்னு தெரியாம நான் மொபைல ஆஃப் பண்ணி வெச்சிருக்கேன்..."

விஜயன் யோசித்தார். எப்படியும் உண்மையை யாரோ ஒருவர் சொல்லித்தான் ஆகவேண்டும். தனது அலைபேசியை எடுத்து உள்ளூர் பத்திரிக்கையாள் ஒருவரை அழைத்தார்.

"மாரியப்பன், நான் ஒரு மேட்டர் சொல்றேன். ஆனா நாந்தான் சொன்னேன்னு நீங்க யாருக்கும் சொல்லக் கூடாது..."

"கண்டிப்பா சொல்லமாட்டேன் ஸார்..."

"பௌர்ணமி பூஜைக்கு வந்த டிவோட்டிஸ் அவ்வளவு பேரும் மேஜிக் மஷ்ரூம்ஸ் சாப்ட்டு இருக்காங்க. அது ஒத்துக்காமத்தான் ஃபுட் பாய்ஸன் ஆகி இருக்கு..."

அதிர்ந்துபோன மாரியப்பன்

"ஸார் மேஜிக் மஷ்ரூம் இங்க எப்பிடி ஸார்?"

"அதையெல்லாம் இனிமேதான் கண்டுபிடிக்கணும். இப்ப இத மட்டும் லீக் பண்ணுங்க. வேற யாருக்கும் எதுவும் தெரியக்கூடாது..."

"ஓகே ஸார்..."

விஜயன் இணைப்பைத் துண்டித்துவிட்டு மருத்துவரைப் பார்க்க, அவர் நன்றி சொல்வதுபோல் வணக்கம் வைத்தார்.

ஆசிரமத்திலிருந்து எடுத்துவரப்பட்ட சிசிடிவி பதிவுகள் அடங்கிய ஹார்ட் டிஸ்க்குகளைக் கூடலூர் காவல் நிலையத்தில் கவனமாகப் பார்த்துக்கொண்டிருந்தனர். ஆசிரமத்தின் தியான மண்டபம், மெயின்கேட் வழியாக எல்லோரும் வாகனத்தை நிறுத்தியிருந்த இடம், பௌர்ணமி பூஜை நடந்த இடமென வெவ்வேறு பகுதிகளில் பதிவாகியிருந்த காட்சிகளைப் பார்த்துக்கொண்டிருந்தவர்களுக்கு நள்ளிரவுக்குப் பிறகு வந்த

காட்சிகள் கலக்கமூட்டின. சாமியார் வந்து சில நிமிடங்கள் வரை இயல்பாக இருந்த கூட்டம் சில நிமிடங்களுக்குப் பிறகு பேய் பிடித்ததைப் போல் ஆடவும் கத்தவுமாய் உருமாறியது. கணினியில் வேலை செய்து கொண்டிருந்த இளைஞன் அருகிலிருந்து உதவி ஆய்வாளரை மிரட்சியோடு பார்த்து “ஸார் என்ன ஸார் இது பைத்தியக்கார கூட்டமாட்டம் கத்தறானுங்க...” எனக் கேட்க, அவர் “தம்பி கொஞ்சம் ரீவைண்ட் பண்ணி சாமியார் வர்ற இடத்துல இருந்து காட்டு...” என்று சொன்னார். அந்த இளைஞன் ரீவைண்ட் செய்து காட்ட, ஆசிரம ஊழியர்கள் திரண்டிருந்த பகதர் கூட்டத்திற்கு பிரசாதமாக கறுப்பு நிற உருண்டைகளைத் தந்து கொண்டிருந்த காட்சி ஓடியது. “அப்பிடியே ஃப்ரீஸ் பண்ணுப்பா...” என்று உதவி ஆய்வாளர் கத்த, அவன் அவசரமாக ஓடிய காட்சியை நிறுத்தினான். “ஒரு நிமிஷம் பொறு வந்துடறேன்...” என்றபடியே அந்த அறையிலிருந்து வெளியேறவும் விஜயன் அங்கு வரவும் சரியாய் இருந்தது.

“எதாச்சும் கெடச்சுதா?”

“எஸ் ஸார்... எங்கூட கொஞ்சம் வாங்க...”

உதவி ஆய்வாளர் விஜயனை அழைத்துக் கொண்டு சென்றார். நிறுத்தி வைக்கப்பட்ட காணொளியை அந்த இளைஞன் திரும்பவும் ஓடவிட்டான். பக்தர்கள் என்ன ஏதெனக் கேள்வியே இல்லாமல் பிரசாதமாகக் கொடுக்கப்பட்ட கருப்பு நிற உருண்டைகளை விழுங்கினார்கள். விஜயன் திரும்பி உதவி ஆய்வாளரைப் பார்க்க, “ஆமா ஸார் அதேதான்...” என அவர் அழுத்தமாகச் சொன்னார்.

36

"கற்பூரம் இல்லாம
கெளம்பாது சாமி
ஒரு நாளாம் திருநாளாம்
ஊராரு சொகந்தானாம்..
மொழங்காலு தண்ணியில
அம்ம வெளையாடும் கரையில...
அலையே என் செலையே
நீ வாம்மா என் முன்னால..
தாழம்பூ தோட்டமாம்
நாம தாவிப்பறிக்க வாட்டமா...
அலையே என் செலையே நீ வாம்மா என் முன்னால
எட்டிப்பூ தோட்டமாம்
நாம எட்டிப் பறிக்க வாட்டமா
அலையே என் செலையே நீ வாம்மா என் முன்னால..."

- பழங்குடியினர் சாமி அழைப்பு

காற்றின் திசைமாறியதும் கார்கால மேகங்கள் மெல்ல விடைகொடுக்கத் துவங்கின. வானம் இளநீலம் தரிக்க, குயில்கள் தூரத்து காடுகளில் வசிக்கும் தமது இணைகளுக்கு மழை ஓய்ந்த செய்தியனுப்பின. பணியர் குடி மக்கள் கூதிர்

காலத்திற்கான தானிய சேகரிப்புகளைத் துவங்கியிருந்தனர். மழைக்கு பெயர்ந்து விழுந்த மரங்கள் வெயிலில் காய்ந்து விறகாகியதால் அவற்றை வெட்டி சேகரிக்கும் பணிகளில் மும்முரமாக இருந்தனர்.

உடமையெனச் சொல்லிக் கொள்ள நிலமோ, பெரிய வேலை வாய்ப்புகளோ இல்லாத இளைஞர்கள் இந்தக் குடியில் நீண்ட காலம் தாக்குப்பிடிக்க முடியாதென்கிற முடிவோடு மங்களூருக்கும் ஹசனுக்கும் வேலைக்குச் சென்றுவிட்டார்கள். மத்திம வயதுக்காரர்களில் ஒரு பகுதியினர் ஆற்றைக் கடந்து கர்நாடக எல்லைப்புறத்திலிருந்த தோட்டங்களுக்கு வேலைக்குச் செல்லத் துவங்கியிருந்தார்கள். பணப்புழக்கம் பணியர் குடியில் அதிகமானபோதே சாராயத்தின் வரத்தும் அதிகரிக்கத் துவங்கிவிட்டிருந்தது. “இந்தப் பயகலாம் கைமீறிப் போயிடுச்சுங்க... எங்க போனாலும் நல்லா இருந்தா சரி... நாமதான் நம்ம காலம் முழுக்க இந்தக் காடும் மலையுமே கெதின்னு கெடந்தோம். இந்தப் பயக நாலு ஊரு போயி வரட்டும்...” என பண்ட்டா ஊர் பெரியவர்களை சமாதானப்படுத்தினார்.

கடந்த சில மாதங்களாக அந்த ஊர்க்காரர்கள் எதிர்கொண்டிருந்த சிரமங்களெல்லாம் மறையத் துவங்கி ஒவ்வொரு வீட்டிலும் மகிழ்ச்சி தவழத் துவங்கியிருந்தது. மோயாருக்குப் பொதுவான கோயில் திருவிழாவை தாஸும் அவனது குடும்பமும் வெகு விமர்சையாக நடத்த முடிவு செய்திருந்தனர். கடந்த பருவத்தில் பெய்த பெருமழையால் நேர்ந்த இழப்பிற்குப் பின்னால் ஊர்மக்கள் தாஸின் வயல்களில் வியர்வையும் ரத்தமும் சிந்தி உழைத்ததில் இந்தப் பருவத்தின் விளைச்சல் மகத்தானதாய் இருந்தது.

“அந்த ஜனத்துக்கு கஷ்டம் வர்றப்போ நாம உதவி செஞ்சா அதுங்க பதிலுக்கு காலத்துக்கும் நமக்கு விசுவாசமா இருக்கும். பாத்தயில்ல இந்தப் பருவத்து வெளச்சல?” தாஸ் தனது மனைவியிடம் மகிழ்ச்சியாகச் சொன்னான்.

மேளச்சத்தம் மோயாரைத் தாண்டி தூரத்துப்

பள்ளத்தாக்குகளிலும் எதிரொலித்துக் கொண்டிருக்க, பணியர் குடியிலிருந்து மக்கள் உற்சாகமாக ஊரை நோக்கி சென்றுகொண்டிருந்தார்கள். கார்கால மேகம் வழமைக்கு முன்பாகவே இருட்டத் துவங்கியிருந்ததில் மெல்லிய குளிர்காற்று வீசத் துவங்கியிருந்தது. சாமிக்கு பூசை முடிந்து அன்னதானம் துவங்குவதை ரேடியோவில் ஒருவர் சத்தமாக அறிவித்துக் கொண்டிருந்தார். கோவிலையொட்டியிருந்த புல்வெளியில் போடடப்பட்டிருந்த சாமியானா பந்தலுக்குக் கீழ் நோம்பிக்கு வந்த வெளியூர்க்காரர்களும் பவர் ஸ்டேஷன் ஆட்களும் முதல் வரிசையில் அமரவைக்கப்பட்டிருந்தனர். அவர்களுக்கு அடுத்த வரிசையில் பணியர் குடியைச் சேர்ந்த மக்கள் அமர வைக்கப்பட்டிருந்தனர். விருந்து தடபுடலாகத் துவங்கியது. தனது குடி ஆட்களோடு சந்தோசமாக அமர்ந்திருந்த பண்ட்டாவுக்கு எல்லோருமே புது முகங்களாகத் தெரிந்தார்கள். சமவெளி மனிதர்கள் இங்கு வருவதும் இங்கிருந்து சமவெளிக்குச் செல்வதும் அதிகரித்துவிட்டதால் ஊர் பழைய ஊராக இல்லையென்பது அவருக்குப் புரிந்தது. இலையில் வைக்கப்பட்ட உணவை நிதானமாக அள்ளிச்சாப்பிட்டபோதும் கண்கள் மட்டும் சுற்றியிருந்தவர்களை நோட்டமிட்டுக் கொண்டிருந்தன. பரிமாறிக் கொண்டிருந்தவர்களின் வரிசையில் யாரோ ஒரு பெண் தன்னைக் கவனித்தது போலிருக்க, பண்ட்டா அவளின் மீது அழுத்தமாகத் தனது பார்வையைச் செலுத்தினார். சில நொடிகளிலேயே அவளை அடையாளம் கண்டுகொண்டதும் தன்னிடம் வரச் சொல்லி சைகை செய்தார். அந்தப் பெண் சிறிய தயக்கத்திற்குப்பின் தனது கையிலிருந்த சாம்பார் வாளியை இன்னொருவரிடம் கொடுத்துவிட்டு பண்ட்டாவை நோக்கி வந்தாள். சாப்பிடும் வேகத்தைக் குறைத்த பண்ட்டா அவள் வருவதையே பார்த்துக்கொண்டிருந்தார்.

ஈரமான கைகளை சேலையில் துடைத்தபடியே வந்து நின்றவள் சிரமப்பட்டு சிரிக்க முயன்றாள். அவளுக்கும் ராஜனின் முகச்சாடை என்பதை அருகில் வந்தபோது பண்ட்டா கண்டுகொண்டார்.

“நல்லாருக்கியாம்மா?... அப்பா நல்லாருக்காரா?” என பண்ட்டா கேட்க,

“ம்ம்ம்...” என சுரத்தேயில்லாமல் பதிலளித்தாள். கசப்புகள் நிரம்பிய நினைவுகளைப் பகிர்ந்துகொள்ள இருவருக்குமே தயக்கமிருந்ததால் அவர்களுக்கு இடையில் ஒருவித மௌனம் நிலவியது. ஊர்க்காரர்களில் சிலரும் பணியக் குடிகாரர்களும் அவர்களின் மௌனத்தைக் கவனித்தபோதும் யாரும் குறுக்கிடவில்லை.

“நல்லா வாழ்ந்திருக்க வேண்டிய புள்ளைக. வாழக் கெடைக்காம போய்ச் சேர்ந்துச்சுக. காட்டையும் மலையையும் அணு அணுவா படிக்கத் தெரிஞ்ச எனக்குச் சின்னஞ்சிறிசுக மனசு புரியாம போய்ருச்சும்மா..." என பண்ட்டா விரக்தியாகச் சொல்ல அவள் அவரை ஆறுதல் படுத்தும் விதமாகப் பார்த்தாள். “உம்மேல எந்தத் தப்பும் இல்லயே பண்ட்டா... இப்பிடிலாம் ஆகும்னா நாம நெனச்சோம்...” அவள் தெளிவாகப் பேசினாலும் ராஜனின் இழப்பிலிருந்து இன்னும் மீண்டிருக்கவில்லை என்பதை அந்த வார்த்தையிலிருந்த துயரம் வெளிப்படுத்தியது. அவர்கள் இருவரும் பேசிக்கொண்டிருப்பதைக் கவனித்து வந்த தாஸ், “ஏன் பண்ட்டா எதும் பிரச்சனையா?” என கேட்க “அப்பிடி லாம் ஒண்ணுமில்ல தாஸூ... சும்மா விசாரிச்சுட்டு இருந்தேன். ஒரே ஊர்ல இருந்தாலும் ஒருத்தர ஒருத்தர் பாத்து பேசிக்கிறதுக்கு சரியான நேரம் அமையல... அந்தப் பையன் ராஜனுக்கு என் பேத்திய குடுக்க மாட்டேன்னுதான் சொன்னனே தவிர அவென் நல்லா வாழணும்னுதான் ஆசப்பட்டேன். ஆனா ஏதேதொ நடந்துபோச்சு...” என நா தழுதழுத்தார்.

“விடு பண்ட்டா... சும்மா நடந்ததையே பேசிட்டு இருக்காம இனி வர்ற காலத்துலயாச்சும் எல்லாத்தையும் மறந்துட்டு இருப்போம்... நீ சாப்டு...” என்ற தாஸ் அடுத்த ஆளைக் கவனிக்கச் சென்றுவிட்டான். ராஜனின் அக்காவும் அவனைத்தொடர்ந்து செல்ல, மனதிலிருந்த பெரும் பாரம் ஒன்று குறைந்துவிட்ட நிம்மதியில் பண்ட்டா மகிழ்ச்சியாக சாப்பாட்டைத் தொடர்ந்தார்.

37

அந்த மேசையில் சிதறலாகக் கிடந்த எலும்புகளின்மேல் பெரும் ரகசியங்கள் உறைந்து கிடந்தன. மஞ்சள் நிற வெளிச்சம் திட்டுத் திட்டாய் சிதறிக்கிடந்த அறையின் கதவைத் திறந்து தலைமை மருத்துவரும், விஜயனும் உள்ளே வந்தார்கள். அரசு மருத்துவமனைகளுக்கேயான ரத்தக் கவுச்சி காட்டமாய் அடிக்க, விஜயன் கைக்குட்டையால் முகத்தைப் பொத்திக் கொண்டார். மேஜையின் அருகில் வந்த மருத்துவர் சற்றேறக்குறைய ஒரே அளவிலிருந்த எலும்புகளில் இருந்து ஒன்றை சுட்டிக் காட்டினார்.

“விஜயன் இது மனுஷனோட முதுகெலும்பு. இது மட்டுமில்ல, இங்க இருக்க எல்லாமே முதுகெலும்புதான். ஆனா வேற வேற மனுஷனோடது.”

மருத்துவர் சொல்லி முடிக்கும் முன்பாகவே அதிர்ச்சியில் கண்கள் விரிய விஜயன் அங்கிருந்த எலும்புகளை எண்ணினார்.

“இந்த மாலைக்காக இருபது பேர கொல பண்ணி இருக்காங்களா ஸார்..?”

விஜயன் ஆத்திரத்தை அடக்க முடியாமல் கேட்க, “விஜயன் சீரியல் கில்லருக்குக் கூட தான் சீரியல் கில்லர் தாங்கற

கான்சியஸ் இருக்கும். தான் பண்றது கொலைதான்னு தெரிஞ்சு செய்றவன். ஆனா மனுஷனோட முதுகெலும்ப காளிக்கு மாலையா போட்றுக்கான்னா இந்த ஆளப் பொறுத்தவர இந்தக் கொலையெல்லாம் சடங்குதான்."

என்று அழுத்தமாகக் கூறினார்.

"ஆனா எனக்கு ஒரு விஷயம் புரியல ஸார், வைதேகியோட ஸ்டேட்டட்மெண்ட் படி சாமியார் எல்லாரையும் நரபலிதான் குடுத்தாருன்னா இந்த முதுகெலும்ப எப்பிடி கலெக்ட் பண்ணி இருக்க முடியும்?"

"இதுல ஆச்சர்யப்பட ஒன்னுமில்ல விஜயன். அவர் நரபலி குடுக்கறது மத்தவங்களோட தேவைகளுக்காக, இந்த மாதிரி ஒரு மாலைய உருவாக்கறது தன்னோட தேவைக்காக..."

"புரியல டாக்டர்..."

"தான் செய்றத ஒரு ஆர்ட்டா நெனச்சிருக்கலாம்... அதான் பலி குடுக்கப்பட்ட பெண்களோட உடல் முழுசா எலும்புக்கூடா ஆகற வரை வெய்ட் பண்ணி ஸ்பைனல் காட மட்டும் கலெக்ட் பண்ணி இருக்கான்."

மருத்துவர் சொன்னதைக் கேட்டபின் விஜயனுக்கு சாமியாரைப் பிடித்தாக வேண்டுமென இருந்த ஆத்திரம் வெறியாக மாறிவிட்டிருந்தது.

வெயிலின் உக்கிரம் குறையத் துவங்கியிருந்த பிற்பகல் நேரமாய் அய்யன்கொல்லி ஆசிரமத்திற்குள் போலிஸ் வாகனங்கள் நுழைந்தன. விஜயனும் அவரது டீமும் மின்னலென வாகனங்களில் இருந்து இறங்கி ஆசிரமத்தின் வெவ்வேறு இடங்களில் தேடத் துவங்கினார்கள். ஆசிரம ஊழியர்கள் பரபரப்பாகி இங்கும் அங்கும் ஓட, ஒருத்தர் மட்டும் "ஸார் உங்களுக்கு வேற வேலையே இல்லையா... பாவப்பட்டவங்கள டார்ச்சர் பன்றதுக்கு கூட்டமா வந்திருக்கீங்க..." என விஜயனைப் பார்த்துக் கத்த, "பொத்திக்கிட்டு போடா..." என்றபடியே அவனது செவுளில் ஓங்கி அறைந்தார். போலிஸ்காரர்களின் பரபரப்பைக் கண்டு ஆசிரமத்திலிருந்த மனநலம் பிறழ்ந்தவர்கள்

வினோதமான குரலில் பயந்து அலற, விஜயனோடு இருந்த காவலர் “ஸார் அவங்கள லாம் பாத்தா பாவமா இருக்கு.. கொஞ்சம் ஸ்லோ டவுன் பண்லாம் ஸார்...” என பரிதாபமாய்ச் சொன்னார்.

“அவங்களுக்கும் சேத்துதான் நாம ஓடிட்டு இருக்கோம். போயி வேலைய கவனிங்க...”

முறைத்த விஜயன்,

“இந்த ஆசிரமத்துல வேல செய்றவன் ஒருத்தன விடாம பிடிச்சு இழுத்துட்டு வாங்க... முக்கியமா எல்லாரோட மொபைலையும் வாங்குங்க. லேண்ட் லைன் இருந்தா கனெக்‌ஷன கட் பண்ணி விடுங்க...” என உத்தரவிட்டார். திசைக்கொருவராய் போலிஸ்காரர்கள் ஆசிரம ஊழியர்களைப் பிடித்து இழுத்து வந்தார்கள். இன்னொருபுறம் போலிஸின் மோப்பநாய் நாலாபக்கமும் சுற்றிச் சுற்றி ஓடிவந்து கொண்டிருந்தது. பிடித்து இழுத்துவரப்பட்ட ஆசிரம ஊழியர்களில் பெரும்பாலானவர்கள் அச்சத்தில் மிரண்டு நிற்க, ஓரிருவர் மட்டும் எதற்கும் அச்சப்படாதவர்களைப்போல் தெனாவெட்டாக நின்றிருந்தார்கள். விஜயன் ஒவ்வொருவரின் பெயரையும் மற்ற விவரங்களையும் விசாரித்தார். முதலில் அறை வாங்கியவன் பொறுமையின்றி “ஸார் இங்க நாந்தான் இன்சார்ஜ் எதுவா இருந்தாலும் நீங்க எங்கிட்ட பேசுங்க...” என சத்தமாகச் சொல்ல, விஜயன் அவனை மட்டும் வரிசையிலிருந்து தனியாக விலக்கி நிறுத்தினார்.

“மூக்குப்பொடி எங்க இருக்காருன்னு சொல்லு?”

“நான் என்ன வேடிக்குள்ளயா முடிஞ்சு வெச்சிருக்கேன், எங்கிட்ட கேக்கறீங்க...”

அவன் கேலியாகச் சொல்ல, விஜயன் அருகிலிருந்து காவலர்களைப் பார்த்தார். புரிந்துகொண்ட காவலர்கள் அவனது இரண்டு கைகளையும் கட்டிவிட்டு வேட்டி சட்டைகளைக் கிழித்து உருவத் துவங்கினார்கள்.

“ஸார் என்ன ஸார் பன்றீங்க? இதெல்லாம் பண்ணாதீங்க

ஸார்... நான் ஹ்யூமன் ரைட்ஸ் கமிஷன் போவேன்... சாமிக்கு மட்டும் இதெல்லாம் தெரிஞ்சா உங்கள சும்மா விடமாட்டாரு...” என அடிவாங்கியவன் கதற, அதனைப் பொருட்படுத்தாத போலிஸ்காரர்கள் எல்லாவற்றையும் உருவி ஜட்டியோடு நிற்க வைத்தார்கள். ஆத்திரத்தில் அலறியவனின் குரல் கொஞ்சம் கொஞ்சமாய் மாறி பயத்தில் கெஞ்சுவதுபோல் மாறியது... “ஸார் வேணாம் ஸார்... விட்றுங்க ஸார்... விட்றுங்க ஸார்...” என உடலை குறுக்கிக்கொண்டான்.

“வேட்டிக்குள்ளதான் சாமியார ஒளிச்சு வெச்சிருப்பியோன்னு பாத்தேன்... காணாம்...” என ஏமாற்றமாய்ச் சொன்ன விஜயன் திரும்பி காவலர்களைப் பார்த்து “யோவ் ஜட்டிய மட்டும் எதுக்கு விட்டு வெச்சிருக்கீங்க...?” என்று கேட்க ஒரு போலிஸ்காரர் அருவருப்போடு “ஸார் சனியம் புடிச்சவன் எப்பக் குளிச்சான்னு தெரியல... பொண நாத்தம் நாறுது இவென் மேல...” என்றபடியே மூக்கைப் பொத்தினார்.

“பரவால்லயா எத்தன ஆக்ஸிடெண்ட் கேஸுல டெட் பாடி பக்கத்துல நிக்கிறோம், அந்த மாதிரி நெனச்சுக்கிட்டு அதையும் அவுத்துவிடு.. வேட்டிக்குள்ளயா ஒளிச்சு வெச்சுருக்கேன்னு கேட்டான்ல... பாத்துருவோம்...” என அவர் சத்தமாகச் சொல்ல “ஸார் தெரியாம சொல்லிட்டேன் ஸார்... மன்னிச்சுக்கங்க ஸார்... என்னய விட்றுங்க ஸார்...” என கெஞ்சியவன் அப்படியே தரையில் சுருண்டு விழுந்து அழுதான்.

“எல்லாருக்குந்தாண்டா சொல்றேன்... கேக்கற கேள்விக்கு ஒழுங்கா பதில் சொல்லாட்டி கொட்டைய நசுக்கிருவேன்... புரிஞ்சுதா...” சினங்கொண்ட காட்டு விலங்கைப்போல விஜயன் உறும பயந்துபோன ஆசிரம ஊழியர்கள் ‘ஸார் எங்களுக்குத் தெரிஞ்ச எல்லாத்தையும் சொல்லிடறோம் ஸார்...” எனக் கத்தினார்கள்.

“சாமியார் இப்ப எங்க?”

சில நொடிகள் அவ்விடத்தில் ஆழ்ந்த அமைதி நிலவியது. குள்ளமான ஒரு ஆள் மட்டும் முன்னாள் வந்து “ஸார், இங்க

இருக்கறதுல பாதிப்பேர் புது ஆளுங்க. அவங்களுக்குத் தெரியாது. சாமியாருக்கு இந்த ரெண்டு ஆஸ்ரமம் இருக்கறது மட்டுந்தான் உலகத்துக்குத் தெரியும், ஆனா வேற வேற ஊர்கள் ல இருக்க சாமியாருங்களோடையும் அரசியல்வாதிகளோடையும் அவருக்கு பழக்கம் இருக்கறது யாருக்கும் தெரியாது...” என்றார்.

“அரசியல்வாதிங்களோடயா?” ஒரு போலிஸ்காரர் ஆச்சர்யமாகக் கேட்டார்.

“தமிழ்நாட்ல மட்டுமில்ல, ஆந்திரா, கேரளா, கர்நாடகா, மஹாராஷ்ட்ரா, ஏன் பீகார் உத்திரபிரதேசத்துலகூட இவருக்கு கனெக்ஷன் இருக்கு...”

அவர் சொல்வதை நம்பமுடியாமல் விஜயன் “யோவ் என்னய்யா விட்டா தனி கவர்மெண்ட் வெச்சிருக்காருன்னு சொல்லுவ போல...”

என முறைத்தார்.

“சொன்னாலும் சொல்லாட்டியும் சாமியாருங்களோடது தனி கவர்மெண்ட் தான் ஸார். அரசியல்வாதியோ, கார்ப்ரேட்காரரனோ தப்பிச்சா ஏதாச்சும் ஒரு நாட்டுக்கு அகதியாதான் ஓடனும். ஆனா சாமியாருங்க தப்பிச்சா தனிநாட்டையே உருவாக்குவாங்க... அவ்ளோ செல்வாக்கு இருக்கு...”

அவர் சொன்னதைக் கேட்ட விஜயனுக்கு எரிச்சல் அதிகமானது.

“உன் கதைய கேக்கறதுக்கு எனக்குப் பொறும இல்ல, சாமியார் எங்கன்னு தெரியுமா தெரியாதா?”

“எங்க வேணாலும் இருக்கலாம் ஸார்... தேடுங்க...” என அந்தக் குள்ளமனிதன் சொல்லிக் கொண்டிருக்கும்போதே மோப்பநாய் இடைவிடாமல் குரைக்கும் சத்தம் அதிகமானது. விஜயன் நாய் குரைக்கும் பக்கமாக ஓடினார்.

ஆசிரமத்திலிருந்து மலையேறும் மேட்டுப் பகுதியில் கிழக்கு மேற்காக நாய் ஓடிக்கொண்டிருந்தது. அதைப் பிடித்துக் கொண்டிருந்தவர் கட்டுப்படுத்த முடியாத சிரமத்தோடு ஓடிக்

கொண்டிருந்தார். மோப்பநாயின் ஓட்டத்தைக் கவனித்த விஜயன் "அந்த இடத்தத் தோண்டுங்க..." என உத்தரவிட்டார்.

வெயில் மெல்ல குறைந்து மாலை நேரத்தின் குளிர்காற்று தவழ்ந்து வர, போலிஸ்காரர்களோடு சேர்ந்து ஆசிரமத்து ஊழியர்களும் தோண்டத் துவங்கினார்கள். சில நிமிடங்களிலேயே மனித உடலின் எலும்புக் கூட்ட மிச்சமொன்று தட்டுப்பட அங்கிருந்தவர்கள் அதிர்ந்துபோனார்கள். விஜயன் மட்டும் நிதானமாய் "இன்னும் நிறைய இருக்கும், நாய் ஓடின எல்லா இடத்தையும் கவனமா தோண்டுங்க... முக்கியமா ஒவ்வொரு எலும்புக் கூட்டையும் தனித்தனியா பேக் பண்ணுங்க..." என்றார். முதலில் தோண்டிய குழியிலிருந்து எடுத்த எலும்புக்கூட்டை இரண்டு காவலர்கள் கவனமாக ஒரு பையில் வைக்க, மற்றவர்கள் பக்கத்திலேயே அடுத்த குழியைத் தோண்டத் துவங்கினார்கள்.

ஆசிரமத்து ஊழியர்களில் பாதிப்பேருக்கு மேல் அங்கு நிற்க முடியாமல் வாந்தி எடுக்கத் துவங்கினார்கள். மோப்பநாயின் குரைப்பொலியும் ஓயாமலிருந்தது. பறவைகள் மிரட்சியோடு கரையத் துவங்கின. நோயாளிகள் இந்தச் சூழலை எதிர்கொள்ள முடியாமல் முன்னிலும் அச்சத்தோடு அலற, விஜயன் ஊழியர்களை அழைத்து நோயாளிகளைப் பார்த்துக்கொள்ளச் சொல்லி அனுப்பினார். அங்கிருந்து தப்பித்தால் போதுமென்கிற எண்ணத்தோடு ஓடிய ஆசிரம ஊழியர்கள் நோயாளிகளின் பகுதியில் நிலவிய அசாதாரணச் சூழலைக் கொஞ்சம் கொஞ்சமாய் இயல்பிற்குக் கொண்டுவரத் துவங்கினார்கள். முழுதாக இருட்டத் துவங்கியிருந்ததால் போலிஸ்காரர்கள் தங்களது வாகனங்களைக் குழிதோண்டும் இடத்தின் அருகில் கொண்டுவந்து நிறுத்தி அதன் ஹெட்லைட் வெளிச்சத்தில் வேலையைத் தொடர்ந்தனர். குழிதோண்டியதில் உடல் சோர்ந்து அவர்கள் களைத்துப்போக, நிலமையைப் புரிந்து கொண்டு விஜயன் அருகிலிருந்த கிராமத்திலிருந்து ஆட்களை வரவைத்தார்.

மதுக்குப்பிகளும் பரோட்டாக்களும் கொஞ்சம் களைப்பை

விலக்கி வைக்க, உள்ளூர் ஆட்களோடு போலிஸ்காரர்கள் மீண்டும் வேலையில் இணைந்து கொண்டனர். தனித்தனியாக எடுத்த எலும்புக்கூடுகளை எல்லாம் போலிஸ்காரர்கள் கவனமாக சேகரித்து வைத்துக் கொண்டிருந்தனர். நள்ளிரவு நெருங்கும்போது இருபதாவது குழியிலிருந்து எலும்புக் கூட்டை எடுத்தபோது 'இதோட போதும் வேலைய நிறுத்திடுங்க... கௌம்பலாம்...” என்ற விஜயன் வேலைக்கு வந்த உள்ளூர் ஆட்களை அழைத்து செலவுக்கு பணம் கொடுத்தார். தூங்கி வழிந்த முகத்தோடு வாங்கிக் கொண்டவர்களிடம் “இங்க என்ன நடந்துச்சுன்னு வெளில யார்கிட்டயும் சொல்லிடக் கூடாது...” என்று சொல்லியனுப்பினார்.

“ஸார் இந்த பேஷண்ட்ஸ லாம் இங்க இப்பிடியே விட்டுட்டுப் போறது எனக்கு சரியாப் படல ஸார்...”

ஹெட் கான்ஸ்டபிள் விஜயனிடம் தயங்கியபடியே சொல்ல, விஜயனும் அவர் சொல்வதை ஆமோதித்துத் தலையாட்டினார்.

“ஒரு டீம் இன்னிக்கி இங்கியே இருங்க.... இங்க இருந்து யாரும் வெளில போகக் கூடாது. வெளில இருந்து யாரும் உள்ளவரக்கூடாது. பேஷண்ட்ஸுக்கு நாளைக்கு ஒரு இடம் ரெடி பண்ணி அனுப்பிடலாம்.” என்று சொல்லியவர் தனக்கு நம்பிக்கையான நான்குபேரைத் தேர்ந்தெடுத்தார்.

“இந்த ஆசிரமத்துல இருக்கவனுங்க சாதாரணமான ஆளில்ல.... அதனால கேர்ஃபுல்லா இருக்கணும். ஏதாச்சும் பிரச்சனன்னா வெப்பன் யூஸ் பண்ணுங்க.. என்ன பிரச்சன வந்தாலும் நான் ஃபேஸ் பண்ணிக்கறேன்...”

என அவர் சொல்லி முடிக்க, ஒரு கான்ஸ்டபிள் “ஸார் அவங்களோட போனக கேக்கறாங்க... என்ன செய்யலாம்...” எனக் கேட்டார். ஒரு நொடி யோசித்த விஜயன் போன்கள் வைக்கப்பட்டிருந்த துணியை எடுத்துக்கொண்டார். “எங்கிட்டயே இருக்கட்டும்.” என்றபடியே அவர் ஜீப்பில் ஏற, காவலர்கள் “ஓகே ஸார்...” என சல்யூட் அடித்து அவரை அனுப்பி வைத்தார்கள்.

38

மனநலம் பிறழ்ந்தோரின் வினோத சப்தங்களும், இரவின் அச்சுறுத்தும் அமைதியும் காவலுக்கிருந்த போலிஸ்காரர்களைத் தூங்கவிடாமல் செய்தது. எலும்புக்கூடுகள் எடுக்கப்பட்ட குழிகளிலிருந்து கொல்லப்பட்டவர்களின் குரல்களும் அனத்தலும் ஒழுங்கற்ற அசீரிரியாய் எதிரொலித்தபடியே இருந்ததால் ராப்பறவைகள் மிரண்டு கத்தின. ஆஷ்ரமத்தைச் சுற்றி நடப்பவற்றையெல்லாம் கண்டும் காணாமலிருந்த போலிஸ்காரர்கள் சிரமப்பட்டு பயத்தை மறைத்தார்கள். அதிகாலையிலேயே இரண்டு டெம்போ ட்ராவலர் வேன்களில் தொண்டு நிறுவனங்களைச் சேர்ந்த சிலர் அங்கு வந்து சேர்ந்தபோதுதான் போலிஸ்காரர்கள் அச்சத்திலிருந்து விடுபட்டனர். ஒரு கான்ஸ்டபிள் விஜயனுக்கு போன் செய்தார்.

"ஸார், என்.ஜி.ஓ ல இருந்து வந்திருக்காங்க. என்ன செய்யட்டும்?"

"பேஷண்ட்ஸ் எல்லாரையும் அவங்களோட அனுப்பி வெச்சிருங்க. அவங்க கூட நம்ம டீம் ஒன்ண்ணு வந்திருக்கு. அவங்கள ஹெல்புக்கு வெச்சுக்கிட்டு ஆஷ்ரமத்துல வேல செஞ்ச ஆட்கள லாம் மொத்தமா தூக்கிட்டு வாங்க..."

"ஓகே ஸார்..."

"ராத்திரி நாங்க கிளம்பினதுக்கு அப்பறம் எதும் பிரச்சன இல்லியே..."

"இப்ப வரைக்கும் இல்ல ஸார்..."

"குட்... எவ்ளோ சீக்கிரம் முடியுமோ அவ்ளோ சீக்கிரம் அங்க இருந்து கிளம்பிடுங்க... வேற யாரும் உள்ள வராமுடியாத மாதிரி பூட்டி சீல் வெச்சிட்டு வாங்க..."

"ஓகே ஸார்..."

அவர் விஜயனோடு பேசிக்கொண்டிருக்க, என்.ஜி.ஓ ஊழியர்கள் நோயாளிகளை வேனில் ஏற்றத் துவங்கியிருந்தார்கள். அய்யன்கொல்லிச் சுற்று வட்டாரத்திலிருந்த கிராம மக்கள் விடிகாலை முதலே ஆஷ்ரமத்தை நோக்கி வரத் துவங்கினர். பொதுமக்களை உள்ளே விடாமல் தடுக்க போலிஸ்காரர்கள் படாத பாடுபடவேண்டியதாய் இருந்தது. என்.ஜி.ஓ ஊழியர்கள் டெம்போ வேனில் நோயாளிகளை ஏற்றிக்கொண்டு ஆஷ்ரமத்திலிருந்து வெளியேறியபோது பொறுமையிழந்த மக்கள் போலிஸ்காரர்களைப் பார்த்து சத்தம் போடத் துவங்கினார்கள். "யோவ் விடிஞ்சும் விடியாம எதுக்கு இப்பிடி கூட்டமா வந்திருக்கீங்க... மொதல்ல களைஞ்சு போங்க..." என ஒரு போலிஸ்காரர் ஆத்திரத்தோடு கத்தினார். "ஸார்... என்னதான் நடக்குதுன்னு சொல்லுங்க... நாங்கல்லாம் உசுரக் கைல புடிச்சுட்டு இருக்கோம்..." என ஒரு பெரியவர் சத்தம் போட்டுக் கேட்க, "எங்களால இப்ப எதுவும் சொல்ல முடியாது... தயவுசெஞ்சு எல்லாரும் இங்க இருந்து களைஞ்சு போயிருங்க..." என போலிஸ்காரர் கத்திக்கொண்டிருக்கும்போதே ஆஷ்ரமத்து ஊழியர்களை ஏற்றிக்கொண்டு இரண்டாவது டெம்போவும் அங்கிருந்து கிளம்பத் தயாராயிருந்தது. அந்த வண்டி வாசலைக் கடந்து செல்ல இரண்டு போலிஸ்காரர்கள் வாசல் கதவில் பெரிய பூட்டு ஒன்றைப் போட்டுப் பூட்டினார்கள்.

"என்ன எழவுன்னு தெரியல... கேட்டாலும் சொல்ல மாட்றாங்க..."

"இந்த சாமியாரு எத்தன பேரு குடியக் கெடுத்தானு தெரியல..."

“ஆமாங்க... பூஜைக்கு வர்றவங்களுக்கெல்லாம் போத காளான குடுத்து மயக்கி வெச்சிருவாராம்... இங்க மனநலம் பாதிக்கப்பட்டு இருந்தவங்ககூட அந்த மாதிரி ஆனவங்க தானாம்...”

“நல்லவன் மாதிரி நடிச்சிருக்கான் பா இவ்ளோ காலமும்... ஊர் மக்களுக்கு அது குடுக்கறேன் இது குடுக்கறேன்னு இவன் தந்ததெல்லாம் பாவம் பண்ண காசுல வந்ததுதான் போல...”

ஆத்திரம் தீராமல் பேசிக்கொண்டிருந்த பொதுமக்கள் பூட்டிய கதவை எட்டி உதைக்கவும், ஆஷ்ரமத்திற்குள் கல்லெறிவதுமாய் இருக்க, போலிஸ்காரர் “யோவ் இனி இங்க நின்னு கத்திட்டு இருக்கறதுல பிரயோஜனம் இல்ல. போங்க... போயி பொழப்பு தழப்புகள பாருங்க...” என சத்தம்போட, திரண்டிருந்த பொதுமக்கள் ஆத்திரத்தோடு களைந்து சென்றார்கள்.

தோண்டத் தோண்ட எலும்புக் கூடுகள் அதிர்ச்சியில் தமிழகக் கேரள எல்லை மக்கள்... கூடலூர் மலை, தப்புமா சாமியார் தலை... என ஒவ்வொரு பத்திரிக்கையிலும் வெவ்வேறு தலைப்புகளில் வெளியான செய்தியால் எல்லையோர மாவட்டங்கள் கடும் பதற்றத்திலிருந்தன. நிற்க அவகாசமில்லாமல் ஓடிக் கொண்டிருந்த விஜயனைத் தேடி ஷாஜி ஸ்டேஷனுக்கு வந்தான். ‘எஸ்.பி ஆஃபிஸ் போயிருக்காரு, எப்போ வருவாருன்னு தெரியல..’ ஒரு கான்ஸ்டபிள் சொல்ல அவசரமாக அவருக்கு போன் செய்தான்.

“ஷாஜி... எதும் அர்ஜெண்ட்டா?”

பேச பொறுமையற்றவராய்க் கேட்ட விஜயனிடம்

“அர்ஜெண்ட்தான் ஸார். உடனே உங்களப் பாக்கணும்...” என ஷாஜி பரபரத்தான்.

“என்னால இப்ப முடியாது.. ஒரு ரெண்டு நாளுக்கு அப்பறம் பாக்கலாமா? இந்த சாமியார் எங்க போனான்னு தெரியல... கேஸ் சி.பி.ஐ க்குப் போறதுக்குள்ள அந்தாள பிடிச்சாகனும்...”

விஜயன் பொறுமையின்றிச் சொல்லிக்கொண்டிருக்க

அவசரமாக இடைமறித்த ஷாஜி "சாமியாரப் பத்தின டீடைல்ஸ் குடுக்கத்தான் ஸார் பாக்கனும்னு சொல்றேன்.." என்றான்.

"அப்டியா? இப்ப எங்க இருக்கீங்க?"

"உங்க ஸ்டேஷன் ல தான் ஸார்..."

சில நொடி அமைதிக்குப்பின் "நீங்க கௌம்பி என் வீட்டுக்குப் போங்க. நானும் வந்துடறேன்..."

என்றபடியே விஜயன் இணைப்பைத் துண்டித்தார். ஸ்டேஷனிலிருந்த கான்ஸ்டபிளிடம் விஜயன் சொன்ன தகவலை ஷாஜி சொல்ல அந்தக் காவலர் "வாங்க ஸார், நான் ட்ராப் பண்ணிடறேன்..." என ஷாஜியோடு கிளம்பினார்.

ஷாஜி விஜயனுக்காகக் காத்திருந்தான். ஆஷ்ரமத்தின் மீது சந்தேகம் வந்த முதல் நாளில் துவங்கியது அவனது பயணம். மூக்குப்பொடி சாமியாரின் பூர்வீகத்தைத் தெரிந்துகொள்ளும் வெறியோடு யாரிடமும் எதையும் சொல்லிக் கொள்ளாமல் வெவ்வேறு ஊர்களுக்குச் சென்றுவந்தான்.

"உலகத்துல வேற பிரச்சனையே இல்லியா? அதப் பத்தில்லாம் எழுதலாம் ல... ஏன் இந்த இஷ்யூவ தலைல தூக்கிட்டு பேயா அலையற..."

அவனோடு வேலை செய்கிறவர்களும் வீட்டிலிருந்தவர்களும் அவனைப் புரிந்து கொள்ளமுடியாமல் கேட்டனர்.

"உண்மதான் உலகத்துல ஆயிரம் பிரச்சன இருக்கு, ஆனா இந்தப் பிரச்சன என் பக்கத்து வீட்டுல இருக்கு. அந்தப் பிரச்சனைக்கு ஒரு முடிவக் கண்டுபிடிக்க முடியாட்டி இன்னும் நிறைய பேர் செத்துப் போவாங்க.... அதனால அதுக்கு முடிவு தெரியற வரைக்கும் ஒரு பத்திரிக்கக்காரனா தேடிப்போறதுதான் எனக்கு முக்கியம்..."

ஷாஜி தனது முடிவில் உறுதியாய் இருந்தான். சரியாக உண்ணாமல் உறங்காமல் உடல் சோர்வடைந்து போனதோடு முகம் சோபையிழந்து போயிருந்தது. சத்துக்குறைபாட்டின் காரணமாய் இடது கண் அடிக்கடி துடித்தையும்

பொருட்படுத்தாமல் சுற்றிக்கொண்டிருந்தான். நாடோடிகளின் உடலில் நிரந்தரமாய்த் தங்கிவிடும் வியர்வை மணம் அவனிடம் வந்தபோது அவனது அம்மா பொறுக்க முடியாமல்,

"பிரச்சனையோட வேர் என்ன? அது யாரோடெல்லாம் சம்பந்தப்பட்டிருக்குன்னு கஷ்டப்பட்டு கண்டுபிடிச்சு உலகத்துக்கு சொல்லிட்ட. இனி தப்பு பண்ணவங்கள பிடிக்க வேண்டியது போலிஸோட வேல... நீ ஏன் மெனக்கெடற... விட்டுடு..." என கெஞ்சினார்.

"இல்லம்மா, பக்கத்துல போயிட்டேன்... இன்னும் கொஞ்சம் மெனக்கெட்டா போதும் எல்லாத்தையும் கண்டுபிடிச்சிடலாம்..." என சிரித்தபடியே மறுத்துவிட்டான்.

விஜயன் வந்து சேர்வதற்குள் இரண்டு முறை தேநீர் குடித்திருந்தவனுக்கு அந்தக் குளிரிலும் பதற்றத்தால் உள்ளங்கை வியர்த்துப் போய்விட்டது. கைகளை இறுக்கமாக மூடி தேய்த்துக் கொண்டவன் கண்களை மூடி சாய்ந்து அமர்ந்திருந்தான். காலடிச் சத்தம் கேட்டு கண் விழித்தவனுக்கு எதிரில் அவனை விடவும் பதற்றத்தோடு விஜயன் நின்றிருந்தார்.

"ஷாஜி, ரொம்ப நேரம் காக்க வெச்சிட்டனா?"

"அப்டில்லாம் இல்ல ஸார்..."

"ஓகே விஷயத்துக்கு வாங்க... என்ன இன்ஃபர்மேஷன் வெச்சிருக்கீங்க..."

கேட்டபடியே அவனுக்கு எதிரிலிருந்த நாற்காலியில் அமர்ந்தார். ஷாஜி தனது பையிலிருந்து சில நோட்டுப் புத்தகங்களை எடுத்தான். ஒரு நோட்டுப் புத்தகத்தை அவருக்கு முன்னால் விரித்து வைத்தான்.

"சார், இந்த கேஸ்-ல நிறைய மிஸ்ட்ரி இருக்குன்னு உங்களுக்கே நல்லாத் தெரியும். மூக்குப்பொடி சாமியார பொம்பள பொறுக்கியாவோ இல்ல பில்லி சூனியம் வெக்குற மந்திரவாதியாவோதான் நாம நெனச்சிட்டிருந்தோம்.. ஆனா இந்த டைரி எல்லாத்தையும் உடச்சிருச்சு. நீங்க தேடிட்டு

இருக்க பல கேள்விகளுக்கு இதுல பதில் இருக்கு." என்றபடியே டைரியை அவரிடம் கொடுத்தான்.

"இது யாரோட டைரி? உங்களுக்கு எப்படி இது கெடச்சுது?" என்றபடியே விஜயன் அதன் முதல் சில பக்கங்களைத் திருப்பினார். அவரது பார்வை டைரியிலும் கவனம் அவனிடமும் இருந்தது.

"கேரளாவுலர்ந்து இமய மலைக்கு ட்ரெக்கிங் போற க்ரூப்ஸ் நெறைய இருக்கு. என் ஃப்ரெண்ட்ஸ் சிலர் அந்த க்ரூப்போட ட்ராவல் போறதுண்டு. புல்லட் கம்பெனி நடத்துற பைக்கிங் அட்வென்ச்சர் ல கேரளால இருந்து கசோலுக்கு (ஹிமாச்சல் ப்ரதேஷ்) புல்லட்லயே போய்ட்டு அங்கருந்து இமயமலைய ஏழு நாளல இருந்து பத்து நாள் வரை சுத்திட்டு வருவாங்க. எப்படி சாராயம், கஞ்சா இதெல்லாம் போதையோ அதேமாதிரி சிலருக்கு பயணம் ஒரு போதை, மலை ஏறுறதும் போதை. ஒவ்வொருத்தரும் ஒவ்வொரு விஷயத்தத் தேடி பயணிப்பாங்க. இவன் எத தேடி பயணிச்சான், அவன் தேடுனது அவனுக்கு எங்க கெடச்சது, இப்ப அவனோட தேடல் தொடருதா இதெல்லாம் தெரிஞ்சா நீங்க யார ஹேண்டில் பண்ணிட்டிருக்கீங்கன்னு உங்களுக்கு புரியும். இங்க பாருங்க இந்த போட்டோல இருக்குறது யார் தெரியுதா?'

ஷாஜி காண்பித்த புகைப்படத்தை ஆராய்ந்து நோக்கிய விஜயனின் முகத்தில் அதிர்ச்சியின் துளிகள் வியர்வையாய் பூக்கத் துவங்கின. சத்யன் 1992 என்று புகைபடத்தின் பின்புறம் எழுதப்பட்டிருந்தது.

"திஸ் ராஸ்கல், எப்படி இருக்கான் பாருங்க ஷாஜி? எப்படி உங்களால இவன கார்னர் பண்ண முடிஞ்சுது? இட் இஸ் ரியலி ஷாக்கிங்" என்றார் விஜயன்.

"தேடுறது தான் சார் முக்கியம். அதுவே நம்மள கூட்டிட்டு போகும். அவன் தேடுனத நோக்கி அவன் போனான். நான் அவனத் தேடி போனேன். மூக்குப்பொடி சாமியாருங்கற இந்த வேஷத்துக்குப் பின்னால இருக்கவனோட பேரு சத்யன்னு

தெரிஞ்சது. இப்ப இங்க உங்கக்கிட்ட அவனப்பத்திப் பேசிட்டிருக்கேன்."

"ஓகே ஷாஜி, லேட்டாகுது, நான் இத முழுசா படிச்சுட்டு கூப்டறேன். நீங்க கெளம்புங்க."

"ஓகே ஸார்" ஷாஜி அவரிடம் விடைபெற்றுக்கொண்டு கிளம்பினான்.

விஜயன் அந்த டைரியை மேசையின் மீது வைத்துவிட்டு சீருடை மாற்ற அறையினுள் சென்றார். டைரியின் முகப்பில் இரண்டு சர்ப்பங்கள் பின்னிப் பிணைந்திருக்கும் ஓவியம் தீட்டப்பட்டிருந்தது. அதன் கீழே சத்யன், *Dept of Aromachology, 1990. SSI(Sense of Smell Institute),Dehradun* என்று எழுதியிருந்தது.

மனைவியும் மகனும் நன்றாக உறங்கிவிட்டதை உறுதிசெய்து கொண்ட விஜயன், விஸ்கியை சோடாவுடன் அளவாகக் கலந்துகொண்டு பால்கனியில் வந்தமர்ந்தார். அவர் முன் விரியப்போகும் மர்மங்களுக்கு இரவு சாமரம் வீசியது.

சத்யனின் டைரிக்குறிப்பு: (1)

அம்மா...

அவள் எதையுமே நீண்டு முகர்ந்து உணரும் இயல்புடையவள். அவள் மூளை வரை எட்டிய வாசம் என் நாளங்களினூடும் பாய்ந்ததை அவள் அறிந்திருக்க வாய்ப்பில்லை. அவள் நுகர்ந்த அனைத்தையும் கருவிலிருந்த பொழுதே நானும் நுகர்ந்தேன்.

"அம்மாவுடன் பம்பாய் சென்ற நாட்கள் போல் மீண்டும் அமையாது. பம்பாயின் புறநகர்ப் பகுதியிலிருந்தது அந்த அடுக்கு மாடிக் கட்டிடம். அம்மா என்னையும் அவளுடன் அழைத்துச் சென்றிருந்தாள். அந்த இரவில் பெரிய அகல் விளக்கொன்றின் வெளிச்சத்தில் அம்மா ஜொலித்தாள். அங்கு என்ன நிகழ்ந்ததென்று நினைவில்லை. அம்மாவின் முகம் மலர்ந்திருந்தது. அவள் அவ்வளவு மகிழ்வுற்றிருந்து நான் அதற்குப்பின் ஒருபோதும் பார்க்கவில்லை. அவளுடன் இருந்தது யாரென்று நினைவில்லை. சிவப்பு நிற வேட்டி அணிந்திருந்த அந்த மனிதன் மேல் சட்டை எதுவும் அணிந்திருக்கவில்லை.

அம்மா என்னை உறங்குமாறு துரிதப்படுத்தினாள். நானும் உறங்கினேன். என் புலன்கள் மட்டும் விழித்திருந்தன. அங்கு நடந்தவைகள் ஒரு நிகழ் கனவைப் போலிருந்தது.

அம்மாவின் சிரிப்பொலி, அதோடு அந்த மணமும் சேர்ந்து உறக்க நிலையிலும் என் புலன்களைத் தொந்தரவு செய்தது. பம்பாயிலிருந்து சென்னை திரும்பிய பொழுது அம்மாவின் தோள்களில் அயர்ந்து உறங்கிக்கொண்டிருந்த என்னை அவள் மீது வீசிய அதே சுகந்தம் தட்டி எழுப்பியது. "அம்மா இது என்ன வாசம்" என்று நான் கேட்க, சற்றுத் தயக்கத்தோடு "இது அம்மாவோட வாசம்ப்பா" என்றாள்.

டைரிக் குறிப்பு 2

"என் சுவாசத்தை சர்ப்பங்கள் அறிந்திருக்கின்றன".

மழை குழைத்த மண்ணின் மணம்.
பசுமஞ்சள் கிழங்கின் மணம்.
உப்பும் தோலும் உலரும் மணம்.
மரமல்லிகை மணம்.
தாழம்பூவின் மணம்.

விஜயன் வேகமாக பக்கங்களைத் திருப்பினார். அவருக்கு மூக்குப்பொடி சாமியார் முற்றிலும் வேறு மனிதராக விளங்கத் துவங்கினார். பக்கங்கள் தோறும் குறியீட்டுச் சின்னங்கள், வாசனைத் திரவியங்களின் வேதியியல் கூட்டு விதிகள் என ஏதோ விஞ்ஞானியின் ஆய்வுக்கூட புத்தகம் போலிருந்தது.

விஜயனின் பார்வை தான் கையாளும் வழக்கிற்கும் இந்த மனிதனின் கடந்தகாலத்திற்கும் ஏதேனும் தொடர்பிருக்கிறதா என்ற கோணத்தில் தேடியது. பக்கங்களை வேகமாகத் திருப்பிக் கொண்டிருந்த விரல்கள் ஒரு பக்கத்தில் நிலைகுத்தி நின்றன. இரண்டு சர்ப்பங்கள் பின்னிக்கொண்டிருக்கும் ஓவியம். அதன் கீழே

{ஆண்

பெண் } = உயிர் மணம் என்று எழுதியிருந்தது.

விஜயன் டைரியைச் சடாரென மூடினார். அவருக்கு எங்கோ பொறிதட்டுவது போலிருந்தது.

மறுநாள் மாலை அவரும் ஷாஜியும் கூடலூர்- மைசூர் நெடுஞ்சாலையில் ஆளரவமற்ற ஒரு தேநீர்க் கடையில் சந்தித்தனர்.

“ஷாஜி, திரும்பவும் கேக்குறேன், எப்படி இவனப்பத்தின லீட் கெடச்சுது? திஸ் இஸ் அன்பிலீவபிள்."

சார், நானும் ஃப்ரெண்ட்ஸூம் அடிக்கடி மூணாறு போய்ட்டு வருவோம். மேற்குத் தொடர்ச்சி மலை ட்ரெக்கிங் கிளப்ல நாங்க உறுப்பினர்கள். அப்போ ஒரு சமயம் பழைய பயணக் கட்டுரைகள் அடங்கிய ஃபைல்ஸ் கெடச்சுது. ஆல் இந்தியா ட்ரெக்கிங் கிளப்ல சத்யன் நீண்ட காலம் உறுப்பினரா இருந்திருக்கான். அவன் போட்டோஸ், அவன் எழுதுன பயணக் கட்டுரைகள்னு நெறைய கெடச்சுது. அவன் பெர்ஃபியுமரி அதாவது நறுமண திரவியங்கள் தயாரிக்குறது பத்தி படிச்சிருக்கான். அதுக்காகத்தான் இத்தனை மலைகளையும் காடுகளையும் தேடித்துழாவிருக்கான். ஆன்மீகத்துல எல்லாத்துக்கும் நியாயமிருக்கும்னு நம்பியிருக்கான். அஸ்ஸாம் காமரூப பகுதியில தாந்த்ரீக வழிபாட்டு முறைகள கத்துக்கிட்டு, பெண்தெய்வ வழிபாட்டு முறைகள பயின்றிருக்கான். அது அவனோட வாசனை வேட்கைக்குப் பக்கத்துல அவன கொண்டு போயிருக்கு. அப்படிப் பார்த்தா அவனோட மோட்டிவ் புரிய வருது...

நிறுத்தாமல் பேசிக்கொண்டிருந்த ஷாஜியிடம் விஜயன் டைரியின் பக்கங்களைத் திருப்பி அந்தக் குறிப்பிட்ட பக்கத்தைக் காட்டினார்.

“இத பாருங்க...”

ஷாஜியின் பார்வை அவ்வோவியத்தின் மீதும் அதன் கீழே எழுதப்பட்டிருந்த வரியின் மீதும் விழுந்தது. "உயிர் மணம்" நிதானமாக வாசித்த ஷாஜி நிதானமாக விஜயனைப் பார்த்து

“சார், நான் சொன்னன்ல, இவன் பல மடங்கு ஆபத்தானவன். இவன் ஏன் இத்தனை பேர கொன்னுருப்பான்னு இப்ப புரியுதா?”

“எக்ஸாக்ட்லி, இவனோட நோக்கம் வெறுமனே மந்திரிக்கிறதோ, நரபலி கொடுக்குறதோ இல்ல, ஹிஸ் மோட்டிவ் இஸ் சைக்கிக்.” அவன நெருங்கி அவனப்பத்தி தெரிஞ்சுக்கிட்டவங்கள கொன்னுருக்கான். ராஜன் அப்படி எதையோ தெரிஞ்சிக்க போய்த்தான் செத்திருக்கான்.

“அப்ப அவனோட மகள், அவள ஏன் கொல்லணும்?”

“அதுதான் நமக்குக் காத்திருக்குற கடைசி சர்ப்ரைஸ் போல...”

ஷாஜி அவரது கைகளைப் பற்றி உட்கார வைக்க, விஜயனும் குழப்பத்தோடு நாற்காலியில் அமர்ந்தார். ஷாஜி பேச்சைத் தொடர்வதற்கு முன்னால் விஜயனின் அலைபேசி ஒலிக்க எடுத்துப் பார்த்தார். ‘எஸ்.பி.’

“எஸ்.... ஸார்...”

“வாட்ஸப் ல ஒரு லிங்க் அனுப்பி இருக்கேன். உடனே அதப் பாருங்க...” என பரபரப்போடு சொல்லியதும் எஸ்.பியின் இணைப்புத் துண்டிக்கப்பட்டது. வாட்ஸப்பில் வந்திருந்த இணைப்பை சொடுக்கிய விஜயனின் முகம் கொஞ்சம் கொஞ்சமாய் அதிர்ச்சியில் உறையத் துவங்கியது.

૩૯

‘என் ஆசிரமத்தைச் சுற்றி நடக்கும் எதற்கும் எனக்கும் எந்தச் சம்பந்தமுமில்லை. என் மீது விரோதம் கொண்டவர்கள், எனது ஆன்மிகச் சேவையைக் களங்கப்படுத்தும் நோக்கோடு காவல்துறையின் துணையோடு இதனைச் செய்து வருகிறார்கள். நான் மாசற்றவன், ஒழுக்கசீலன், நேர்மையாளன், மக்கள் சேவையே மகேசன் சேவை என்று வாழ்பவன் என்பதை எனது பக்தர்கள் நன்கறிவார்கள். என் மீது சுமத்தப்பட்டிருக்கும் எல்லா களங்கங்களும் பொய்யானவை என்பதை விரைவில் ஈசனின் துணையோடு நிரூபிப்பேன்...’

மூக்குப்பொடி சாமியாரின் முதல் வீடியோ வெளியாகி மூன்று நான்கு மணிநேரங்களுக்குள்ளாக பெருவாரியான மக்கள் அதனைப் பகிர்ந்துவிட்டார்கள். அந்த வீடியோவின் பரபரப்பு அடங்குவதற்குள்ளாகவே சாமியார் இரண்டாவது வீடியோவையும் வெளியிட்டுவிட்டார்.

“காவல்துறையினர் என்னை வலைவீசித் தேடிக் கொண்டிருப்பதாக பத்திரிகையில் செய்திகள் வெளியாகின்றன. ஐயா, நான் எங்கய்யா போனேன். சிவனடியே கெதின்னு கோயில் கோவிலா சுத்திட்டு இருக்கேன். என்னய ஏன் வலவீசித் தேடணும். கொலை, கடத்தல், இன்னும் ஏராளமான குற்றங்களை என்மீது சுமத்தியிருக்கிறார்கள். அத்தோடு

இல்லாமல் ஏதோ காளானாம்... அப்படி ஒன்று இருப்பதே காவல்துறையினர் சொல்லித்தான் எனக்குத் தெரியும். என்னை சூழ்ச்சியில் சிக்க வைப்பதற்காக யாரோ திட்டமிட்டுச் செய்திருக்கிறார்கள். காவல்துறையினர் சரியானபடி விசாரித்து உண்மையான குற்றவாளியைக் கண்டுபிடிக்க வேண்டும். நான் எங்கும் ஓடவில்லை. சரியான நேரத்தில் சட்டத்தின் முன்னால் எனது பக்க நியாயங்களைத் தெரியப்படுத்துவேன்."

ஒரேநாளில் அடுத்தடுத்து வெளியான இரண்டு வீடியோக்களையும் பார்த்த மக்கள் குழம்பிப்போனார்கள். எதிரிலிருப்பவரை ஊடுருவிச் செல்லும் கண்கள் கொண்ட சாமியார் சொல்வதை சந்தேகிக்க எவருக்கும் துணிவிருக்காது. விஜயனும் ஷாஜியும் விதிவிலக்கு. முதல் காணொளியைக் கண்டதுமே இந்தாளை எளிதில் பிடிக்க முடியாதென்பதை விஜயன் புரிந்துகொண்டுவிட்டார்.

"நாந்தான் அப்பவே சொன்னனே ஸார். மூக்குப்பொடி சாமியார் இங்க ஒரு டூல் தான். அவருக்குப் பின்னாடி இருந்து ப்ளே பன்ற டீம் ரொம்பப் பெருசு... இந்த ஆளு மேல இன்வஸ்ட் பண்ணி இருக்கறது உங்க ஸ்டேட்ல இருக்க பெரிய பொலிடிஷியன். நேஷ்னல் லெவல்ல இருக்க முக்கியமான பொலிடிகல் லீடர்ஸோட சாமியார கனெக்ட் பண்ணி இருக்காங்க. இதுல எல்லாருக்குமே ஆதாயம் இருக்குங்கறதுதான் அதிர்ச்சியான உண்ம..."

"என்ன மாதிரி ஆதாயம் ஷாஜி? மணி லாண்ட்ரிங்..."

"ஆமா ஸார். அதவிட முக்கியமா லாபியிங்... யாருக்கு என்ன போஸ்டிங் குடுக்கணும். எந்த ஆஃபிசர் எங்க வரணும்... ஈவன் மீடியால கூட தங்களுக்கான ஆளுங்கள வெச்சிருக்காங்க. எல்லா நெட்வொர்க்குக்கும் ஜங்ஷன் இந்த ஆஸ்ரமம்தான்..."

"நீங்க சொல்றதெல்லாம் ஓகே ஷாஜி. ஆனா ஏன் இந்த நரபலி?..."

"கேள்விய தப்பா கேக்கறீங்க ஸார்? யாருக்காகல்லாம் பலி குடுத்துருக்காங்கன்னுதான் நாம கண்டுபிடிக்கணும்... சாமியார்

இப்ப தப்பிச்சிப் போகல. அவரு இருந்தா நாமள்லாம் மாட்டிக்குவோம்னு அவருக்குப் பின்னாடி இருக்க நெட்வொர்க் அவர மறைச்சு வெச்சிருக்கு...”

ஷாஜி தனது நீண்ட தேடல்களைச் சொல்லி முடித்தான்.

“நீங்க சொல்ற அந்த நெட்வொர்க்க ஆப்ரேட் பன்றது யாரு?

விஜயன் பரபரத்தார். தொடர்ந்து தனக்கு வரும் தொலைபேசி அழைப்புகள் தரும் அழுத்தத்தைத் தாங்கமுடியாமல் தற்காலிகமாக அதனை அணைத்து வைத்தவருக்கு இருதயம் வேகமாய்த் துடித்தது. இந்த வழக்கில்தான் இவ்வளவு தூரம் ஓடியது வீணாகிவிடக் கூடாதென்கிற அச்சம்.

“தேசியக் கட்சில பெரிய போஸ்டிங் ல இருக்காரே நாகமுத்து அவருதான்.”

ஷாஜி தனது மொபைலில் அவரது புகைப்படம், வீடு, அவருக்கு இருக்கும் வேறுபல சொத்துக்கள் எல்லாவற்றையும் ஒவ்வொன்றாய்க் காட்டத் துவங்கினான். ‘இது சாலக்குடில அவருக்கு இருக்க பங்களா. இதோட வேல்யூ எப்பிடியும் 100 கோடிக்கு குறையாது. இது கோயமுத்தூருக்கு வெளிய இருக்க ரிசார்ட், இது கூர்க்ல இருக்க அவரோட எஸ்டேட், இந்த மாதிரி நிறைய ப்ராப்பர்டிஸ் இருக்கு. அதுமட்டுமில்ல ஃபினாமி பேர்ல காலேஜஸ், ஸ்கூல்ஸ், ஏன் சினிமா தியேட்டர் லாம் கூட இருக்கு. அதோட சிங்கப்பூர்ல இருக்க முக்கியமான ஷிப்பிங் கம்பெனி ல பெரிய ஷேரும் வெச்சிருக்காரு... இதெல்லாம் எனக்குத் தெரிஞ்சவர... இன்னும் நிறைய இருக்கலாம்.”

அத்தனை புகைப்படங்களையும் பார்த்து விஜயன் மலைத்துப்போனார். சினிமாக்களில் மட்டுமே பார்த்த வீடுகள். கதைகளில் மட்டுமே கேள்விப்பட்ட ஆடம்பர வாழ்க்கை. குறிப்பிட்ட சில வருடங்களில் எப்படி இவ்வளவையும் அடைய முடிந்தது? சந்தேகமும் குழப்பமும் அதிகரித்தது.

“ஷாஜி அவர் ஒரு தடவகூட எம்.எல்.ஏ வாவோ எம்.பி.யாவோ இல்ல? தேர்தல்ல நின்னு தோத்துதான் போயிருக்காரு. அப்பறம் எப்பிடிப்பா?”

“அரசியல்ல வெற்றி தோல்வி மட்டும் விஷயமில்ல ஸார். காண்டாக்ட்ஸ்தான். அதும் நேஷ்னல் பார்ட்டி வேற... நம்ம நாட்ல இந்த மாதிரி சாமியாருங்க மூலமா கை மாறுற பணத்த வெச்சு ஐம்பது வருசத்துக்கு பட்ஜெட் போட்றலாம்.. இது எதுவும் மக்களுக்கு வரப்போறதில்ல. ஒரு சதவிகிதத்துக்கும் கம்மியா இருக்க பணக்காரனுங்களுக்கு மட்டுந்தான். பல பேருக்கு தன்னோட இன்வஸ்ட்மெண்ட் எங்க என்னவா இருக்குன்னு கூட தெரியாது... போன வருஷம் பனாமா பேப்பர்ஸ் லீக் ஆனப்போ அதுல எத்தன பெரிய தலைங்க மாட்டுச்சு. ஆனா ஒருத்தன் கணக்கையாச்சும் முடக்கினாங்களா? ம்ஹூம்... செய்ய மாட்டாங்க. செய்யவும் முடியாது... நான் சொன்ன க்ரூப் .. இந்த ஒரு சதவிகித பணக்காரனுங்கதான்...”

ஷாஜி எல்லாவற்றையும் சொல்லி முடித்து சோர்வாய் நாற்காலியில் சாய்ந்து அமர்ந்தான். அவனது முகத்தையே பார்த்துக்கொண்டிருந்த விஜயன் ‘இப்ப இதையெல்லாம் டிபார்ட்மெண்ட்ல சொன்னா...”

“உங்களையும் என்னையும் லூசுன்னு நெனப்பாங்க ஸார்...” ஷாஜி யோசிக்காமல் சொல்ல அவ்வளவு நெருக்கடியிலும் விஜயன் சிரித்துவிட்டார்.

“பேசாம கேஸ சிபிஐ கைல குடுத்துட்டு ஒதுங்கிக்க வேண்டியதுதான்...” விஜயன் ஏமாற்றத்தோடு சொல்லிவிட்டு தலையைக் குனிந்துகொண்டார். களைப்பில் கண்மூடியிருந்த ஷாஜி மெல்ல கண் திறந்து அவரைப் பார்த்தான்.

“அதுக்கா ஸார் இவ்ளோ மெனக்கெட்டு தேடியலைஞ்சேன். நாம புடிக்கனும் அவங்கள... இந்தக் கேஸ்ல வேற யார் வந்தாலும் அவங்க இவ்ளோத்தையும் கண்டுபிடிக்க வருஷக்கணக்கா ஆகிடும். அதுக்குள்ள இந்தக் கேஸ்ல சம்பந்தப்பட்டவன் லாம் தப்பிச்சுடுவான்...”

“சாமியார் எங்க இருக்காருன்னு தெரியாது. நாகமுத்த ரீச் பன்றது ஈசி இல்ல. ஏன்னா அவரு இதுல சம்பந்தப்பட்டிருக்காருன்னு ஸாலிட் எவிடென்ஸ் எதும் நம்மகிட்ட இல்ல. அப்பறம் எப்பிடி?”

“அவங்களோட ரூட்லயே போவோம் ஸார். அவங்க எப்பிடி ஒரு ஷேடோவா இருக்காங்களோ நாமளும் ஷேடோவா இருப்போம். மீடியா நாம சாமியாரத் தேட்றதா நெனைக்கட்டும். நாம நாகமுத்து டீம டார்கெட் பண்ணுவோம்...”

என்று சொல்ல, விஜயனும் ஆமோதித்தார்.

தனது நிழலை மறைக்கப் பழகியவனை கண்டுபிடித்தல் எளிதான காரியமில்லை. நாகமுத்துவிற்கு நிறைய இருப்பிடங்களிருந்தன. விஜயனது ஆட்கள் இரவு பகலெனத் தேடியும் அந்த இடங்களில் நாகமுத்து இருப்பதற்கான தடயங்கள் எதுவும் கிடைக்கவில்லை. அவரது குடும்பத்தினருக்குமே அவரது வருகை குறித்த போதுமான விவரங்கள் சொல்லப்படுவதில்லை என்பதை அறிந்து விஜயனுக்கு ஆச்சர்யமாய் இருந்தது. இரண்டு தனிப்படைகள் சாமியாரோடு தொடர்புடைய ஆட்களை வெவ்வேறு ஊர்களில் தேடிக் கொண்டிருந்த நேரத்தில் வட இந்தியாவில் பிரபலமான ஒரு நடிகர் தனது செல்ஃபோனில் பெண் ஒருவருடன் எடுத்துக்கொண்ட அந்தரங்கமான படங்களும் காணொளிகளும் வெளியாகிவிட்டன. ஊடகங்கள் அந்த செய்திக்கு முன்னுரிமை கொடுத்து எழுதத் துவங்க, மக்கள் மத்தியில் சாமியார் குறித்த பேச்சும், சந்தேகங்களும் கொஞ்சம் கொஞ்சமாய் மறையத் துவங்கியிருந்தது. போலிஸ் ஸ்டேஷனிலுமே காவலர்கள் ரகசியக் குரல்களில் இந்தப் பிரச்சனையைப் பேசிக்கொண்டிருந்ததைக் கவனித்த விஜயன் எரிச்சலாகி,

‘சுத்த மானங்கெட்டவய்ங்களா இருப்பானுகளாட்ட இருக்கு... எவ்ளோ பெரிய பிரச்சன இருக்கறப்போ எவனோ அம்மனக்கட்டையா யார் கூடயோ இருக்கறத பெரிய பிரச்சனையா பேசிட்டு இருக்கானுங்க.’ எனறு புலம்பினார். அருகிலிருந்த உதவி ஆய்வாளர்

“நீங்கதான் ஸார் உலகம் புரியாத ஆளா இருக்கீங்க. இந்த மக்களுக்கு தெனம் ஒரு புது பிரச்சன வேணும். ட்ரெண்ட் ல யே இருக்கணும். பழைய பிரச்சனைய பேசறதுக்கெல்லாம் இவங்களுக்கு டைம் இல்ல. நூத்துக்கணக்கான பொண்ணுங்கள

அப்யூஸ் பண்ண பொள்ளாச்சி கேஸையே மறந்துட்டாங்க. அந்தப் பிரச்சனைக்குக் காரணமான அரசியல்வாதி அதே தொகுதில நின்னு ஜெயிக்கிறாரு... இவ்ளோதான் ஸார் இந்த மக்களோட சூடு சொரண கோவம்லாம்... ஆனா பாருங்க... ஊர் உலகத்துல நடக்கற எல்லா கெட்டதுக்கும் கடசீல போலிஸ்காரந்தான் காரணம்னு நம்மளப் போட்டு மிதிப்பாங்க...” என விஜயனை ஆதரிக்கும் விதமாகச் சொன்னார். அவர்கள் பேசிக் கொண்டிருக்கும் போதே சில இளைஞர்கள் பரபரப்போடு ஸ்டேஷனுக்குள் நுழைந்தனர். ஒரு கான்ஸ்டபிள் அவர்களை மறிக்க, “அவசரமா இன்ஸ்பெக்டரப் பாக்கனும்...” என ஒருவன் பரபரத்தான். இன்ஸ்பெக்டர் அவர்களை நெருங்கி வந்து “யாருப்பா நீங்க? என்ன விஷயம்?” எனக் கேட்டார்.

“ஸார் எங்க ஊர் நெலக்கோட்ட... நீங்க சாமியாரோட ஆஸ்ரமத்துக்குள்ள யாரும் வரக்கூடாதுன்னு சீல் வெச்சிட்டு வந்திங்கள்ல... இன்னிக்கி விடிஞ்சும் விடியாம ஒருத்தன் உள்ள இருந்து எதையோ எடுத்துட்டு எஸ்கேப் ஆக ட்ரை பண்ணான். நாங்க புடிச்சிட்டோம்...”

என்று சொல்லியபடியே வாசலைக் காட்ட, ஸ்டேஷன் வாசலில் ஒருவனை நான்கைந்து பேராகப் பிடித்து வந்திருந்தார்கள்.

“அவன உள்ள கூட்டியாங்க...” என்ற இன்ஸ்பெக்டரின் மூளை வேகமாய் யோசிக்கத் துவங்கியது. “இப்பிடி ஒருத்தன் மாட்டியிருக்கான்னு வெளில யாருக்கும் தெரியக் கூடாது...” என இளைஞர்களிடம் உத்தரவிட்டு அனுப்பியவர் அவர்கள் பிடித்து வந்த ஆளை கவனித்தார். முப்பத்தைந்து வயது தோற்றம். கூரிய கண்கள். முன் வழுக்கைத் தலையில் சில மயிர்கள் மட்டும் பொருந்தாமல் நீட்டிக்கொண்டிருக்க, மாட்டிக் கொண்ட பயம் சிறிதுமற்றவனாய் ஸ்டேஷனில் இருந்த போலிஸ்காரர்களைப் பார்த்தபடி நின்றான்.

அவனிடமிருந்து பறிக்கப்பட்ட பொருட்களை ஒரு துணியில் கட்டி வைத்திருந்தார்கள். விஜயன் துணியைப் பிரித்துப் பார்த்தார். சில ஹார்ட் டிஸ்க்குகள், சிறிய அளவிலான

மருந்து குப்பிகளென கலவையாய் இருந்தது. எல்லாவற்றையும் கவனமாய் பார்த்தவர் “யாரு இதையெல்லாம் எடுத்துட்டு வரச் சொன்னது?’ என அவனிடம் கேட்டார். ‘யாரும் சொல்லல ஸார், நான் திருட வந்தேன்...” அவன் அசட்டையாகச் சொல்ல, ஓரிடத்தில் நில்லாமல் அலைந்த அவன் கண்களைக் கவனித்த விஜயன் எதிர்பாராத நொடியில் செவுளில் அறைந்தார். “கேள்வி கேட்டா என்னயப் பாத்து பதில் சொல்றா...” அவர் அடித்ததையும் பொருட்படுத்தாமல் பார்த்தவன் “ஸார் நாந்தான் சொல்றன்ல... திருடப் போனேன்... ஊர்க்காரவுங்க புடிச்சிட்டாங்க...” என்று சொன்னான். “திருடப் போனவென் அங்க வேற எதையும் எடுக்காம ஹார்ட் டிஸ்க்கையும் இந்த மெடிசின் பாக்ஸையும் மட்டும் எடுத்திருக்க... இங்க இருக்கவங்களையெல்லாம் பாத்து பைத்தியக்காரனுக மாதிரி தெரியுதா?...” அவன் சட்டையை இறுக்கிப் பிடிக்க, அவன் அவரையும் சுற்றியிருந்த காவலர்களையும் ஒருமுறைப் பார்த்துவிட்டு “ஆமா அப்பிடித்தான் இருக்கு...” என கேலியாகச் சொன்னான். பின்னால் நின்றுகொண்டிருந்த உதவி ஆய்வாளர் அவனது பொடனியில் ஓங்கி அடித்து இழுத்துக் கீழே போட்டார். மற்ற காவலர்களும் மிதிக்க கால் ஓங்க, விஜயன் தடுத்து நிறுத்தினார். “அவசரப்படாதீங்க... இவன் பேசணும். அடி உதை எதுவும் இல்லாம பேச வைங்க... இவனா நம்மளான்னு பாத்துடுவோம்...” என்று சொல்லிவிட்டு எழுப்பி நிற்கவைத்தார். தனது உடைகளைச் சரிசெய்தபடி நின்றவனை இரண்டு கான்ஸ்டபிள்கள் இழுத்துக்கொண்டுபோய் செல்லுக்குள் அடைத்தனர்.

40

“ஸார் திருவண்ணாமலைல இருக்க நாகமுத்து ஐயாவோட தம்பிதான் என்னய திருடறதுக்கு அனுப்பினாரு... மொபைல், கம்யூட்டர் ஹார்ட் டிஸ்க் என்ன கெடச்சாலும் எடுத்துட்டு வரச் சொல்லி இருந்தாரு... என்னய விட்றுங்க ஸார்... எனக்கு வேற எதுவும் தெரியாது...”

திருட வந்தவன் களைத்துப்போய் வயிற்று வலி தாங்க முடியாமல் அனத்தினான்.

“நீ சொல்றது எதும் நம்பற மாதிரி இல்லயே...”

“எங்கம்மா சத்தியமா இதான் ஸார் உண்மை...”

“சரி சாமியார் எங்க இருக்காருன்னு சொல்லு...”

“ஐயய்யோ எனக்கு எதும் தெரியாது ஸார்... என்னய நம்புங்க... முதல்ல என்னய கக்கூஸ் போகவிடுங்க ஸார்...” வலியில் உருண்டவனைப் பொருட்படுத்தாமல் எழுந்த “விஜயன் ‘வந்தப்போ ரொம்ப அதுப்பா பேசினயே. இப்ப என்னய்யா?” எனக் கேட்க “தெரியாம பேசிட்டேன். தயவு செஞ்சு கக்கூஸ் போக விடுங்க ஸார்...” என வேதனையோடு முனகினான். விஜயன் அருகிலிருந்த கான்ஸ்டபிளைப் பார்க்க, அவர் செல்

கதவைத் திறந்துவிட்டார். பதறியடித்து வெளியே வந்தவனிடம் 'யோவ் பின்பக்கமா போ...' என கான்ஸ்டபிள் வழிகாட்ட, போகிற அவசரத்திலேயே லுங்கியை உருவிக்கொண்டு ட்ரவுசரோடு ஓடினான்.

"ஸார் இவென் குடுத்த ஸ்டேட்மெண்ட்ட வெச்சு இப்ப எதும் செய்ய முடியாதே ஸார்... இவனே ஒரு திருட்டுப்பய... இந்த ஸ்டேட்மெண்ட்ட எடுத்துட்டுப் போனா யாரும் நம்ப மாட்டாங்களே..."

கான்ஸ்டபிள் கவலையோடு சொல்ல, யோசனையிலிருந்த விஜயன் ஆமோதித்து தலையாட்டினார்.

"அவனோட செல்போன எடுத்துக் குடுங்க..."

கான்ஸ்டபிள் இன்ஸ்பெக்டரின் மேசையில் ஒரு துணியில் வைக்கப்பட்டிருந்த அவனது செல்போனை எடுத்துவந்து கொடுத்தார். அவர் அந்த போனை பார்த்துக்கொண்டிருக்கும் போதே வயிற்றைப் பிடித்துக்கொண்டு கைதி மெதுவாக நடந்து வந்தான்.

"மனுஷனா ஸார் நீங்கள்லாம்... ஒரு மனுஷன அடிச்சுக் கொடுமப் படுத்தலாம். நல்லா திங்க குடிக்க வெச்சுட்டு ஆயி போக விடாம கொடும படுத்தறீங்க..." என எரிச்சலோடு சொன்னான். விஜயன் அவனது செல்போனைக் காட்டி "உனக்கு இந்த வேல குடுத்தவர் பேர என்னன்னு பதிவு பண்ணி வெச்சிருக்க..." எனக் கேட்டார்.

அவன் பதில் சொல்லாமல் அங்கிருந்த மர மேசையில் சோர்வாய் அமர்ந்தான். முட்டிக்கால் வலித்தது. வயிறு மீண்டும் கடபுடவென சத்தம் கேட்க, முகம் வலியில் அஷ்டகோணலானது. எழுந்து கழிவறை நோக்கிச் செல்லவிருந்தவனை "கேட்டதுக்கு பதில் சொல்லுடா..." என விஜயன் மறித்தார். "ஸார் பேசாம வழிய விட்றுங்க... இல்லன்னா ஸ்டேஷன் நாறிப்போயிரும்..." என அவன் கத்த, "பேண்டா உன் சட்ட வேட்டிய கழட்டி நீயே அத க்ளீன் பண்ணணும்..." என விஜயன் சாதாரணமாகச் சொல்ல "உங்கள எல்லாம் எவன் ஸார் போலிஸ் வேலைக்கி

எடுத்தது... ச்சை.... வேல குடுக்கறவங்க நம்பரல்லாம் நான் பதிவு பண்ண மாட்டேன். முந்தாநாள் காலை ல எட்டு மணிக்கு ஒரு நம்பர் ல இருந்து போன் வந்திருக்கும் பாருங்க," என்று சொல்லிவிட்டு விஜயனின் அனுமதிக்குக் காத்திராமல் கழிவறைக்கு ஓடினான். விஜயன் வேகமாக மொபைலில் அந்த எண்ணைத் தேடி எடுத்தார். 'வேலை முடிந்தது... பொருளை எங்கு வந்து குடுக்க வேண்டும்.' அந்த எண்ணுக்கு குறுஞ்செய்தி அனுப்ப, அடுத்த சில நொடிகளிலேயே அந்த எண்ணிலிருந்து அழைப்பு வந்தது. வேகமாக கழிவறை நோக்கி ஓடினார். ஸ்டேஷனிலிருந்த போலிஸ்காரர்கள் இன்ஸ்பெக்டரை வியப்பாகப் பார்க்க, அவசரமாக ஓடியவர் கழிவறையின் கதவைத் தட்டினார்.

"ஸார் இருங்க ஸார்... ஆயி இருந்துட்டு இருக்கேன்..." என அவன் எரிச்சலோடு கத்தினான்.

"நீ இருந்தது போதும் வெளிய வாடா... அந்த நம்பர் ல இருந்து கால் வருது... எங்க வந்து பொருளக் குடுக்கணும்னு கேளு.,..." விஜயன் சொல்லி முடிக்கும் முன்பாகவே அவன் அவசரமாகக் கதவைத் திறந்தான். ஒரு கையில் ட்ரவுசரைப் பிடித்தபடி கலவரத்தோடு பார்த்தான். வந்த அழைப்பு முடிந்து போனது.

"எப்பிடி ஸார் அவங்க ஃபோன் பண்ணாங்க...?"

"நாந்தான் பொருள எங்க வந்து குடுக்கனும்னு கேட்டு எஸ். எம்.எஸ் பண்ணேன்..."

விஜயன் சொன்னதைக் கேட்டு தலையில் அடித்துக் கொண்டான். "உங்களுக்கு அப்பிடி என்ன ஸார் அவசரம்? எங்க டீலே களவாண்டத உடச்சு அத போட்டோ எடுத்து அனுப்பனுங்கறதுதான்... எதையும் முழுசா கேக்க மாட்டீங்களா?"

அவன் சொல்லிக்கொண்டிருக்கும்போதே, மீண்டும் அந்த எண்ணிலிருந்து அழைப்பு வர, விஜயன் போனை அவனிடம் நீட்டினார்.

"ஹலோ..."

இவன் பதற்றத்தை மறைத்துக்கொண்டு சொல்ல

"போன ஸ்பீக்கர் ல போடுடா..."

எதிர்முனை உத்தரவிட்டது. அவன் கலவரமான முகத்தோடு விஜயனைப் பார்த்தபடியே ஸ்பீக்கரில் போட்டான்.

"என்னய்யா போலிஸு குதிரைய விட்டுட்டு குதிர சாணிய பிடிச்சிருக்கீங்களாக்கும்... இதால உங்களுக்கு ஒரு யூஸும் இல்ல... கடைசிவரைக்கும் இப்பிடியே ஆகாதவேலையா பாருங்க..."

என்று சொல்லிவிட்டு எதிர்முனையில் பேசியவன் இணைப்பைத் துண்டித்தான். விஜயனுக்கு ஏமாற்றமாய் இருந்தது. சோர்வோடு திரும்பி ஸ்டேஷனுக்குள் வந்தவருக்குக் காரணமில்லாமல் ஒருவனைத் திருட அனுப்பி இருக்க மாட்டார்கள் என்பது மட்டும் உறுத்தலாய் இருந்தது. தனது நாற்காலிக்குத் திரும்பியபோது அவரது வாட்ஸப்பில் ஒரு செய்தி வர, எடுத்துப் பார்த்தார். "அய்யன்கொல்லி ஆஷ்ரமத்தில் கைது செய்யப்பட்டவர்களுக்கு ஜாமீன் கிடைத்து அவர்கள் இன்னும் சில மணி நேரங்களில் விடுவிக்கப்படப் போகிறார்கள்" என அரசுத்தரப்பு வழக்கறிஞர் செய்தி அனுப்பியிருந்தார்.

மருதமலை அடிவாரத்திலிருந்த சின்னஞ்சிறிய கிராமமொன்றிற்குள் விடிந்தும் விடியாமல் நுழைந்தது போலிஸ் வாகனம். கிடைத்த தகவலின்படி ஜாமீன் கிடைத்து விடுதலையானவர்களில் முக்கியமானவர் இந்த மாரிமுத்துதான். சாமியாரின் அய்யன்கொல்லி ஆஷ்ரமத்தில் நீண்டகாலம் இருந்தவர் என்பதால் அவரைப் பொழுது விடியும் முன்பாக தூக்கிவிட வேண்டுமென்பதில் விஜயன் உறுதியாய் இருந்தார். பள்ளிக்கூடத்தை ஒட்டியிருந்த பெரிய ஓட்டுவீடு அது. ஊர்க்காரர்கள் எவரையும் கலவரப்படுத்தாமல் விஜயன் தனது குழுவோடு மாரிமுத்தை அங்கிருந்து தூக்கிவிட்டார். போலிஸ்காரர்களைப் பார்த்த முதல் சில நிமிடங்கள் பதற்றத்தோடு இருந்த மாரிமுத்து, அவர்களுக்குத் தன்னைப்

பற்றி எல்லா விவரங்களும் தெரிந்திருக்கிறது என்பதைப் புரிந்து கொண்டு "நான் உங்க விசாரணைக்கு ஒத்துழைக்கிறேன் ஸார். ஆனா வீட்ல இருக்க யாரையும் தொந்தரவு பண்ணாதீங்க. வேற யாராச்சும் கவனிக்கிறதுக்குள்ள இங்க இருந்து போயிடலாம்.." என தெளிவாகச் சொன்னார். அடுத்த சில நிமிடங்களில் மாரிமுத்துவை ஏற்றிக்கொண்ட விஜயனின் வாகனம் ஊட்டியை நோக்கி விரைந்தது.

"சாமியார் நல்லவரா கெட்டவராங்கறது முக்கியமில்ல, அவர் இதையெல்லாம் யாருக்காக செஞ்சாரு? எதுக்காக செஞ்சாருன்னு தெரிஞ்சுக்க வேண்டியதுதான் முக்கியம்."

இன்னும் சூடாறாத தேநீர்க் கோப்பையிலிருந்து ஆவி பறந்து கொண்டிருந்தது. அந்த அறைக்குள் மழைக் காலத்தின் ஈரவாடை முழுமையாய் நிரம்பியிருந்தது. விஜயனுக்கு எதிரில் அமர்ந்திருந்த ஆள் தேநீர்க் கோப்பையை எடுத்து இரண்டு உள்ளங்கைகளுக்கும் நடுவில் வைத்து உருட்டியபடியே கோப்பையின் சூட்டை உள்வாங்கிக்கொண்டான்.

"எனக்கு எல்லாம் தெரியும். சாமியாருக்குப் பின்னால இருக்கறது நல்லமுத்துங்கற பொலிடிஷீயன்..." விஜயன் சொல்ல, அந்த ஆள் சிரித்தான். "இன்னும் பெருசா யோசிங்க ஸார். அந்த நெட்வொர்க்ல நீங்க சொல்ற ஆளோட ரோல் ரொம்ப சின்னது... பொலிடிஷியன்ஸ் பிஸ்னஸ்மென்னு நிறைய பேர் இதுக்குள்ள இருக்காங்க."

கோப்பையைக் கீழே வைத்த அந்த ஆள் ஒரு *tab* ஐ எடுத்து ஆன் செய்தான். நிறைய ஃபோல்டர்களைத் திறந்தபின் இறுதியாக ஒரு காணொளியை ஓடவிட்டு அவருக்குக் காட்டினான். மூக்குப்பொடி சாமியார் முற்றிலும் வேறு தோற்றத்தில் கூலர்ஸ், குர்தா அணிந்து நம்ப முடியாத மாற்றத்தோடு இருந்தார். ஆச்சர்யத்தில் கண்களை உயர்த்திய விஜயன் "என்னங்க இது? மூக்குப்பொடியா இது?" என வியப்பாகக் கேட்டார்.

"சாமியார் ரேபன் குர்தாவோட இருக்கறதப் பாத்தே மெரண்டு போனா எப்பிடி ஸார்? அவருக்கு ஒரு மக இருந்தா அது

தெரியுமா?" அந்த ஆள் சலனமே இல்லாமல் அடுத்த வெடிகுண்டைத் தூக்கிப்போட விஜயன் அதிர்ச்சியில் எழுந்துவிட்டார்.

"என்னாது?"

அந்தாள் விஜயனின் அதிர்ச்சியைப் பொருட்படுத்தாமல் இன்னொரு ஃபோலடரைத் திறந்து ஒரு புகைப்படத்தைக் காட்டினான். பதினாறு பதினேழு வயதில் திருத்தமான கண்களோடு இருந்த அந்தப் பெண்ணின் முகத்தில் சாமியாரின் ஜாடை எதும் தெரியவில்லை.

"கல்யாணம் ஆகிட்டா அப்பறம் என்னங்க சாமியார்?"

"கல்யாணம் ஆனாத்தான் புள்ள இருக்கனுமா என்ன? அவருக்குக் கல்யாணம் ஆகல ஸார். ஆனா உறவு இருந்தது."

"இந்தப் பொண்ணு இப்ப எங்க இருக்கா?"

"யாருக்குமே தெரியாது ஸார்..."

அந்த ஆள் தனக்கு அளிக்கப்பட்ட தேநீரை அருந்திவிட்டு டேபை விஜயனிடமே கொடுத்தார். "அவர்கூட ஏழெட்டு வருஷத்துக்கும் மேல இருந்தேன். என்னைக்காச்சும் பிரச்சன வந்தா பயன்படும்னுதான் அவரப் பத்தின முக்கியமான டீடைல்ஸ்லாம் எடுத்து வெச்சேன். இது இனிமே எனக்குத் தேவப்படாது. நீங்களே வெச்சுக்கங்க..."

"இப்ப நீங்க வெளில போறது பாதுகாப்பில்ல..."

"எனக்குத் தெரியும் ஸார். ஆனா உங்களாலயும் பாதுகாப்பு கொடுக்க முடியாது." சிரித்தபடியே வெளியேறிச் சென்றவர் திரும்பி வந்தார்.

"இன்னொரு முக்கியமான விஷயத்தச் சொல்லணும். ராஜன் கொலைக்குக் காரணம் என்னவோ சாமியார் தான். ஆனா கொன்னது அவர் இல்ல..."

"பின்ன?"

“நாந்தான் கொல பண்ணேன்...”

“வாட்?”

“நான் சொல்றத உங்களால நம்ப முடியாது ஸார். சாமியால யார வேணும்னாலும் வசியம் பண்ணிட முடியும். ஒருத்தரோட உடம்புக்குள்ள புகுந்து தனக்குத் தேவையான காரியத்த சாதிச்சிடுவாரு...”

“நம்பற மாதிரி இல்லயே...”

அந்த ஆள் சிரித்தான். ”அதனாலதான் உங்களால இன்னும் அவரப் பிடிக்க முடியல...”

“சரி ஏன் அவரு ராஜனக் கொல்லணும்?” விஜயன் இந்த வழக்கை விசாரிக்கத் துவங்கியதிலிருந்து தன்னை அரித்துக் கொண்டிருந்த சந்தேகத்தை மாரிமுத்துவிடம் கேட்டார்.

“என்ன மாதிரி ஒரு சிலருக்கு சாமியாரப் பத்தி மட்டுந்தான் தெரியும். ஆனா ராஜனுக்கு மட்டுந்தான் அவரோட பொண்ணப் பத்தின ரகசியமும் தெரிஞ்சிருந்தது... மத்த எந்த பிரச்சனைகளுக்காகவும் அவரு அவனக் கொல்லல, தன் பொண்ணப் பத்தின ரகசியம் வெளி உலகத்துக்குத் தெரிஞ்சிடக் கூடாதுன்னுதான் கொன்னுட்டாரு...” என்று சொன்ன மாரிமுத்துவின் கண்களை விஜயன் ஊடுருவிப் பார்த்தார்.

“ஏதோ ஒரு வகைல சாமியாரோட க்ரைம்ல எனக்கும் பங்கிருக்கு ஸார். அதனால நான் அப்ரூவரா ஆனாலும் கூட தப்பானவந்தான். என்னய வெளில அனுப்பி பாதுகாப்பு குடுக்கறதுக்குப் பதிலா ஜெயில்ல போட்றுங்க... அதான் எனக்கும் நல்லது.”

“அவங்களப் பிடிக்க எனக்கு உங்க உதவி வேணும் மாரிமுத்து...”

“எனக்குத் தெரிஞ்ச எல்லாத்தையும் சொல்லிட்டேன் ஸார். ஒரு விஷயத்த நல்லா புரிஞ்சுக்கங்க. ஒரு குற்றவாளி நூறு போலிஸ்காரனுக்கு சமம். போலிஸ் எப்பவுமே இந்த மாதிரி கேஸ்ல கிரிமினல தூரத்துல இருக்க ஊர்கள்லதான் தேடும். இந்த

சைக்காலஜிய நல்லா புரிஞ்சுக்கிட்டதாலதான் குற்றவாளிங்க பெரும்பாலும் போலிஸோட முதுகுக்குப் பின்னாலயே ஒளிஞ்சுக்கறாங்க...”

விஜயன் குழப்பத்தோடு அவரைப் பார்த்தார்.

“அப்டின்னா?...”

“பௌர்ணமி பூஜ, மேஜிக் மஷ்ரூம் எல்லாமே ட்ராப்... உங்கள அலைய வெக்கிறதுக்கான ட்ராப்...”

மாரிமுத்து அழுத்தம் திருத்தமாய்ச் சொன்னபோதுதான் விஜயன் எல்லாவற்றையும் திரும்ப ஓட்டிப் பார்த்தார். கூடலூரரைச் சுற்றின எந்த செக் போஸ்ட்டின் வழியாகவும் சாமியாரின் வாகனம் சென்றிருக்கவில்லை என்பது தெளிவாக உறைத்தது.

41

சத்யனின் டைரிக் குறிப்புகள் – 3

சிறுபிராயத்தில் ஒரு சமயம் தோன்றிய கனவு. இன்று வரை நினைவிலிருப்பது அது ஒன்று மட்டுமே. அந்த கனவின் ஒரு பாதி நீயென்றால் மறுபாதி நான். முதற்பாதியை நீ எடுத்துக் கொண்டதால் நான் மறுபாதியை விருப்பு வெறுப்பின்றி எடுத்துக் கொண்டேன். காலப்போக்கில் அதையே விரும்பினேன். பின் வெகுகாலம் கழித்து அந்தக் கனவு என்னை வழிநடத்தவில்லை என் நிஜத்தைத்தான் கனவென காலம் முன்கூட்டியே அறிவித்திருந்தது என்பது புரிந்தது.

நீயும் அக்கனவைப் போலவே காலத்திற்கு முன்னே ஓடியவள். என்னையும் அழைத்துக்கொண்டு ஓடினாய். அது ஒன்று மட்டும்தான் என்னால் சகித்துக்கொள்ள முடியவில்லை. நான் என்ன விரும்புகிறேன் நீ ஒரு முறை கூட கேட்டதில்லை. நான் விரும்புவதையும் நீயே முடிவு செய்துகொண்டு அதை வழங்கி அதற்கு என்னிடம் ஒப்புதலும் எதிர்பார்த்தாய். உன் கருவறை விட்டு வெளியே வர விரும்பியிராதவனைக் காலம் பிரித்தது. அதற்கு நீ அனுமதித்தாய். நன்மை என்றாய். மென்பஞ்சு மெத்தை போன்ற கருமெத்தையில் புவியீர்ப்பின விசை

அழுத்தாத இதமான வெப்பக் குளத்தில் பிரபஞ்சவெளியில் சஞ்சரித்துக் கொண்டிருந்தவனைக் காலமும் நீயும் கைக்கோத்துக் கொண்டு புறந்தள்ளினீர்கள். நீ வேறு நான் வேறு என்று எனக்கு உணர்த்த முற்பட்ட உன்னை சிதைத்து முட்டி மோதி அழுது அலறிக்கொண்டு இவ்வுலகில் வந்து விழுந்தேன். நீ ஆசுவாசமடைந்து பெருமூச்சிரைத்ததைப் பார்த்த பொழுது அது ஒரு விடுதலை பெருமூச்சாக எனக்குத் தெரிந்தது. என்னிடமிருந்து நீ விடுபட்டு விட்டது போல உணர்கிறாயோ என்று நினைத்துப் பார்த்தேன். பெரும் வேதனை நெஞ்சை அடைத்தது. நான் தனியனாக இனி வாழ்ந்தாக வேண்டும். நேற்று வரை கிடைத்த அரவணைப்பும் கதகதப்பும் இனி செயற்கையாக யாரிடமோ எவரிடமோ கெஞ்சி கூத்தாடி அல்லது வற்புறுத்தி நான் பெற வேண்டும்.

நான் ஆண்களைத் தேடினேன். அவர்களோடு இருக்க முயன்றேன். அவர்கள் உலகம் சிக்கல்களின்றி இருப்பதை உணர்ந்தேன். நாங்கள் அலைந்து திரிந்தோம், வேட்டையாடினோம், கேளிக்கை கொண்டாட்டங்களென எங்கள் நாட்கள் கழிந்தன. அர்த்தமற்ற ஒரு வெறுமை மனதை அழுத்தியது. எவர் கண்களிலும் ஒளியில்லை.

வேட்டையாடிய உணவு ருசிக்கவில்லை. காற்றில் வாசமில்லை. ஆம் காற்று வாசமற்று இருந்தது. நான் துடித்து எழுந்தேன். உறக்கத்தின் பிடியில் அந்தக் கனவு அவ்வப்போது தோன்றியது. அதில் நான் எனும் ஒரு பாதியும் நீயெனும் மறுபாதியும் மாறி மாறித் தோன்றி மறைந்தோம். கனவில் அந்த வாசம் மனதை நிறைத்தது. ஒரு சமயம் உன் தோள் சாய்ந்திருந்தபொழுது உணர்ந்த அதே வாசம்.

★★★

சத்யனின் டைரிக் குறிப்புகள் – 4

“உனக்கு உனது தாயின் கண்கள்” என்று யாரோ கூறினார்கள். அடர்ந்த வனத்தினுள்ளே ஒரு பிரம்மாண்ட அரண்மனை. பல

அடுக்கு மாடிகளும் அறைகளும் நிறைந்த அந்த மாளிகையில் தனியொருவனாக நான் நுழைகிறேன். என்னைச்சுற்றிலும் மனித குரல் கேட்கிறது ஆனால் உருவங்கள் தென்படவில்லை. நான் ஒவ்வொரு தளமாக ஏறி ஒவ்வொரு அறைக்குள்ளும் புகுந்து தேடுகிறேன். நான் எனது தந்தையைத் தேடினேன், சகோதரனைத் தேடினேன் நண்பனை பகைவனை பணியாளை எனது முதலாளியை அண்டை வீட்டானை என அனைத்து உறவுகளையும் ஆண் வடிவில் தேடினேன். அவர்கள் எவரும் தென்படவில்லை. அரண்மனை மேல்தளத்தில் பெரிய மரக்கதவினால் பாதி மூடப்பட்டிருந்த அவ்வறையில் ஒரு உருவம் தெரிந்தது. நான் தேடியதைக் கண்டடைந்த ஆவேசம் என்னுள் மிகுந்தது. சுவரில் மாட்டப்பட்டிருந்த பெரிய நிலைக்கண்ணாடியில் முகத்தின் ஒரு பாதி மட்டுமே தெரிந்த அவ்வுருவம் "வா" என்று என்னை அழைப்பது போல் கைகள் நீட்டியது. நான் ஓடிச்சென்று அவ்வுருவத்தின் முன் நின்றேன். அது என்னைத் திரும்பிப் பார்க்கவில்லை, மாறாக கண்ணாடியில் தெரிந்த என்னைப் பார்த்துப் பேசியது. “எங்கே எனக்காக ஒரு நடனமாடு மகனே” என்றது. நான் குதூகலமாக ஆடினேன். அவ்வுருவம் கைகள் தட்டி அதை இரசித்தது. அதன் மகிழ்ச்சி என்னை மேலும் மேலும் பரவசப்படுத்தியது. நான் அதிக துள்ளலோடு நடனமாடினேன். அது கைதட்டி இரசித்து சிரித்து மகிழ்ந்தது. முன்னெப்பொழுதும் உணர்ந்திராத மனநிறைவு என்னை அவ்விடத்திலேயே கட்டிப்போட்டது. இனி என் வேலை என் தெய்வத்தை மகிழ்விக்க நடனமாடுவது என்று மனதில் நிறுத்திக்கொண்டேன். சில நாட்கள்வரை என்னை ஆடவைத்து அது இரசித்தது. விதவிதமான நடனங்கள் விதவிதமான அரிதாரம் பூசிக்கொண்டு நான் நடனமாடினேன். ஒரு ஒரு விதி மட்டும் இருந்தது. அவ்வுருவம் விரும்பும் நடனத்தை மட்டுமே கையசைவும் கண்ணசைவும் அது கூறுவது போலவே இருக்க வேண்டும். சற்று வேறுபட்டு ஆடினாலும் அதன் மறுபாதி முகத்தை மெல்லத் திருப்பிக் காட்டும். சிதைந்து சிதிலமடைந்து குருதி கொப்பளிக்கும் அப்பாதியை என்னால் காண முடியாது பல சமயங்களில் கதறியிருக்கிறேன். சிறுநீர்

கால்சட்டையை நனைத்து விடுவதை உணர்ந்திருக்கிறேன். அதனால் அதை மகிழ்விக்கும் செயலை மட்டுமே செய்ய வேண்டுமென்று முடிவெடுத்தேன். அச்சம் என்னை ஆக்கிரமித்தது. கண்ணாடி உருவம் சிரித்து மகிழ்வது எனது இருத்தலுக்கு அவசியமாக இருந்தது. இவ்வளவு பெரியவனாக வளர்ந்த பின்னும் என்னால் அவளை மீறி எதுவும் செய்ய இயலவில்லை. சாட்டை போன்ற கொடியொன்று எனக்கும் அவளுக்குமிடையே நீண்டிருக்கிறது. அது சில நேரங்களில் சாட்டையாக நீள்கிறது, கருங்கூந்தல் போல் என்னை வருடுகிறது சில சமயங்களில் கொடிபோல் சுற்றி என் கழுத்தை இறுக்குகிறது. அவள் கைதட்டி இரசிக்கும் பொம்மை நான். அதை நான் மறக்கக்கூடாது. மறந்தால் அவள் முகம் மாறும். அது என்னை வதைக்கும்.

42

இருளைக் கிழித்துக்கொண்டு வெளிப்பட்ட துப்பாக்கிக் குண்டுகளின் சத்தத்தில் பங்களா அதிர, விஜயன் உட்பட அங்கிருந்து காவலர்கள் அத்தனை பேரும் அதிர்ந்து போனார்கள். ‘எதுவா இருந்தாலும் ஸ்டேஷன் ல போய் பேசிக்கலாம்னு அப்பவே சொன்னேன் கேட்டீங்களா? இனி இங்கயிருந்து ஒருத்தரும் தப்பிக்க முடியாது..’ தலைகீழாகத் தொங்கிக் கொண்டிருந்த நிலையிலும் சாமியாரின் குரல் ஆணவமாய் ஒலித்தது. அவ்வளவு நேரமும் பொறுமை காத்த விஜயன் கையை மடக்கி சாமியாரின் முகத்தில் ஓங்கி குத்தினார். ‘இவ்வளவு போராட்டத்துக்கு அப்பறம் உன்னய வெரட்டிப் புடிச்சது நீ யாரு உனக்குப் பின்னாடி யாரு இருக்காங்கற உண்மைய இந்த உலகத்துக்குச் சொல்றதுக்குத்தான். அத செஞ்சே தீருவேன்..’ என ஆத்திரமாகக் கத்திய விஜயன் கத்தியை எடுத்து சாமியார் கட்டப்பட்டிருந்த கயிற்றை அறுத்தார். தொப்பென சாமியார் தலைகீழாக கீழே விழுந்ததில் அவரது வலது தோள்பட்டை எலும்புகள் முறிந்துபோயின. வலியில் அலறியவரை விஜயனோடு இருந்த காவலர்கள் பிடித்துத் தூக்கிக்கொண்டு வீட்டிற்கு வெளியே ஓடினார்கள்.

துப்பாக்கிச் சத்தம் பங்களாவின் பின்பகுதியிலிருந்த வனத்தின் பக்கத்திலிருந்து வந்ததால் விஜயன் ஜீப்புகளை நிறுத்தி வைத்திருக்கும் மேட்டுப் பகுதியை நோக்கி வேகமாகச் செல்ல உத்தரவிட்டார். ஒரு குழு சாமியாரைத் தூக்கிக் கொண்டு ஜீப்பை நோக்கி ஓட, இன்னொரு குழுவினர், தங்களை நோக்கி வரும் துப்பாக்கித் தாக்குதலுக்கு பதில் தாக்குதல் கொடுத்தபடியிருந்தனர். விஜயனும் அவர்களுக்கு உதவியாய் வந்து துப்பாக்கியால் சுட்டுக் கொண்டிருந்தார். மரங்களுக்குப் பின்னாலிருந்து தாக்கிய எதிரிகளின் நகர்வை அடையாளம் கண்டுகொள்ள சிரமமாய் இருந்ததால் ஒரு காவலர் சத்தமாக ‘ஸார் நீங்க இங்க இருந்து கௌம்புங்க... நாங்க சமாளிச்சுக்கறோம்..’ எனக் கத்தினார். இல்ல, நாம ஒன்னா நின்னு ஃபைட் பண்ணுவோம். உங்கள இப்பிடி விட்டுட்டுப் போக முடியாது...’ என்றபடியே விஜயன் இருளில் செடிகளின் அசைவைக் கணித்து சுட்டார். ‘ஸார் ப்ளீஸ் சொன்னா கேளுங்க... கஷ்டப்பட்டு இந்த சாமியார புடிச்சிருக்கோம். அந்தாள் நம்மகிட்ட இருந்து எஸ்கேப் ஆகிடக் கூடாது... நீங்க உடனே இங்க இருந்து கிளம்புங்க...’ என அந்த போலிஸ்காரர் முன்னை விடவும் சத்தமாகச் சொல்ல, வேறுவழியின்று விஜயன் ஜீப் நிறுத்தப்பட்ட மேட்டுப்பகுதியை நோக்கி ஓடினார். அவருக்கு முன்னால் சில அடி தூரத்தில் நான்கு காவலர்கள் சாமியாரைத் தூக்கியபடி ஓடிக் கொண்டிருக்க, எலும்பு முறிந்த வேதனையில் சாமியார் முன்னைவிடவும் சத்தமாக அலறினார். அவர்கள் ஜீப்பை நெருங்குவதற்குள்ளாகவே இன்னொரு திசையிலிருந்து துப்பாக்கி வெடிக்கும் சத்தம் கேட்டது. அவர்களை நோக்கி இருளைக் கிழித்துக்கொண்டு தோட்டாக்கள் பாய்ந்துவர, சாமியாரை அப்படியே போட்டுவிட்டு மரத்திற்குப் பின்னால் ஒளிந்து கொண்டனர். சூழலைப் புரிந்துகொண்ட விஜயன் வேகமாய் ஓடி ஜீப்பை நெருங்கினார். அவசரமாக ஜீப்பை இயக்க முயல, துப்பாக்கிச் சத்தம் முன்னைவிடவும் நெருங்கிக் கொண்டிருந்தது. ஸ்டியரிங்கில் ஓங்கி அடித்தபடியே ஜீப்பிற்கு உயிர்கொடுக்க, அடக்கி வைக்கப்பட்ட காட்டுமிருகத்தின்

குரலில் வண்டி உறுமியது. இருளுக்குள் தாவிக் குதித்துச் சென்ற வண்டி சரியாக சாமியார் விழுந்து கிடக்கும் இடத்திற்கு பக்கமாய்ச் சென்று நிற்க, மரத்திற்குப் பின்னால் ஒளிந்திருந்த காவலர்கள் வேகமாய் ஓடிவந்து சாமியாரை அள்ளி ஜீப்பில் போட்டார்கள். துப்பாக்கி காவலர்களின் மீதும், ஜீப்பின் மீதும் சராமரியாய்க் குண்டுகளைப் பாய்ச்சியது. இரண்டு காவலர்களின் உடலைக் குண்டுகள் துளைத்துவிட, அவர்கள் காயங்களைப் பொருட்படுத்தாமல் வண்டியில் தாவி ஏறிக் கொண்டார்கள். விஜயன் மின்னல் வேகத்தில் ஜீப்பைத் திருப்பி தாங்கள் வந்த பாதையிலேயே வண்டியைச் செலுத்தினார். ஜீப் சென்ற திசையைத் தொடர்ந்து துப்பாக்கிக் குண்டுகள் இடைவிடாமல் வெடித்தபடியே இருக்க, செடி கொடிகளின் மீது தாவிக் குதித்து வண்டி வேகமாய் காட்டை விட்டு வெளியேறிக்கொண்டிருந்தது.

கூடலூர் வந்து சேர்ந்தபோது நேரம் நள்ளிரவை நெருங்கியிருந்தது. ஊரின் அமைதியைப் பொருட்படுத்தாமல் பேய் வேகத்தில் சென்ற ஜீப் அரசு மருத்துவமனையின் வளாகத்தில் நுழைந்தபோது குளிரில் அயர்ந்து உறங்கிக் கொண்டிருந்த மருத்துவமனை ஊழியர்கள் மிரண்டு விழித்தார்கள். விஜயன் அவசரமாக வண்டியிலிருந்து இறங்கி ‘ஸ்ட்ரெச்சர் எடுத்துட்டு வாங்க...’ என மருத்துவமனை ஊழியர்களை நோக்கிக் கத்தினார். இரண்டு பேர் ஒரு ஸ்ட்ரேச்சரை இழுத்துக் கொண்டு வர, விஜயன் ஜீப்பின் கதவைத் திறந்தது காயம்பட்ட போலிஸ்காரர்களைத் தூக்கினார். இரண்டு பேருமே குண்டடி பட்டு மயங்கிப் போயிருந்தார்கள். சூழலைப் புரிந்து கொண்ட மருத்துவமனை ஊழியர் வேகமாய் ஓடிச்சென்று இன்னொரு ஸ்ட்ரெச்சரையும் இழுத்து வந்தார். காயம்பட்ட போலிஸ்காரர்களைத் தூக்கி அதில் கிடத்தி சிகிச்சைக்காக மருத்துவமனைக்குள் ஓட்டிச் சென்றார்கள். மூக்குப்பொடி சாமியார் குப்பை நிரப்பப்பட்ட சாக்கைப்போல் முடங்கிக் கிடக்க, ஜீப்பிலிருந்த மற்ற இரண்டு காவலர்கள் ஆளுக்கொரு பக்கமாய்ப் பிடித்து அவரைக் கீழே இறக்கினார்கள். விஜயன் ஸ்டேஷனுக்கு போன் செய்து காவலுக்கு போலிஸ்காரர்களை

வரச் சொல்லிக் கொண்டிருந்தார். “அய்யோ அம்மா வலிக்கிதே... எப்பா வலி தாங்கமுடியலையா... என்னய டாக்டர் கிட்ட கூட்டிக்கினு போயி மருந்து போடச் சொல்லுங்கய்யா...” என சிறுவனைப்போல் சாமியார் அனத்திக்கொண்டிருந்தார். போன் பேசி முடித்துத் திரும்பிய விஜயன் “இந்தாள டாக்டர்கிட்ட கூட்டிக்கிட்டுப் போங்க... ட்ரீட்மெண்ட் முடியற வரைக்கும் பக்கத்துலயே இருங்க...” என உத்தரவிட, போலிஸ்காரர்கள் சாமியாரை மருத்துவமனைக்குள் இழுத்துச் சென்றார்கள். விஜயன் சோர்வோடு ஜீப்பிற்குள்ளிருந்து தண்ணீர் எடுத்துக் குடித்தார். தாகமும் பசியும் தொண்டைக்குழிக்குள் நீர் இறங்க விடாமல் செய்து சிரமப்படுத்தியது.

மருத்துவமனையில் போலிஸ்காரர்கள் குவிக்கப்பட்டிருக்கும் செய்தி கேட்டு, நள்ளிரவிலேயே பொதுமக்களும் பத்திரிகையாளர்களும் கூடிவிட்டார்கள். “விஜயன், அக்யூஸ்ட் எவ்ளோ பவர்ஃபுல்லான ஆளுன்னு தெரிஞ்சும் ஏன் கூடலூர் ஹாஸ்பிட்டல் கூட்டிட்டுப் போனீங்க... இமிடியேட்டா ஊட்டிக்கு அந்தாள ஷிஃப்ட் பண்ணுங்க...” என எஸ். பி உத்தரவிட்டார். அவரைத் தொடர்ந்து ஏராளமான எண்களிலிருந்து தொடர்ந்து அவருக்கு அழைப்பு வந்தபடியே இருக்க, தனது அலைபேசியை அணைத்துவிட்டார். “நான் சொல்ற வரைக்கும் யாரும் உங்களோட செல்ஃபோன ஆன் பண்ணாதீங்க...” என தன்னோடு காவலுக்கு இருந்த மற்ற காவலர்களையும் அலைபேசிகளை அணைக்கச் செய்துவிட்டார். சிகிச்சை முடிந்து தனியறையில் ஓய்வெடுத்துக் கொண்டிருந்த சாமியாரிடம் விஜயனோடு, அரசு மருத்துவரும் இன்னும் மூன்று காவலர்களுமாய்ச் சேர்ந்து வழக்குத் தொடர்பான விவரங்களைக் கேட்டனர். ஒரு காவலர் வீடியோ கேமராவில் அவரது வாக்குமூலத்தைப் பதிவுசெய்தார்.

“உங்கள இயக்கற அந்த நெட்வொர்க் பத்தி சொல்லுங்க சத்யன்?”

“இந்த நெட்வொர்க்ல எத்தன பேர் இருக்காங்க யார் இதுக்கு தலைவர்னு எனக்கும் தெரியாது. அவங்க ஒவ்வொரு

ஸ்டேட்லயும் வெவ்வேற ஆட்களோட சேந்து இத பண்ணிட்டு இருக்காங்க. பெரிய அளவுல மணி லேண்ட்ரிங் பன்றதுதான் அவங்களோட முக்கியமான வேலை. இதனால பொலிடிஷியன்ஸோட அக்கவுண்ட் டூ பணப் பரிமாற்றம் எல்லாமே எங்க மூலமாத்தான் நடக்கும். அவங்களுக்கு நாங்க மாத்திக் குடுக்கற பணத்துல இருந்து பத்து பெர்சண்டேஜ கமிஷனா எடுத்துக்குவோம்."

"அதெல்லாம் சரி, ஆனா பொண்ணுங்கள பலி குடுக்கறது? ப்ளாக் மேஜிக் இதையெல்லாம் ஏன் செஞ்சீங்க?"

"சில சடங்குகளச் செய்றது மூலமா அதிகாரமும் செல்வாக்கும் கிடைக்கிறதா பெரிய ஆளுங்க நம்பறாங்க. அவங்களுக்காகச் செஞ்சதுதான் அந்த சடங்குகள்லாம்..."

விஜயன் சாமியாரின் கண்களை ஊடுருவிப் பார்த்தார். அடிப்பதற்காக ஆத்திரத்தோடு கையை ஓங்க மிரண்டுபோன சத்யன், "அதான் நீங்க கேக்கற கேள்விக்கு பதில் சொல்றனே அப்பறம் ஏன் அடிக்க வர்றீங்க...?" என அலற "முழு உண்மையவும் சொல்லுடா..." என்று விஜயன் பற்களைக் கடித்தார். சில விநாடிகள் அமைதியாய் தலைகுனிந்திருந்த சாமியார் "அந்த ஆளுங்க முன்னாடி பலி குடுக்கற சடங்குகள எல்லாம் செஞ்சுட்டு, அவங்க போனதுக்கு அப்பறம் கொல்லப்பட்ட பொண்ணுங்களோட உடம்புல இருந்து ஆர்கன்ஸ எல்லாம் எடுத்து வித்துடுவோம்..." பிசிறடிக்கும் குரலில் சொல்ல, பொறுக்கமாட்டாமல் விஜயன் அறைந்தார். ஆத்திரம் அடங்காமல் தொடர்ந்து அறைந்தவர் "சாமி பேரச் சொல்லி மக்கள ஏமாத்தினதும் இல்லாம எத்தன கொல, அதும் சின்னப் பொண்ணுங்கள..." தனது கைகள் வலிக்கும் வரை அடித்தவரை டாக்டர் அவசரமாகப் பிடித்து நிறுத்தினார்.

"இந்த நெட்வொர்க்ல உனக்குத் தெரிஞ்ச முக்கியமான ஆளுங்க யாருன்னு சொல்லு..."

விஜயன் அறைந்ததில் செவிப்பறைகள் கிழிந்துபோய் காதுக்குள் வண்டுகள் பறந்துகொண்டிருந்ததால் அவரது கேள்வி

சாமியாரை எட்டவில்லை. மிரண்ட கண்களோடு விஜயனைப் பார்த்துக் கொண்டிருந்தவரிடம் “கேக்கறன்ல சொல்லுடா…” என விஜயன் அலறினார். தலை சுற்றுகிறது என்பதுபோல் சாமியார் சைகையில் சொல்ல, டாக்டர் அவருக்கு குடிக்கத் தண்ணீர் கொடுத்தார். தண்ணீரைக் குடித்துவிட்டு சோர்வோடு விஜயனைப் பார்த்தவர் ‘யப்பா நான் அடிதாங்க மாட்டன்யா… வயசாகிடுச்சு… உனக்கு என்ன வெவரம்லாம் வேணுமோ, எல்லாத்தையும் குடுக்கறேன். வைதேகி ஹாஸ்பிட்டலுக்குப் பின்னாடி ஒரு மெடிடேஷன் ஹால் இருக்கு. எங்களோட இடம்தான். உங்க ஆளுங்க யாரையாச்சும் அனுப்பி அங்க ஆஃபிஸ் ரூம்ல இருக்க லாக்கரத் திறக்கச் சொல்லுங்க… ஃபைல்ஸ், ஹார்ட் டிஸ்க் எல்லாம் கிடைக்கும்.. இதுக்குமேல என்னய அடிக்காதிங்க…” என்று சொன்னபோதே வலியில் அவருக்கு கண்ணீர் முட்டிக்கொண்டு வந்தது. சோர்ந்து போய் அவர் படுக்கையில் சரிய, “இந்தாளுக்கு குடிக்க ஏதாச்சும் குடுங்க..” என விஜயன் உத்தரவிட்டார்.

ஒரு காவலர் தம்ளரில் பால் எடுத்து வந்து கொடுக்க, சாமியார் அதனைத் தனது வலது கையால் வாங்கிக் குடிக்கத் துவங்கினார். அவரது கண்கள் வலியில் குழிந்துபோயிருந்தன.

“இத்தன பொண்ணுங்கள ஈவு இரக்கம் இல்லாம கொன்னு பொதச்சிருக்கியே, அந்தப் பொண்ணுங்களோட மரண வேதனை ல உனக்கு உன் பொண்ணோட நியாபகம் வரலியா? நம்மளுக்கும் ஒரு பொண்ணு இருக்கா இப்பிடி செய்யக் கூடாதுன்னு தோணல உனக்கு?”

விஜயன் ஆத்திரமாகக் கேட்க, வெறுமையோடு அவரைப் பார்த்து சத்யன் இல்லையெனத் தலையாட்டினார்.

விஜயன் மருத்துவரைப் பார்க்க, அவர் ஆஸ்ரமத்திலிருந்து மீட்டுவரப்பட்ட எலும்பு மாலையை எடுத்து வந்தார். சாமியாருக்கு முன்னாலிருந்த மேசையில் அந்த மாலையை வைத்த விஜயன், “இத உன் பூஜ ரூம் ல இருந்து எடுத்தேன். காணாமப் போனதா ஷாஜி கண்டுபிடிச்சது இருபது பொண்ணுங்க. ஆனா இந்த மாலைல இருபத்தோரு

பொண்ணுங்களோட முதுகெலும்பு இருக்கு... அந்த இருபத்தி ஒண்ணாவது பொண்ணு யாருன்னு சொல்லு...” என்று கேட்டார். சாமியார் அந்த மாலையையும் விஜயனையும் அமைதியாகப் பார்த்துவிட்டு மென்மையாக புன்னகைத்தார்.

“உங்களுக்குத் தேவையான எல்லா தகவலையும் நான் ஏற்கனவே குடுத்துட்டேன் இன்ஸ்பெக்டர். சீக்கிரமா மெடிடேஷன் ஹாலுக்குப் போங்க... இல்லயின்னா இந்தக் கேஸுக்கு எந்த எவிடென்ஸும் கிடைக்காமயே போகும்...” என இறுக்கமாகச் சொன்னார்.

“அந்தக் கடைசிப் பொண்ணு யாருங்கற ரகசியத்த தெரிஞ்சுக்காம நான் இங்க இருந்து போறதா இல்ல சத்யன்...”

விஜயன் விடாப்பிடியாய் சாமியாரின் கைகயைப் பிடித்து முறுக்க, வலியைப் பொருட்படுத்தாமல் அவர் “அந்த ரகசியத்தத் தெரிஞ்சுகிட்டதாலதான் ராஜன் செத்தான்” என ஒற்றைவரியில் சொன்னார். ஒரு கான்ஸ்டபிள் அவசரமாக அறைக்குள் நுழைந்து “ஸார் எஸ்.பி வந்துட்டாரு... சாமியார உடனே இங்க இருந்து ஷிஃப்ட் பண்ணணும்னு சொல்றாங்க... நிறைய ப்ரஷ்ஷராம்...” என விஜயனின் காதுக்குள் கிசுகிசுத்தான். சுதாரித்துக் கொண்ட விஜயன் வேறு யாரும் மெடிடேஷன் ஹாலுக்குச் செல்வதற்கு முன்னால் அங்கு செல்ல வேண்டுமென்கிற முடிவோடு “சரி அவங்கள ப்ரசீட் பண்ணச் சொல்லு... எனக்கொரு முக்கியமான வேல இருக்கு நான் கௌம்பறேன்...” என்றபடி அங்கிருந்து புறப்பட்டார். புறப்படும்போது வாக்குமூலத்தைப் பதிவு செய்த வீடியோ கேமராவைத் தன்னோடு எடுத்துக் கொண்டவர் யாரையும் பொருட்படுத்தாமல் ஜீப்பை எடுத்துக் கொண்டு மருத்துவனையிலிருந்து விரைந்தார்.

வைதேகி மருத்துவமனைக்குப் பின்புறம் சின்னஞ்சிறிய வீதியிலிருந்தது மெடிடேஷன் ஹால். ஜீப் செல்லமுடியாதளவிற்குச் சிறிய சாலையென்பதால் ஒரு முனையில் நிறுத்திவிட்டு இறங்கி நடந்த விஜயன், மெடிடேஷன் ஹாலின் பூட்டை உடைத்து உள்ளே சென்றார். தியான மண்டபத்தை ஒட்டியே இருந்த அலுவலகத்தில் லாக்கரைக் கண்டுபிடிக்க அவருக்கு

நீண்ட அவகாசம் பிடிக்கவில்லை. லாக்கரை உடைத்துத் திறக்க, ஏராளமான ஃபைல்களும், ஹார்ட் டிஸ்க்குகளும் கூடவே ராஜனது செல்போனும் அவருக்குக் கிடைத்தது. எல்லாவற்றையும் எடுத்துக் கொண்டு அங்கிருந்து வெளியேறியவர் தனது செல்ஃபோனை ஆன் செய்து ஷாஜியை அழைத்தார். “எல்லாம் முடிஞ்சிடுச்சு ஷாஜி. நம்மகிட்ட முழுமையான ஆதாரம் இருக்கு. சீக்கிரம் கிளம்பி வா...” என்று சொல்லிவிட்டு ஜீப்பை நோக்கி நடந்தார். ஜீப்பை இயக்கி வீட்டிற்குச் செல்லும் பாதையில் செலுத்தியவருக்கு சோர்விலும் அசதியிலும் கண்கள் செருகிக்கொண்டன. அடுத்தநாள் விடியலுக்கான முதல் வெளிச்சம் வானில் தெரியத் துவங்க “அந்த ரகசியத்தத் தெரிஞ்சுக்கிட்டதாலதான் ராஜன் செத்தான்{ என்னும் சாமியாரின் வார்த்தைகள் அவருக்கு அசீரிரியாய் ஒலிக்க, அதேநேரம் மாரிமுத்து சொன்ன “ராஜனுக்கு மட்டுந்தான் சாமியாரோட மகளப் பத்தின ரகசியம் தெரியும்” என்ற வார்த்தைகளும் நினைவுக்கு வர, அதிர்ந்து ப்ரேக் அடித்து வண்டியை நிறுத்தினார். எல்லாம் புரிந்ததுபோலவும், எதையும் புரிந்துகொள்ள முடியாததுபோலவும் ஒரு திகைப்போடு அமர்ந்திருந்தார். “சொந்த பொண்ணயே பலி குடுத்திருக்கானே இந்த தாயோலி...” என பதற்றத்தோடு அவர் மனம் சொல்லிக் கொண்டிருந்தபோதே அவரது செல்போன் ஒலித்தது. ஹெட் கான்ஸ்டபிளின் பெயரைக் காட்டியதால் பரபரப்போடு எடுத்தார்.

“ஐயா சொல்லுங்க... சாமியார ஷிஃப்டிங்க்கு ஹேண்ட் ஓவர் பண்ணியாச்சா...?”

என விஜயன் கேட்க, எதிர்முனையில் ஹெட் கான்ஸ்டபிள் பதற்றமாக

“ஸார்... அந்தாளு தன்னோடு நாக்கக் கடிச்சுத் துப்பிட்டு செத்துட்டான் ஸார்...” என்று சொன்னார்.

“வாட்... என்னய்யா சொல்றீங்க... இப்பத்தான எஸ்.பி டீம் கிட்ட விட்டுட்டு வந்தேன்... அதுக்குள்ள எப்பிடி சாவான்...?”

"டாய்லெட் போகணும்னு சொன்னவர நம்ம கான்ஸ்டபிள் தான் ஸார் கூட்டிட்டுப் போனாரு... டாய்லட்லயே... இப்பிடி ஆகிருச்சு ஸார்..."

"எவ்ளோ பெரிய அக்யூஸ்ட்ட ஈசியா செத்துட்டான்னு சொல்றீங்க... போன வைய்யி..." என ஆத்திரமாக இணைப்பைத் துண்டித்தார். ஆத்திரத்தில் அவருக்கு மனம் கொதித்தது. தனது இத்தனை கால உழைப்பும் ஒரு நிமிடத்தில் வீணாகிவிட்டதென்கிற ஆத்திரத்தில் ஜீப்பின் ஸ்டியரிங்கில் ஓங்கி குத்தினார். அவரது போன் தவறி கால்மாட்டில் விழ, குனிந்து இடது கையால் செல்போனை எடுத்தார். சோர்வோடு ஸ்டியரிங்கில் சாய்ந்தபோது தலைக்குள் ஏதேதோ சிந்தனைகள் ஓடிக் கொண்டிருந்தது. சடாரென மின்னல் வெட்டியதுபோல் மருத்துவமனையில் சாமியார் வலது கையில் பால் தம்ளரை வாங்கியது நினைவிற்கு வந்தது. இந்த வழக்குத் துவங்கியது முதலே எல்லோரும் குறிப்பிட்ட முக்கியமான தகவல் அவர் இடதுகை பழக்கமுடையவர் என்பது... அப்படியானால் தான் கைது செய்ததும், இப்போது மருத்துவமனையில் இறந்து போயிருப்பதும் சத்யனாக இருக்க முடியாதே எனக் குழம்பினார்.

"நான் சொல்றத உங்களால நம்ப முடியாது ஸார். சாமியால யார வேணும்னாலும் வசியம் பண்ணிட முடியும். ஒருத்தரோட உடம்புக்குள்ள புகுந்து தனக்குத் தேவையான காரியத்த சாதிச்சிடுவாரு..." என சில தினங்களுக்குமுன் மாரிமுத்து சொன்ன வார்த்தைகள் நினைவிற்கு வர... இந்த இரண்டு நாட்களில் நடந்த அவ்வளவும் சத்யன் தனது அடையாளத்தை மறைத்துக்கொள்ள அவரே திட்டமிட்டு செய்த நாடகமென்பதை விஜயன் புரிந்துகொண்டார். உலகத்தின் கண்களுக்கும் சட்டத்திற்கும் சத்யன் அல்லது மூக்குப்பொடி சாமியார் என்றொரு ஆள் இப்போது உயிரோடு இல்லை... ஆனால் விஜயனுக்குத் தெரிந்த உண்மையின்படி அவன் இங்குதான் அவனைத் தேடும் அத்தனை பேரின் முதுகிற்குப் பின்னாலும் நின்று இன்னொருவனின் முகத்தோடு சிரித்துக் கொண்டிருப்பான்.

43

யுகங்கள் கடந்தும் என் நடனம் நிற்கவில்லை. அவள் கண்ணாடியில் என்னைப்பார்த்து கைதட்டி இரசிக்கிறாள். பின்பு நடனத்தைப் பாதியில் நிறுத்திவிட்டு எங்கோ செல்கிறாள். அவ்வறையில் சிரிப்பொலி கேட்கிறது. அவளது மறுபாதி முகத்தை இங்குதான் அலங்கார மேடையில் கழற்றி வைத்திருக்கிறாள். சிறிது நேரம் கழித்துத் திரும்புகிறாள். நான் ஆடுகிறேன். அவள் இரசிக்கிறாள். பின்பு வேறு எங்கோ யாருடனோ செல்கிறாள். மறுபாதி முகம் இங்கேயே இருக்கிறது. எனக்குக் காட்டுவதற்கு மட்டும்தான் அவள் இரண்டு முகங்கள் வைத்திருக்கிறாள் என்று புரிந்த நாளில் நான் வளர்ந்த மனிதனாக உணர்ந்தேன். அவள் விட்டுச்சென்ற முகத்தை எடுத்து நான் மாட்டிக் கொண்டேன். கச்சிதமாக எவ்வித குறையுமின்றி அது எனக்குப் பொருந்தியது. நான்தான் அந்த முகம் என்பதுபோல் உணர்ந்தேன். நான் அதை அணியவேண்டுமென்பதற்காகவே அதனை விட்டுச்சென்றாளா என்றும் தெரியவில்லை. அவளது விருப்பங்களில் இதுவுமொன்றா. அவள் எனக்கு அளிக்க விரும்பிய தோற்றம் இதுதானா. தெரியவில்லை. முகம் சூடிக்கொண்டேன். அவள் திரும்புமுன் இங்கிருந்து கிளம்ப வேண்டும். சாட்டை நீளுமுன் விடைபெற வேண்டும். என்

உலகத்தில் அவள் இனி இல்லை என்று அவளுக்குத் தெரிய வேண்டும். அவள் கைதட்டி இரசிக்கும் பொம்மையல்ல நான். அம்முகத்தை நான் சூடிக்கொண்டேன். இனி இந்த உலகமும் மனிதர்களும் என் விருப்பத்திற்கு நடனமாட வேண்டும். அதை சாத்தியமாக்க வேண்டும். கருவறை மணம் கமழும் அனைத்துமே இனி என் வசமாக வேண்டும்.

அவளது முகத்தை எடுத்துக்கொண்டேன். இனி எவர் முகமும் எனக்கும் பொருந்தும். அவள் காலத்திற்கு முன்னே ஓடியவள். நான் அவளின் மறுபாதி

முற்றும்.

www.ingramcontent.com/pod-product-compliance
Lightning Source LLC
LaVergne TN
LVHW060210051026
849517LV00005B/1363